கறுப்பு வெள்ளைக் கடவுள்

கறுப்பு வெள்ளைக் கடவுள்

தேவிபாரதி (பி. 1957)

எண்பதுகளில் சிறுகதைகள் மூலம் அறிமுகமாகித் தொடர்ந்து பல்வேறு தீவிர இதழ்களில் சிறுகதைகள், கவிதைகள், நாடகங்கள், கட்டுரைகள் எழுதிவரும் தேவிபாரதி, மார்க்சிய, மார்க்சிய லெனினிய இயக்கங்களில் சிறிதுகாலம் செயல்பட்டவர்.

1993இல் வெளிவந்த இவரது முதல் சிறுகதைத் தொகுப்பான 'பலி' பரவலான கவனத்தைப் பெற்றது.

1994இல் இளம் நாடக ஆசிரியருக்கான மத்திய சங்கீத நாடக அக்காதெமியின் பரிசுபெற்றார்.

இவரது சிறுகதைகளில் சில ஆங்கிலத்திலும் இந்தி, மலையாளம் உள்ளிட்ட சில இந்திய மொழிகளிலும் மொழி பெயர்க்கப்பட்டுள்ளன. 2014இல் காலச்சுவடு வெளியிட்ட 'வீடென்ப' என்னும் தலைப்பிலான இவரது தேர்ந் தெடுக்கப்பட்ட பத்துச் சிறுகதைகள் என். கல்யாணராமன் மொழிபெயர்ப்பில் Harper Collins Publications வெளியீடாக 'Farewell Mahatma' என்னும் தலைப்பில் வெளிவந்து பரவலான கவனத்தைப் பெற்றுள்ளது.

திருப்பூர் மாவட்டம் காங்கயம் அருகேயுள்ள புதுவெங்கரை யாம்பாளையம் என்னும் கிராமத்தைச் சொந்த ஊராகக் கொண்ட தேவிபாரதி தமிழக அரசு கல்வித்துறையில் பணியாற்றி 2006இல் விருப்ப ஓய்வுபெற்றார். காலச்சுவடின் பொறுப்பாசிரியராக ஆறு ஆண்டுகள் பணியாற்றினார். பின்னர் 'புதுயுகம்' தொலைக்காட்சியில் பணியாற்றிய தேவிபாரதி தற்போது நூலகராகப் பணியாற்றும் மனைவி ரத்தினாம்பாளுடன் திருப்பூர் மாவட்டம் வெள்ளகோவிலில் வசித்துவருகிறார்.

மின்னஞ்சல்: devibharathi.n@gmail.com

ஆசிரியரின் பிற நூல்கள்

- பலி (சிறுகதைகள், 1993)
- கண் விழித்த மறுநாள் (கவிதைகள், 1994)
- மூன்றாவது விலா எலும்பும் விழுதுகளற்ற ஆலமரமும் (நாடகம், 1996)
- புழுதிக்குள் சில சித்திரங்கள் (கட்டுரைகள், 2004)
- பிறகொரு இரவு (நெடுங்கதைகள், 2009)
- நிழலின் தனிமை (நாவல், 2011)
- அற்ற குளத்து அற்புத மீன்கள் (கட்டுரைகள், 2012)
- வீடென்ப (தேர்ந்தெடுத்த சிறுகதைகள், 2013)
- நட்ராஜ் மகராஜ் (நாவல், 2016)

தேவிபாரதி

கறுப்பு வெள்ளைக் கடவுள்

காலச்சுவடு பதிப்பகம்

அன்பார்ந்த வாசகருக்கு,

வணக்கம்.

காலச்சுவடு நூலை வாங்கியமைக்கு நன்றி.

நூலின் உள்ளடக்கம், உருவாக்கம், அட்டைப்படம் இன்ன பிற அம்சங்கள் பற்றிய உங்கள் கருத்துகளையும் ஆலோசனைகளையும் காலச்சுவடு வரவேற்கிறது. தகவல், எழுத்து, வாக்கியப் பிழைகள் தென்பட்டால் கட்டாயம் தெரிவித்து உதவுங்கள். நூல் தயாரிப்பில் கடும் குறைபாடு இருப்பின் மாற்றுப் பிரதி உங்களுக்குக் கிடைக்கக் காலச்சுவடு ஏற்பாடு செய்யும்.

மின்னஞ்சல்: publisher@kalachuvadu.com

காலச்சுவடு நாகர்கோவில் தலைமையகத்துக்கும் கடிதம் அனுப்பலாம்.

தங்கள்
எஸ்.ஆர். சுந்தரம் (கண்ணன்)
பதிப்பாளர் — நிர்வாக இயக்குநர்

கறுப்பு வெள்ளைக் கடவுள் ❖ குறுநாவல்கள் ❖ ஆசிரியர்: தேவிபாரதி ❖ © ந. ராஜசேகரன் ❖ முதல் பதிப்பு: ஆகஸ்ட் 2016, நான்காம் (குறும்) பதிப்பு: டிசம்பர் 2022 ❖ வெளியீடு: காலச்சுவடு பப்ளிகேஷன்ஸ் (பி) லிட்., 669, கே. பி. சாலை, நாகர்கோவில் 629001

kaRuppu veLLaik kaTavuL ❖ Novellas ❖ Author: Devibharathi ❖ © N. Rajasekaran ❖ Language: Tamil ❖ First Edition: August 2016, Fourth (Short) Edition: December 2022 ❖ Size: Demy 1 x 8 ❖ Paper: 18.6 kg maplitho ❖ Pages: 192

Published by Kalachuvadu Publications Pvt. Ltd., 669, K.P. Road, Nagercoil 629001, India ❖ Phone: 91-4652-278525 ❖ e-mail: publications @kalachuvadu.com ❖ Printed at Clicto Print, Jaleel Towers, 42 KB Dasan Road, Teynampet Chennai 600018

ISBN: 978-93-5244-051-1

12/2022/S.No. 728, kcp 3991, 18.6 (4) uss

என் நீண்டகால நண்பர்கள்
கவிஞர் சுகுமாரனுக்கும்
எழுத்தாளர் அரவிந்தனுக்கும்

நன்றி

முன்னுரை எழுதிய நண்பர் ந. செல்லப்பாவுக்கும்,
என் படைப்புப் பணிகளுக்கு உறுதுணையாக இருந்துவரும்
ஜி. குப்புசாமி, மண்குதிரை ஜெயக்குமார், *அடவி முரளி,*
சொர்ணவேல், ஜி. அசோகன், இரா. சின்னசாமி,
நா. பாரதிநிலவன் ஆகியோருக்கும்,
தன் சிறப்பான மொழிபெயர்ப்புகள் மூலம்
என் படைப்புக்களில் பலவற்றை உலக அரங்கிற்கு
எடுத்துச் சென்றுள்ள என். கல்யாணராமனுக்கும்,
கதைகளை வெளியிட்ட
காலச்சுவடு, அடவி, உயிரெழுத்து
ஆகிய இதழ்களுக்கும்,
எல்லாமுமாக இருந்து துணைநிற்கும்
மனைவி ரத்தினாம்பாளுக்கும்
காலச்சுவடு கண்ணனுக்கும்
எஸ்.வி. ஷாலினிக்கும்
வடிவமைத்த மஞ்சு முத்துக்குமாருக்கும்.

பொருளடக்கம்

முன்னுரை	11
அ. ராமசாமியின் விலகல் தத்துவம்	17
கறுப்பு வெள்ளைக் கடவுள்	60
பரமனின் பட்டுப் பாவாடை உடுத்திய நான்காவது மகள்	104
கழைக்கூத்தாடியின் இசை	153

முன்னுரை

எண்பதுகளின் தொடக்கத்தில் எழுதத் தொடங்கிய தேவிபாரதி பிறந்தது 1957இல். பெரும் பாய்ச்சலுடன் எழுதிக் குவித்தவரல்ல அவர். அவருடன் எழுத்துலகில் அடியெடுத்துவைத்த மற்றவர்களுடன் ஒப்பிட்டால் அவருடைய படைப்புக் களின் எண்ணிக்கை சொற்பம். எழுத்துப் பணிகளில் சுணக்கம் கொண்டவர் என்பதல்ல இதற்குப் பொருள். படைப்பு மனத்தில் கனியும் காலம்வரை காத்திருக்கும் பொறுமையும் நிதானமும் அவரிடம் குடிகொண்டுள்ளன. ஆவி சோதிடத்தில் விரலினடி யில் தானாக நகர்ந்துசெல்லும் காயைப் போல் அவருடைய கதைகள் அமானுஷ்யத் தன்மை யுடன் தமது இலக்கை நோக்கித் தாமாக நகர்ந்து செல்கின்றன என்றுதான் தோன்றுகிறது.

அவரது பல கதைகளில் மனப்பிறழ்வுக்குள் ளானவர்களைப் போன்று அதீதப் பதற்றத்துடன் செயல்படும் பலரை நீங்கள் எதிர்கொள்ள வேண்டி யிருக்கலாம். ஆனால் அவர்களை – கௌதம நீலாம்பரனை, பரதேசியை, பரமனை, இவர்களைப் போன்ற பிறரை – உருவாக்கும் தேவிபாரதியிடம் உடனடியாக ஒரு சிறுகதையையோ நெடுங் கதையையோ குறுநாவலையோ நாவலையோ எழுதி முடித்துவிட வேண்டும் என்னும் பதற்றம் காணப்பட்டதில்லை. ஒரு படைப்பை உருவாக்கும் தருணங்களில் தேவிபாரதி என்ற மனிதரைப் பார்க்கவே முடியாது.

அப்போது அவர் வேறொருவர். அவர் வாழும் உலகமும் வேறு. படைப்பு அப்போது அவரை முழுவதுமாக ஆக்கிரமித்திருக்கும். அவரது உடலிலிருந்தும் மனத்திலிருந்தும் பதற்றத்தின் திவலைகள் வழிந்துகொண்டேயிருக்கும். புற உலகின் யதார்த்த நிகழ்வுகள் அவரது விரல்களின் இடுக்கில் எப்போதும் புகைந்துகொண்டிருக்கும் சிகரெட்டிலிருந்து உதிரும் சாம்பல் துகள்களாக மாற்றம்கொண்டுவிடும். மனத்தில் படைப்பின் தணல் கனன்றுகொண்டிருப்பதை முகத்தில் தென்படும் தீவிரம் மௌனமாக மொழிந்துகொண்டிருக்கும். மனத்தில் உருக் கொண்ட படைப்பு அதே துல்லியத்துடனும் அழகுடனும் வெளிப்படும்வரை மீண்டும் மீண்டும் அதைச் செப்பனிட அவர் தயங்குவதில்லை. வாதை மிகுந்த பல தருணங்களைக் கடந்தே அவர் தன் படைப்புகளை உருவாக்குகிறார்.

மொழி என்னும் முரட்டுப் புரவியுடன் போரிட்டுத் துள்ளும் அதன் முதுகில் கம்பீரமாகச் சவாரி செய்யும் தேவிபாரதியின் எழுத்து அதே புரவியின் சாயலை ஒத்தது. ஆனால் புரவியின் பாதங்கள் சமதளத்தில் தன் குளம்புகளைப் பதிப்பதில்லை; புவியைப் பிளந்துசெல்லும் வேரைப் போல ஆழ்மனதை ஊடுருவும், திடீரென உன்மத்தம் கொண்டு இறக்கை முளைத்துப் பறந்து ஆகாயத்தைப் பிளக்கும். மரபும் நவீனமும் இணைந்த அவரது எழுத்து நடையில், அநேக அடைகளைத் தாங்கிவரும் எழுவாய்களைப் புரிந்துகொள்வதில் நிதானமான வாசிப்பே கைகொடுக்கும். மரபின் நேர்மறைப் பண்பை அடுத்த தலை முறைக்குக் கடத்த அவர் காட்டும் எத்தனிப்பு அதன் எதிர்மறைப் பண்பை அப்புறப்படுத்துவதிலும் அதே வீரியத்துடன் செயல்படும்.

தேவிபாரதியின் சிறுகதைகளும் நெடுங்கதைகளும் நாவல்களும் வடிவத்திலும் அழகியல் கூறுகளிலும் தமக்கான தனித்துவத்தை ஒருபோதும் இழக்கச் சம்மதியாதவை. ஒவ்வொரு படைப்பிலும் மொழியின் வெளிப்பாட்டுத் தன்மையில் புதிய சாயலை உருவாக்குவதில் அவர் மேற்கொள்ளும் பிரயத்தனங்கள் வாசிப்பைப் புத்துணர்வூட்டும் செயல்பாடாக மாற்றுபவை.

இந்தத் தொகுப்பில் உள்ள நான்கு நெடுங்கதைகளும் நான்குவிதமானவை. ஒவ்வொன்றின் உலகமும் வேறு வேறு. ஆனால் எல்லாவற்றுக்கிடையேயும் தொடர்புச் சங்கிலி ஒன்று இருப்பதை வாசிக்கும்போது உணர முடியும். இத்தொகுப்பில் இடம்பெற்றிருக்கும் கதைகளைப் போலவே செறிவுகொண்ட உயிர்த்தெழுதலின் சாபம், வீடென்ப ஆகிய இரண்டு கதை களும் இதே தொகுப்பில் இடம்பெறத்தக்கவை. ஆனால் ஏற்கெனவே மற்றொரு தொகுப்பில் இடம்பெற்றுவிட்டதால் இங்கு

அவை தவிர்க்கப்பட்டிருக்கக்கூடும். ஒரு கவிஞனுக்குரிய தேர்வு மனநிலையுடன் சொற்களைக் கண்டடைந்து தரும் அவரது கதைகளில் காணப்படும் புராதன டெஸ்குகள், தரித்திரத்தால் பீடிக்கப்பட்ட உடல்கள், வற்றிய முலைகள், தளர்ந்த குறிகள் போன்ற சொற்கள் அதிர்ச்சியையும் இன்னதென அறிந்துசொல்ல முடியாத உணர்வையும் எழுப்பவல்லவை. அவற்றைக் கடக்கும் போது மனம் அதன் லாகிரியை உண்டு கிறங்கும்.

'அ. ராமசாமியின் விலகல் தத்துவம்' என்னும் இத்தொகுப்பின் முதல் கதையில் தென்படும் பகடி உங்களைப் புன்னகைக்கச் செய்யும். இந்தக் கதையில் பாத்திரங்களாக இடம்பெற்றிருக்கும் பலரை நீங்கள் நேரடியாகச் சந்தித்திருப்பதற்கோ அறிந்திருப்பதற்கோ பழகியிருப்பதற்கோ வாய்ப்பிருக்கிறது. அவர்களது பலம், பலவீனங்களைச் சரியாக உணர்ந்து தேவிபாரதி அவற்றை அந்தக் கதையில் பயன்படுத்தியிருப்பதை உணர்ந்துகொள்ள முடியும். அறிந்திருக்காவிட்டால்கூட வாசிப்புக்கு இடையூறு தராததாகவே கதையின் போக்கு உள்ளது. பொதுவாக இப்படியான கதைகளில் புனைவுக்கென்று கற்பனையான பெயர்களையே சூட்டுவார்கள். ஆனால் தேவிபாரதி எல்லாமே புனைவுதான் என்னும் திடமான நம்பிக்கையோடு அறிந்த ஆளுமைகளின் பெயர்களை அப்படியே பயன்படுத்தியிருக்கிறார். அந்த உத்தி இந்தக் கதைக்குப் புதுத் தெம்பைத் தருகிறது. ஆனால் கதையில் தொனிக்கும் எள்ளலை மீறி அதை வாசித்த பின்னர் எழும் கனத்த மௌனத்தில் குமிழியிடுகிறது தேவிபாரதி உணர்த்த நினைத்த பொருள். உணர்வுபூர்வமான ஒரு பிரச்சினையை கவனமாகக் கையாண்டிருக்கும் கதை இது.

கறுப்பு வெள்ளைக் கடவுள் கதையில் நிறமிழந்த வாழ்வை, ஆண்டவனோ அரசியலோ சமூகமோ பறித்துக்கொண்ட வாழ்வின் பாடுகளைப் பேசும் பரிதாபத்துக்குரிய மனிதர்கள் பலரை நீங்கள் சந்திக்கலாம். மலைநகரத்தில் குடிகொண்டிருக்கும் தமிழ்க் கடவுள் முருகனால்கூட நேர் செய்ய முடியாத வாழ்வின் கோணல்களுக்குள் சிக்கிக்கொண்டிருக்கும் மாஸ்டர், பரதேசி, தீவிரவாதி என முத்திரை குத்தப்பட்டு, சித்திரவதைக்குள்ளாகி மரணத்தைப் புன்னகையுடன் ஏற்றுக்கொள்ளும் இருபத்தியேழு வயது நிரம்பிய ஆசிரியை, தன் தந்தையின் முகத்தின்மீது பழியின் திரவத்தை உமிழும் இன்ஸ்பெக்டரின் செல்ல மகள், நாகத்தால் தீண்டப்பட்டு யாருமற்ற மலைப்பாதையில் உயிரை இழக்கும் மூதாட்டி போன்றவர்களால் உருவாக்கப்படும் உலகம் கருணையற்றதாக இருக்கிறது. மனிதர்கள் மூர்க்கமானவர்களாக நடந்துகொள்கிறார்கள். ஸ்ரீதேவி போன்ற தோற்றம்கொண்டவளாகத் தனக்குத் தென்படும் டீச்சர் தன் சித்திரவதையை ஏற்று

இறக்கும் தருவாயில் அவளது புன்னகை ததும்பிய முகத்தின் மீது சிறுநீர் கழித்துவிட்டுச் செல்ல அந்த இன்ஸ்பெக்டரால் முடிகிறது. கடவுளாலேயே சரிசெய்ய முடியாத வாழ்வைக் கடவுளைப் போன்ற தோற்றம் கொண்ட வேறு யாரால் சரிசெய்துவிட முடியும்? வாழ்வின் நாடகத் தன்மையைப் பகடிசெய்கிறது இந்தக் கதை. நாற்பதாண்டுகளுக்கு முன்பு மாண்ட தலைவரின் சடலத்தை வைத்துச் சமகால வாழ்வின் ஒப்பனைகளைக் கலைத்துப்போடுகிறார் தேவிபாரதி.

'பரமனின் பட்டுப் பாவாடை உடுத்திய நான்காவது மகள்' என்னும் கதையில் எளிய குடிநாவிதன் ஒருவனின் செல்ல மகளுக்கு நேரும் துயரம் ஈரக்குலையை நடுங்கச் செய்கிறது. தன் நான்காவது மகளின் மீது கொண்ட பாசத்தால் உன்மத்தம் கொண்ட நாவிதனின் வாழ்வை ஈவு இரக்கமற்றுக் கிழித்துப் போடுகிறது விதி. அழகாகவும் சிவப்பாகவும் பிறந்த, மேகத்தைப் போல் அவனது மன வானில் சஞ்சரித்துக்கொண்டிருந்த மகள் மஞ்சுவின் வாழ்வில் இடிவிழுந்த கதை இது. ஆதிக்கசாதியைச் சேர்ந்த மரக்கடைக்காரரின் மகனால் சீர்குலைந்த, மாம்பிஞ்சு போன்ற மார்பைக் கொண்ட அந்த மஞ்சு அந்தத் தொழில்நகரத்தில் தொலைக்கப்படுகிறாள். அதன் ஏதோ ஒரு மூலையில் அவள் நிம்மதியாகக்கூட வாழ்ந்துகொண்டிருக்கலாம். ஆனால் யாருடைய ஆதரவுமற்ற அந்தக் குடிநாவிதனின் கண்களில் அவள் அகப்படவேயில்லை. இப்பெரிய உலகில் தன் மகள் நிம்மதி யாக வாழ்வதற்குரிய சிறு நிழல்கூடக் கிடைத்திராத சோகம் அவனது குழிவிழுந்த கண்களில் நிரம்பிவழிகிறது. மகளைக் குறித்த கற்பனைகளின் பாரம் தாளாமல் பரமனின் மனம் முறிகிறது. சமூகத்தின் கீழ்த்தட்டு மனிதர்கள் ஒரு பிறந்த நாளைக் கொண்டாடுவதைக்கூட ஏற்றுக்கொள்ள முடியாத ஆதிக்கசாதியினரின் வன்மம் நிறைந்த உலகத்தைத் தேவிபாரதி இதயத்தை உலுக்கும்விதத்தில் சித்தரித்திருக்கிறார்.

ஒரு பார்வையில் 'அ. ராமசாமியின் விலகல் தத்துவ'த்தின் நீட்சியே 'கழைக்கூத்தாடியின் இசை' எனப் படுகிறது எனக்கு. தேவிபாரதியின் புனைவுலகுக்குள் நுழையும் புது வாசகனைச் சட்டென வசீகரித்துக்கொள்ளும் நடை கொண்ட கதை இது. பிரசுர கால வரிசை காரணமாக இறுதியில் இடம்பெற்றிருக்கிறது. இந்தத் தொகுப்பின் பிற கதைகளுடன் ஒப்பிடுகையில் இதில் புனைவின் தன்மையும் தீவிரமும் கொஞ்சம் குறைவு என்றே நினைக்கிறேன். ஆனாலும் நிகழ்விடங்களையும் சூழல்களையும் மிகவும் துல்லியமாகச் சித்தரித்திருக்கும் தேவிபாரதியின் மொழி இந்தக் கதையைக் காப்பாற்றியிருக்கிறது. சினிமா

கனவுகளுடன் சென்னைக்கு வந்து அது நிறைவேறாத நிலையில் தோல்வியுடன் தன் சொந்த கிராமத்துக்குத் திரும்பும் முருகேசனின் ட்ரிப்ளிகேனின் மேன்ஷன் வாழ்க்கையும், மிஸ்டர் எக்ஸ் தன் காதல் மனையாளையும் அவளுடைய ரகசியக் காதலனையும் தேடியலையும் மெரினா கடற்கரையும், அதன் ரகசியங்களும் கோடம்பாக்கத்தின் வாழ்க்கையும் முறிந்த காதலும் சம்பா மீதான வெறுப்பும் நாவில் தொடங்கிக் குடல்வரை செரிமானம் ஆகாமல் கிடக்கும் கசப்பும் கலந்த கதை இது. லட்சியத்தை அடைய முடியாமல் தடுக்கும் சமகாலச் சூழலைப் பகடிசெய்யும் இந்தக் கதையில் கௌதம நீலாம்பரனை லட்சியத்திலிருந்து தடுப்பது அவனது மனத்தின் அலைக்கழிப்புக்களே. அவனுக்கு லட்சியங்களில்லை, இலக்கிய வாசிப்பு அவனை மேம்படுத்தவே இல்லை. அவன் ஒரு சராசரி மனிதன். தன் இயக்குநர் கனவுக் காகத் தயாரிப்பாளர்கள் கேட்கும்போதெல்லாம் புதுப்புது திரைக்கதைகளை எழுதிக் கொடுக்கும் அவனுக்குச் சம்பாவின் மாற்றத்தை ஏற்றுக்கொள்ளும் பக்குவம் இல்லை. அவளை வெறும் ஊர்சுற்றியாகவே பார்க்கிறான். சம்பா தொடர்பாக அவன் மனத்தில் ஊர்ந்துகொண்டேயிருக்கும் விரியன்குட்டிகள் போன்ற நினைவுகளால் ஊற்றெடுக்கும் துவேஷத்தையும் வக்கிரத்தையும் கௌதம நீலாம்பரன் வன்மமாகக் கக்குகிறான். அக்னி நதிகள் அவனைத் தூய்மையாக்கவில்லை; அவனது பாதங்களுக்குக் கீழே புரண்டு செல்லும் கூவத்திற்குள்ளேயே அவனது மனம் அமிழ்ந்துகொண்டிருக்கிறது.

ஒட்டுமொத்தமாக இந்தத் தொகுப்பை வாசித்து முடிக்கையில் வாழ்வின் சிறு நிழல் கூடப் பெரும் ஆசுவாசம் தருவது எனத் தோன்றுகிறது. ‘அ. ராமசாமியின் விலகல் தத்துவ’த்தில் அந்தச் சிறுகதை மேடையேற்றப்படவே இல்லை; ‘கழைக்கூத்தாடியின் இசை’யில் கௌதம நீலாம்பரன் இயக்குநராகவில்லை; பரமனின் பட்டுப் பாவாடை உடுத்திய நான்காவது மகள் அவனிட மிருந்து என்றென்றைக்குமாகத் தொலைந்துபோகிறாள். ‘கறுப்பு வெள்ளைக் கடவுள்’ கதையில் ஒரு பாவமும் அறியாத இளம்பெண் அதிகாரத்தின் கருணையற்ற கரங்களுக்கு இரையாகிறாள்.

தேவிபாரதி அறிமுகப்படுத்தும் இரக்கமற்ற உலகம் வாசகனை அச்சுறுத்தக்கூடியது. வாழ்வின் மீது சந்தேகத்தின் நிழலை நிரந்தரமாகக் கவியச் செய்வது. எல்லாக் கதைகளும் ஏதோ ஒரு வகையில் வாழ்வின் அபத்தங்களையும் பொய்மைகளையும் அம்பலப்படுத்தும் முனைப்புகொண்டவையே. சட்டம், நீதி, காவல் என மக்களைக் கட்டிக்காப்பதற்காக உருவாக்கப்பட்ட அமைப்புகள் எளிய மனிதர்களுக்குப் பயன்படாதவையாகச்

சரிந்திருப்பதைத் தீவிரமான தொனியில் காட்சிப்படுத்துகின்றன. தேவிபாரதியின் கதை உலகம் வாசகர்களுக்கு அதிர்ச்சியை அளிக்கலாம். வாழ்வு குறித்தான நம்பிக்கையைக் குலைத்துப் போடலாம். அவரது கதையுலகைச் சூழ்ந்திருப்பது இருள், சில இடங்களில் ஒளி கசிந்துகொண்டிருக்கிறது. ஆனால் ஒளியை, அதன் முழுப் பரிமாணத்தை வேண்டி நிற்பவை இக்கதைகளின் ஆன்மாக்கள். அதிகாரத்தின் மூர்க்கமான கைகளால் சிதைக்கப் பட்ட சாமானிய மனிதர்களின் மேல் கருணையைக் கோரும் விழைவுகளைக் கொண்ட கதைகள் இவை. அந்த விழைவுதான் இவற்றைத் தனித்துவமான படைப்புகளாகவும் மாற்றுகிறது.

சென்னை   செல்லப்பா
28.06.2016

அ. ராமசாமியின் விலகல் தத்துவம்

ஒன்று

ஏறக்குறைய இருபதாண்டுகளுக்குப் பிறகு கைகூடவிருந்த கனவு அது.

1957இல் பிறந்த, அப்போதைய கோவை மாவட்டத்தின் மிகச் சிறிய கிராமமொன்றில் தொடக்கப்பள்ளி ஆசிரியராகப் பணியாற்றிக் கொண்டிருந்த, தன் சக ஆசிரியர்களால் கே.என். எனச் சுருக்கமாக அழைக்கப்பட்ட நல்லமுத்து ஆசிரியர் – முத்தம்மாள் தம்பதியின் எஸ்எஸ்எல்சி வரை படித்த சதுர்த்தி குமாரன், அரசு உயர்நிலைப் பள்ளியொன்றின் குமாஸ்தா 1993இல் எழுதி வெளியிட்ட 'பலி' என்னும் தமிழின் புகழ்பெற்ற தலித் சிறுகதை 2012இல் கன்னியாகுமரியில் விவேகானந்தா கேந்திரவளாகத்தில் அமைந்துள்ள புகழ்பெற்ற ஆடிட்டோரியம் ஒன்றில் தமிழின் மூத்த இலக்கிய ஆளுமைகளில் ஒருவரான சுந்தர ராமசாமியின் எண்பதாவது பிறந்தநாளையொட்டி ஒழுங்கு செய்யப் பட்டிருந்த மூன்று நாள் கொண்டாட்டங்களின் ஒரு முக்கிய நிகழ்வாக மேடையேற்றப்படவிருந்தது. மனோன்மணியம் சுந்தரனார் பல்கலைக்கழகத்தின் தற்போதைய தமிழ்த் துறைப் பேராசிரியரும் முன்னாள் பாண்டிச்சேரிப் பல்கலைக்கழக நாடகத் துறைப் பேராசிரியரும் முன்னாள் வார்சாப் பல்கலைக்கழக ஆசியவியல் துறைத்தலைவரும் இந்த நாடகப்பிரதியை உருவாக்கியவரும் அதன்

இயக்குநருமான பேராசிரியர் அ. ராமசாமியின் இருபதாண்டு காலக் கற்பனை, கடின உழைப்பின் விளைவு. அதைப் பார்ப்பதற்காக உலகின் வெவ்வேறு பகுதிகளையும் வெவ்வேறு குழுக்களையும் சேர்ந்த எழுத்தாளர்களும் கவிகளும் பேராசிரியர்களும் பல்துறை ஆளுமைகளும் திரண்டு வந்து காத்திருக்கிறார்கள்.

நாடகம் ஏறக்குறைய தயாராகிவிட்டது. சுமார் இரண்டு மாத காலமாக நடைபெற்று வந்த ஒத்திகை முற்றுப் பெற்றுவிட்டது. எஞ்சியிருந்தது இறுதி ஒத்திகை மட்டுமே. ஒளியமைப்பு, ஒப்பனை, இசை முதலான அனைத்து அம்சங்களையுமுடைய இறுதி ஒத்திகை. அது முடிந்த பிறகு அடுத்த பன்னிரண்டு மணி நேரத்தில் நாடகம் மேடையேற்றப்பட்டுவிடும். அரங்க அமைப்பில் இந்திய அளவில் புகழ்பெற்ற நவீன நாடக ஆளுமையான திண்டுக்கல் காந்திகிராம் பல்கலைக்கழகப் பேராசிரியர் எஸ்.பி.சீனிவாசன் இரண்டு நாள்களுக்கு முன்னதாகவே வந்து விட்டார். அவருடைய மாணவர்கள் சிலரும் பாண்டிச்சேரிப் பல்கலைக்கழக நாடகத்துறை மாணவர்கள் சிலரும் சேர்ந்து இரவு பகலாக உழைத்துக்கொண்டிருக்கிறார்கள்.

மேடையில் தொங்கவிடப்படுவதற்காக ரோகிணி மணி இரண்டு தைலவண்ண ஓவியங்களைச் சட்டமிட்டு எடுத்துக் கொண்டு வந்திருக்கிறார். அவற்றை அந்த மேடையில் எங்கே எப்படிப் பொருத்துவது என்பதைப் பற்றி அந்த நாடகத்தோடு சம்மந்தப்பட்ட எல்லோரிடமும் யோசனை கேட்டுக்கொண் டிருக்கிறார். சம்மந்தப்படாத சிலரும்கூட யோசனை சொல்லிக் கொண்டிருக்கிறார்கள். ஓவியரால் எந்த முடிவுக்கும் வரமுடிய வில்லை. அவர் மிகக் கலக்கத்துடன் காணப்படுகிறார். நாடகத்தின் மூலக்கதை ஆசிரியரான என்னைப் பார்க்க நேரும் தருணங்களில் சங்கடத்துடன் புன்னகைக்கிறார். அது நான் அறியக்கூடாத ரகசியம் என்பது போல் அவசரஅவசரமாகக் கடந்து சென்று விடுகிறார். நாடகத்தின் முடிவில் அதற்குக் கூடுதலான அடர்த்தியை அளிக்கும்பொருட்டு தனது கவிதையொன்றை வாசிக்கும்படி கவிஞர் சுகிர்தராணி கேட்டுக்கொள்ளப்பட்டிருந்த தாக ரகசியமான தகவல் ஒன்று உலவிக்கொண்டிருந்தது. பேராசிரியர் அ. ராமசாமி அதை ரகசியமாகவே வைத்திருக்க விரும்பியிருக்கக்கூடும். கவிதை எழுதுவதோடு ரகசியத்தையும் காக்கவேண்டிய பொறுப்பு தன் மீது சுமத்தப்பட்டிருந்ததால் கவிஞர் பரபரப்பாக இருந்தார். யாருடனும் பேசுவதைத் தவிர்த்து அறையிலேயே முடங்கிக் கிடந்தார். சூரியோதயத்தைப் பார்ப்பதற்குக்கூடக் கடற்கரைக்குப் போகவில்லை. அ. ராவும் அவரும் அடிக்கடி சந்தித்துக்கொண்டார்கள். கவிதையை ஏற்கனவே எழுதி எடுத்துக்கொண்டு வந்திருந்தார் என்றாலும்

அதை இன்னும் செப்பனிட வேண்டியிருந்தது. வார்த்தைகளை மேலும் கூர்மைப்படுத்த வேண்டியிருந்தது. அதற்காகக் கவிஞர் தனிமையில் இருக்க விரும்புகிறார். யாராவது தனது தனிமையைக் குலைத்துவிடுவார்களோ என்னும் பதற்றம் காரணமாக யாரிடமும் நட்புப் பாராட்டுவதை அறவே தவிர்க்கிறார்.

நாடகத்தின் சூத்திரதாரி, இயக்குநர் பேராசிரியர் அ. ராமசாமி மட்டும் சிறிதும் பதற்றமற்ற மனிதராகத் தென்படுகிறார். எல்லா அமர்வுகளிலும் ஏதோவொரு தருணத்தில் அரங்கில் தென்படும் ஏதாவதொரு நாற்காலியில் யாராவது ஒருவருடன் அவர் சிரித்துப் பேசிக்கொண்டிருந்ததைப் பார்க்க முடிந்தது. சிறுகதை எழுத்தாளர்களைப் பார்க்கும்போது அவர்களது கதைகளைப் பற்றிப் பேசுவதைத் தவிர்க்கும்பொருட்டோ என்னவோ புதுமைப்பித்தனைப் பற்றியோ மௌனியைப் பற்றியோ பேசுகிறார். நாவலாசிரியர்களைப் பார்க்கும்போது ஹெமிங்வேயைப் பற்றியோ தாஸ்தயேவ்ஸ்கியைப் பற்றியோ பேசுகிறார். இமையத் தைப் பார்க்க நேரும்போது மட்டும் இமையத்தைப் பற்றியே பேசுகிறார். கவிஞர்களைப் பார்க்கும்போது பாரதியைப் பற்றியும் அறிஞர்களைப் பார்க்கும்போது உவேசா பற்றியும் பேசுகிறார். ஆனால் நாடகத்தைப் பற்றிய ரகசியமான கவலை அவரிடமும் தென்பட்டுக்கொண்டுதான் இருந்தது. யாருடனாவது பேசிக் கொண்டிருக்கும்போது அவருக்குப் பார்வை உறைந்துவிடுகிறது. நெற்றி சுருங்குகிறது. உதடுகள் இறுகுகின்றன. பேசிக்கொண்டே தன் மார்பில் தொங்கிக் கொண்டிருக்கும் முகக்கண்ணாடியை இருகைகளாலும் பற்றிச் சுத்தமாகத் துடைத்துக்கொள்கிறார். பழையபடி மார்பின் மீது தொங்கவிட்டுக் கொள்கிறார். விடைபெற்றுக் கொண்டு ஒத்திகை நடைபெற்றுக்கொண்டிருக்கும் அரங்கத்தை நோக்கித் தன்னந்தனி மனிதராக நடந்து செல்கிறார். பிறகு அவரது உருவம் பார்வையிலிருந்து மறைந்துவிடுகிறது.

அவருங்கூட என்னைப் பார்ப்பதை அறவே தவிர்த்துக் கொண்டுதான் இருந்தார்.

பேராசிரியர் மட்டுமின்றி அந்த நாடகத்தோடு அப்படி இப்படியெனத் தொடர்பு வைத்துக்கொண்டிருந்த எல்லோருமே என்னைத் தவிர்ப்பதை உணர்ந்தேன். ஒத்திகை நடைபெற்றுக் கொண்டிருக்கும் அரங்குக்குப் போகும்போது வேண்டாத விருந்தாளியாக உணர்கிறேன். அதன் கதவுகள் இறுகச் சாத்தப் பட்டிருக்கின்றன. அழைப்பு மணியை அழுத்தினால் யாராவது வருகிறார்கள். கதவைக் கொஞ்சமாகத் திறந்து எட்டிப் பார்க்கிறார்கள். என்ன விஷயம் என்றோ யாரைப் பார்க்க வேண்டுமென்றோ கறாரான தொனியில் கேட்கிறார்கள். என்னை

அடையாளம் தெரிந்துகொள்ளும் ஆர்வம் யாருடைய முகத்திலும் தென்படவில்லை. அறிமுகப்படுத்திக்கொண்டாலும் பிறகு வரச் சொல்கிறார்கள்.

யாருக்கும் அவகாசமில்லை. ஒவ்வொருவரும் தயாராகிக் கொண்டிருக்கிறார்கள். மறுநாள் முன்னிரவு சரியாக எட்டு மணிக்கு ஒத்திகை ஆரம்பமாக இருக்கிறது.

இறுதி ஒத்திகை.

அது வெற்றிகரமாக அமையும்பட்சத்தில் அதற்கடுத்த இரவில் நாடகம் மேடையேற்றப்பட்டுவிடும். வேறு யாருக்கு இல்லை என்றாலும் உங்களைப் பொறுத்தவரை அது வரலாற்றுச் சிறப்புமிக்க நிகழ்வு அல்லவா? தயவு செய்து தொந்தரவு செய்யாமலிருங்கள்.

கதவுக்கு வெளியே நீளும் ஒவ்வொரு சிரசும் இதையேதான் திரும்பத் திரும்பச் சொல்லிவிட்டுச் செல்கின்றன.

நான் மன்னிப்புக்கேட்டுக்கொண்டு திரும்பிவிடுகிறேன்.

மனப்பிறழ்வுக்குள்ளானவனைப் போல் கேந்திரம் முழுவதும் சுற்றித் திரிகிறேன். தன்னந்தனி ஆளாக நின்று சூரியன் எழுவதையும் மறைவதையும் பார்த்துக் கொண்டிருக்கிறேன். நண்பர்களைப் பார்க்கிறேன். முகமன் கூறுகிறேன். கை குலுக்கு கிறேன். நகைச்சுவையாக ஏதாவது சொல்கிறேன். மற்றவர்களது நகைச்சுவைகளுக்குச் சிரிக்கிறேன். பார்களுக்குப் போகிறேன். விஸ்கி, பியர் குடிக்கிறேன். வறுத்த கடலைப் பருப்பு, மிளகுத்தூள் தூவிய வெள்ளரிக்காய், மீன்விரல்கள் என எனக்கு முன்னால் வைக்கப்படும் தட்டுக்களில் தென்படும் எல்லாவற்றையும் தின்று தீர்க்கிறேன். நான் உற்சாகமாக இருக்கிறேன். மூன்று நாள்கள், இரண்டு அரங்குகள், பதினான்கு அமர்வுகள், ஓர் ஓவியக் காட்சி, ஓர் இசைக் கச்சேரி, இரு நவீன நாடகங்கள். அவற்றிலொன்றின் மூலக்கதை என்னுடையது. அதைப் பார்ப்பதற்காகஉலகம் முழுவதிலு மிருந்து அறிவுலக ஆளுமைகள் பலர் வந்து காத்திருக்கிறார்கள்.

எவ்வளவு பெரிய பேறு இது!

இரண்டு

அந்தக் கதையை ஏறத்தாழ முப்பதாண்டுகளுக்கு முன் எழுதினேன். கோவை ஞானியின் நிகழ் இதழொன்றில் வெளிவந்த கதை அது.

அவள் பிராமணக் குலத்தில் பிறந்த வேசி, தொழிலுக்குப் புதியவள்.

தலித் வாடிக்கையாளன் ஒருவன் விடுதியிலிருந்து அவளைத் தன்னுடைய அறைக்கு அழைத்து வருகிறான். நல்ல அழகி. தொழிலுக்குப் பொருத்தமற்ற குழந்தை முகம். இன்னும்கூடக் கன்னிமையின் எழில் சிதைக்கப்பட்டிருக்காதவள். உடைந்து அழத் தயாரான நிலையில் பொலிவிழந்ததொரு புராதனச் சிற்பத்தைப் போல் தனக்கெதிரே நின்றுகொண்டிருக்கும் அவள் மீது அவன் பச்சாதாபம் கொள்கிறான். அவளை உட்காரச் சொல்கிறான். அவளுக்கு பிஸ்கட்டுகளும் தேநீரும் சாப்பிடத் தருகிறான்.

பிறகு அவளுடைய பெயரையும் ஊரையும் கேட்கிறான். அவள் தயக்கத்துடன் அவனுக்குப் பதிலளிக்கிறாள்.

அவள் தன்னுடைய பூர்வீகக் கிராமத்தைச் சேர்ந்தவள் என்பதை அறிபவன் அவளுடைய முன்னோர்களைப் பற்றிக் கேட்கிறான். அவர் ஒரு பிராமணர். கடவுளின் தூதர்களைப் போல் தன் கிராமத்தின் தெருக்களில் நடமாடியவர்கள் அவளுடைய முன்னோர்கள். தீண்டத்தகாதவரான தன்னுடைய பாட்டனார் அவளுடைய பாட்டனாரின் மலத்தொட்டியைச் சுத்தம் செய்துகொண்டிருந்த கசப்பான கடந்த காலம் ஒரு பயங்கரமான கனவைப்போல அவனது நினைவுக்கு வருகிறது.

பிறகு அவன் அவளை முத்தமிடுகிறான். செத்த மாட்டின் இறைச்சியைத் தின்று வளர்ந்த தன் உமிழ்நீரை பிரம்மனின் தலையில் பிறந்ததாகச் சொல்லப்பட்ட அவளுடைய வாய்க்குள் துப்புகிறான். சிகரெட் நுனியில் கனன்ற நெருப்பால் அவள் உடல் முழுவதையும் சுடுகிறான். தன்னுடைய முன்னோர்களுக்கு அவளுடைய முன்னோர்கள் இழைத்த கொடுமைகளைப் பற்றி விவரித்துக்கொண்டே அவன் அவளைப் புணர்வதையும் அவளது உடலைச் சுட்டுப்பொசுக்குவதையும் பெயரோ உருவமோ அற்ற கதைசொல்பவர் ஒருவர் உலகப் புகழ்பெற்ற திரைப்படங்களிலிருந்தும் இலக்கியங்களிலிருந்தும் வரலாற்றிலிருந்தும் பெற்ற மேற்கோள்களின் உதவியுடன் வாசகர்களுக்கு விளக்குகிறார்.

கதை முடிவற்ற ஒன்றாக முடிந்து விடுகிறது.

கதையின் சுருக்கம் இது.

கதை வெளிவந்த சில நாள்களுக்குள்ளாகவே அது பரவலான வாசகக் கவனத்தைப் பெற்றது நான் பெற்ற பேறுகளில் ஒன்று. தமிழின் முக்கியமான தலித் சிறுகதை என தலித் இலக்கியவாதிகளாலும் தலித் அல்லாத தலித் அறிஞர்களாலும் கொண்டாடப்பட்டது. விமர்சகர்களின் பரவலான வரவேற்பைப் பெறவும் தவறவில்லை.

அந்த வருடத்தில் வெளியான *நிறப்பிரிகை* இதழ் ஒன்று குறிப்பிடத் தகுந்த தலித் எழுத்தாளர்களைப் பற்றிய பட்டியல் ஒன்றை வெளியிட்டது. அதில் என் பெயரும் இடம்பெற்றிருந்தது. ஏறக்குறைய அதே தருணத்தில் வந்த *Indian Literature* இதழில் ராஜ்கௌதமன் எழுதிய கட்டுரை ஒன்றில் அது ஒரு powerful short story என்னும் வாசகம் இடம் பெற்றிருந்ததைப் பார்த்துப் பலநாள்கள் வரை நான் திளைத்துக் கிடந்தேன். என் பெயரோடு 'பலி' என்னும் முன்னொட்டுக்கூடச் சேர்ந்துகொண்டு சில வருடங்கள்வரை புழக்கத்திலிருந்தது.

எனக்குப் பல்வேறு இலக்கிய அமைப்புக்களிலிருந்து அழைப்பிதழ்கள் வரத்தொடங்கியிருந்தன. எழுத்தாளர்களிட மிருந்தும் நண்பர்களிடமிருந்தும் நிறையக் கடிதங்கள் வந்துகொண் டிருந்தன. எழுபதுக்கும் குறைவான வீடுகளைக் கொண்டிருந்த எங்கள் ஊருக்கு நாள்தோறும் வந்துபோக வேண்டியிருந்த குட்டப்பாளையம் கிளை அஞ்சலக ஊழியரின் கசப்பைச் சம்பாதித்துக்கொண்டிருந்தேன். *தினமணிக் கதிரில்* இலக்கியத்தின் நம்பிக்கை நட்சத்திரமாக எனது பெயர் புகைப்படத்துடன் இடம்பெற்றபோது பலரது புருவங்களும் உயர்ந்தன.

இதுபோன்ற சூழலில்தான் 1994இல் மத்திய சங்கீத நாடக அகாடமி நடத்திய இளம் நாடக ஆசிரியர்களுக்கான பயிலரங்கில் தேர்ந்தெடுக்கப்பட்ட இரு சிறந்த நாடகங்களில் ஒன்றாக எனது 'மூன்றாவது விலா எலும்பும் விழுதுகளற்ற ஆலமரமும்' என்னும் நாடகப் பிரதி தேர்ந்தெடுக்கப்பட்டது. மற்றொன்று மலைச்சாமியின் முனி. முனி தஞ்சை தமிழ்ப் பல்கலைக்கழக நாடகத்துறையில் பேராசிரியர் மு. ராமசாமியின் இயக்கத்திலும் என்னுடைய நாடகம் பாண்டிச்சேரிப் பல்கலைக்கழக நாடகத்துறைப் பேராசிரியர் ஆர். ராஜுவின் இயக்கத்திலும் தயாரிக்கப்பட்டது. பயிற்சிப்பட்டறையில் நாடக ஆசிரியரும் பங்கேற்க வேண்டும். இயக்குநர்களும் நடிகர்களும் நாடக ஆசிரியருடன் விவாதிப்பார்கள். நாடக ஆக்கத்தின்போது பிரதி அடையும் மாற்றங்களை நாடக ஆசிரியர் பார்த்துக்கொண்டிருக்க வேண்டும். அல்லது அவற்றை ஏற்க வேண்டும். விருப்பப்பட்டால் அவரே மாற்றங்களைச் செய்து தரலாம்.

நாடக இயக்குநரைப் பொறுத்தவரை இது ஒன்றும் அவ்வளவு கடினமான காரியமல்ல. நாடக ஆக்கம் பற்றிய முதல் விவாதத்தின்போது அதில் பங்கேற்று நடிக்கவிருந்த நாடகத்துறை மாணவர்களிடம் பேராசிரியர் ராஜு சொன்ன முதல் வாக்கியம் இது, "ஒரு நல்ல நாடகம் அதன் ஆசிரியனைக் கொன்றபிறகே உருவாகிறது"

நான் திடுக்கிட்டுப் போனேன். நான் கொலை செய்யப் படுவது, அதை நானே பார்த்துக்கொண்டிருப்பது, அதற்கு உதவி செய்வது, அல்லது இயக்குநர், நடிகர்களின் விருப்பத்திற்கேற்ப நானே என்னைக் கொன்றுகொள்வது. சங்கீத நாடக அகாடமி நவீனமாகத்தான் சிந்தித்திருக்கிறது. இந்தக் கொலை, தற்கொலை முயற்சிகளில் உடனிருப்பதற்காகப் பெட்டிபடுக்கையுடன் பாண்டிச்சேரிப் பல்கலைக்கழக நாடகத்துறைக்கு வந்து சேர்ந்தேன். உடை, உடைமைகளுடன் என் சிறுகதைத் தொகுதியின் பத்துப் பன்னிரண்டு படிகளையும் கொண்டுவந்திருந்தேன். நாடகத்துறையில் இருந்த பேராசிரியர்கள் அ. ராமசாமி, வ. ஆறுமுகம், கரு. அழ. குணசேகரன் (அப்போது அவர் நாடகத் துறைத் தலைவர்) தவிர பல்கலைக்கழக விடுதியறையில் என்னுடன் தங்கியிருந்த சுப்பையா, அனீஸ் ஆகிய மாணவர்களுக்கும் பேராசிரியர் ராஜுவுக்கும் ஆளுக்கொரு பிரதி கொடுத்தேன்.

பேராசிரியர் அ. ராமசாமியை அதற்கு முன்பே ஓரிரு முறை சந்தித்திருந்தேன். இலக்கியக் கூட்டங்களில் கலகம் செய்யும் பேராசிரியராக அவர் பெரும் புகழ் பெறத் தொடங்கியிருந்த தருணம் அது. அப்போது பிரபலமாக இருந்த தெலுங்குப்பட வில்லன் ஒருவனின் சாயலில் இருந்த அ. ராவைப் பார்ப்ப தற்கே கொஞ்சம் பயமாகத்தான் இருந்தது. அப்போதைய கலக இலக்கியவாதிகள் நிறையக் கெட்டவார்த்தை பேசுவார்கள். எவ்வளவுக்கெவ்வளவு அதிகமாகக் கெட்டவார்த்தை பேசினார் களோ அவ்வளவுக்கவ்வளவு நவீனமானமானவர்களாகவும் பின்நவீனமானவர்களாகவும் கருதப்பட்டார்கள். கூட்டங் களில் யாராவதொரு முதுபெரும் எழுத்தாளர் பேசிக்கொண் டிருக்கும்போது ஆவேசமாக எழுந்து நிற்க வேண்டும், “எதுக்காக இவ்வளவு அபத்தமாப் பேசிக்கிட்டிருக்கீங்க?” எனக் கோபத்துடன் கேட்க வேண்டும். அதைச் சற்றும் எதிர்பார்த்திராத முதுபெரும் எழுத்தாளர் பேச்சை இழந்து திடுக்கிட்டு நிற்கும்போது, “இதெல்லாம் எங்க மேல திணிக்கற வன்முறை” என உரத்த குரலில் ஆவேசமாகக் கத்த வேண்டும். கூட்டத்தின் உற்சாகத்தைப் பொறுத்து இந்த வாக்கியங்களுக்கு முன்னொட்டாகவோ பின்னொட்டாகவோ இரண்டு கெட்டவார்த்தைகளைப் போட வேண்டும். பிறகு மற்றவர்களும் தைரியமடைந்து தமக்குத் தெரிந்த கெட்டவார்த்தைகளைப் பிரயோகிப்பார்கள். அநேகமாகக் கூட்டம் பாதியிலேயே நிறுத்தப்பட்டுவிடும். இதைச் சாத்தியப்படுத்தும் பல இளம்தலைமுறை இலக்கியவாதிகள் அப்போது நிறைய இருந்தார்கள்.

இதில் விமலாதித்த மாமல்லன் தேர்ந்தவர்.

ஒருமுறை கோயமுத்தூரில் பூமணியின் 'பிறகு' நாவலுக்கு நடத்தப்பட்ட கருத்தரங்கில் எடுத்த எடுப்பில் மாமல்லன் பிரயோகித்த கெட்டவார்த்தையைக் கேட்டு எல்லோரும் ஆடிப்போனார்கள். பூமணியையும் அவரது நாவலின் மீதான விமர்சனங்களையும் பின்னுக்குத் தள்ளிவிட்டு மாமல்லன் பிரயோகித்த அந்தக் கெட்டவார்த்தை முக்கியத்துவம் பெற்றது. அதற்குப் பிறகு மாமல்லனின் தலை தென்பட்டாலே கூட்டம் பரபரப்படையும். பின்னர் உருவான லஷ்மி மணிவண்ணன், முருகேச பாண்டியன் போன்ற கலகக்காரர்களுக்கு மாமல்லனே முன்னோடி.

அ. ராமசாமி அதுபோன்ற கெட்டவார்த்தைகளைப் பிரயோகிப்பவரல்ல என்றாலும் தமிழ்கூறும் நல்லுலகம் போற்றும் கலகக்காரராகவே அறியப்பட்டிருந்தார். அப்போது பாண்டிச்சேரியிலிருந்து *ஊடகம்* என்ற பெயரில் சிற்றிதழ் ஒன்று வந்துகொண்டிருந்தது. அதன் ஆசிரியர் குழுவில் அ. ராமசாமி இருந்தார். பிசாசு எழுதுதல் என்னும் தலைப்பில் பசுவய்யா, ஞானக்கூத்தன், நகுலன், விக்கிரமாதித்தியன், பழமலய் முதலான தமிழின் முக்கியமான பதினோரு கவிஞர்களின் பெயரில் ஊடகம் ஆசிரியர் குழுவே தலா ஒவ்வொரு கவிதையை எழுதிப் பிரசுரித்திருந்தது. அதில் கடைசியாய் இடம்பெற்ற அறிவுமதியின் ஹைக்கூ கவிதை இப்போதும் நினைவிலிருக்கிறது.

மணியடிக்கிறது
வகுப்பில் ஆசிரியர் இல்லை
உள்ளேன் அய்யா

அறிவுமதி அப்போது 'உள்ளேன் அய்யா' என்னும் பெயரில் திரைப்படம் ஒன்றை இயக்குவதற்கு முயன்றுகொண்டிருந்தார். அந்த முயற்சி ஏனோ தடைபட்டுக்கொண்டே போனது. கடைசியில் கைகூடாமலும் போயிற்று. ஆனால் அறிவுமதி தொடர்ந்து அதைப்பற்றிப் பேசிக்கொண்டிருந்தார். அவர் பேசியவற்றை வைத்துப் பார்த்தபோது அந்தப்படம் வெளிவந்திருந்தால் தமிழ் சினிமாவின் தலைவிதியே மாறியிருந்திருக்கும் என எண்ணத் தோன்றியது. இருந்தும் பிசாசு அவரது பெயரிலும் ஒரு கவிதை எழுதிப் பிரசுரித்திருந்தது ஏன் எனத் தெரியவில்லை.

பல தீவிர வாசகர்களுக்கு அவை பிசாசு எழுதிய கவிதைகள் என்பதே தெரியவில்லை. கவிதைகளைத் தேர்ந்தெடுத்ததற்காகவும் பிரசுரித்ததற்காவும் ஆசிரியர் குழுவுக்குப் பாராட்டுக்கள் குவிந்தன. அ. ராமசாமியைத் தொலைபேசியில் அழைத்த ஒரு கவி தன் கவிதையைப் பிரசுரித்ததற்காக நன்றியும் சொன்னாராம். பழமலய், 'நான் எப்போது ஊடகத்திற்குக் கவிதை அனுப்பினேன்?' எனப்

பல நாள்கள் குழம்பிக்கொண்டிருந்தாராம். அவர்களுடைய கலகச் செயல்பாடுகளில் குறிப்பிடத் தகுந்த மற்றொன்று சிறந்த நூல்களுக்கு 'டகம்' விருது கொடுத்தது. பத்துப் பைசாவும் தகரப் பட்டயமும் கொண்ட விருது அது. அப்போது வெளியாகியிருந்த என்னுடைய 'கண் விழித்த மறுநாள்' என்னும் கவிதைத் தொகுப்புக்கு டகம் விருது அறிவிக்கப்பட்டிருந்தது. ஆனால் பலமாதங்களாகியும் அவை எனக்கு வந்து சேரவில்லை. சங்கீத நாடக அகாடமியின் நாடகப் பயிலரங்கிற்காகப் பாண்டிச்சேரிப் பல்கலைக் கழகத்திற்குப் போனபோது பேராசிரியர் அ. ராவைச் சந்தித்து, "எங்கே எனக்கு அறிவிக்கப்பட்ட தகரப் பட்டயமும் பத்துப் பைசாவும்?" எனக் கேட்டேன்.

அ. ரா. வாய்விட்டுச் சிரித்தார்.

ஏறக்குறைய முகம் முழுவதையும் மறைக்கும் அழகான தாடியைக்கொண்ட அந்தக் கலகக்காரரால் வாய்விட்டுச் சிரிக்கவும் முடியும் என்பதை உண்மையிலேயே அப்போது என்னால் நம்பமுடிந்திருக்கவில்லை.

அதற்குப் பிறகு இருவரும் நெருங்கிய நண்பர்களானோம்.

அவர் என்னைத் தன் வீட்டுக்கு அழைத்துச் சென்றார். அங்கிருந்த நாள்களில் அவரது வீட்டுக்குப் போன ஒவ்வொரு முறையும் எனக்குப் பரிமாறப்பட்ட சுவையான மீன் உணவு வகைகளைச் சாப்பிட்டபிறகு இவ்வளவு பிரமாதமாகச் சாப்பிட்டுக்கொண்டு இந்த மனிதர் ஏன் கலகமெல்லாம் செய்துகொண்டிருக்கிறார் எனத் தோன்றியது. அவர் என்னைக் கடற்கரைக்கு அழைத்துச் சென்றார். கி. ராஜநாராயணன், பிரபஞ்சன், ரவிக்குமார் முதலான பாண்டிச்சேரி வாழ் எழுத்தாளர் களின் வீடுகளுக்கு அழைத்துச் சென்றார். எல்லோரிடமும் அவர்கள் எனக்கு முன்பே தெரிந்தவர்களாக இருந்தபோதும், "இவரைத் தெரியுமல்லவா? பலி இவருடைய கதைதான்" என அறிமுகம் செய்து வைத்தார். நான் அவர்களின் கைகளைப் பற்றிக் குலுக்குவேன். கையோடு எடுத்துச் சென்றிருக்கும் பலி தொகுப்பின் ஒரு பிரதியை ஏற்கனவே அது அவர்களிடம் இருந்தாலும்கூட 'இருக்கட்டும்' எனக் கொடுத்து வைப்பேன். பேசிக்கொண்டே இருவரும் பாண்டிச்சேரியின் தெருக்களையும் பூங்காக்களையும் சுற்றிவருவோம். "பாண்டிச்சேரி திட்டமிட்டு உருவாக்கப்பட்ட சொற்பமான இந்திய நகரங்களுள் ஒன்று" என்றார் அ.ரா. ஏதாவதொரு பார்க்கிலோ சிமெண்ட் பெஞ்சிலோ உட்கார்ந்து கொள்வோம். பார்களுக்குப் போவோம். ஏழைப் பிள்ளையார் கோயில் இருந்த தெருவில் நடந்தபோது அந்தப் பிள்ளையாருக்கு ஏழைப் பிள்ளையார் எனப் பெயர் வந்தது

எப்படி என விளக்கினார். புதுவை அரசின் கெஸ்ட் ஹவுஸ்கள், பிரஞ்சுக்காரர்கள் விட்டுச்சென்ற வீடுகள், லே கபேக்கள், மாஸ் ஹோட்டல் எனப் புதுவையின் சரித்திரப் பிரசித்தி பெற்ற எல்லா இடங்களுக்கும் அழைத்துச் சென்றார். நாடகத்துறையில் இருந்த அவரது அறையில் இருந்துகொண்டு நாடகத்தைத் தவிர மற்ற எல்லா விஷயங்களைப் பற்றியும் உரையாடினோம்.

அனீசுடனும் சுப்பையாவுடனும் சேர்ந்து பல்கலைக்கழகத் திற்கு எதிரே இருந்த சிறிய சாப்பாட்டுக் கடை ஒன்றில் மீன் சாப்பிட்டோம். சில நாட்களில் தன்னந்தனி ஆளாகப் புறப்பட்டுப் போய் ஜிப்மர் மருத்துவமனை வளாகத்தில் இருந்த புறநோயாளிகள் பிரிவில் உட்கார்ந்துகொண்டிருப்பதும் மருத்துவமனை வளாகத்திலும் வார்டுகளிலும் இலக்கின்றிச் சுற்றிக்கொண்டிருப்பதுமாகப் பொழுதைப் போக்கினேன். நாடகத் தயாரிப்பு எப்போது தொடங்கும் என வெகு ஆவலாகக் காத்திருந்தேன். பேராசிரியர் ராஜூவுக்கு அப்படியொரு எண்ணமே இல்லாதது போல் தோன்றியது, “எனக்குத் தெரிந்தது நாடகம் மட்டும்தான்” என என்னைப் பார்க்கும்போதெல்லாம் சொல்லிக்கொண்டிருந்தார் ராஜூ. அதைக் கேட்கும்போது பிறகு ஏன் இவ்வளவு தாமதம் செய்கிறார் எனத் தோன்றும்.

நாடகம் சார்ந்த நூற்றுக்கணக்கான சொல்லாடல்களில் சிலவற்றையாவது தெரிந்துகொள்ள வாய்த்த தருணங்கள் அவை.

“நான் உங்கள் பிரதியை மீண்டும் மீண்டும் வாசித்துக் கொண்டிருக்கிறேன். முக்கியமாக உங்கள் தொனி என்ன என்பது தெரிய வேண்டும். பிறகு அதிலிருந்து எனது குரலை, அதாவது இயக்குநரின் குரலைக் கண்டுபிடிக்க வேண்டும்” எனக் கவலையுடன் சொல்லிக்கொண்டிருப்பார் ராஜூ. சில நாள்களில் காலியாகக் கிடக்கும் ஆஸ்பெஸ்டாஸ் கூரை வேய்ந்த வெப்பமான கொட்டகை ஒன்றில் நாடகத்துறை மாணவர்கள் அனைவரும் நீள்வட்ட வடிவிலான மேசையொன்றைச் சுற்றி உட்கார்ந்துகொண்டு பிரதியை வாசிக்கத் தொடங்குவார்கள். நான் பேராசிரியர் ராஜூவுக்கு வலப்புறமாகவோ இடப்புறமாகவோ உட்கார்ந்துகொண்டு எல்லோரையும் பார்த்துக்கொண் டிருப்பேன். ஒவ்வொருவர் கையிலும் எனது நாடகப் பிரதியின் நிழற்பட நகல் ஒன்று இருக்கும். மாணவர்கள் ஆளுக்கொரு பாத்திரத்தைத் தேர்வு செய்துகொண்டு தத்தமக்குரிய பகுதி களை வாசிப்பர். ராஜூ முதலில் அமைதியாக அவர்கள் வாசிப்பதைக் கவனித்துக்கொண்டிருப்பார். பிறகு குறுக்கிடுவார். பேராசிரியர்களுக்கே உரிய தணிந்த உணர்ச்சி வசப்படாத குரலில் பேசத்தொடங்கி பிறகு மெதுவாகக் குரலை உயர்த்திச்

சீக்கிரத்திலேயே இடியென முழங்கத் தொடங்கிவிடுவார். நான் திடுக்கிட்டுப் போய்விடுவேன். மாணவர்களின் இறுகிய முகங்களில் ரகசியமான புன்னகை அரும்பும். ஆனால் நான் சொல்ல வந்தது எனது அந்த நாடகம் எப்படித் தயாரிக்கப்பட்டது என்பதைப் பற்றி அல்ல.

பேராசிரியர் அ. ராமசாமி எனது பலி சிறுகதையை நாடகமாக்க முயன்றதைப் பற்றியும், ஏறத்தாழ இருபதாண்டு களுக்குப் பிறகு அந்த முயற்சி கைகூடியதைப் பற்றியும், நாடகம் முழுமையாகத் தயாரித்து முடிக்கப்பட்ட பிறகு மேடையேற்ற முடியாமல் ஒத்திகையோடு கைவிடப்பட்டதைப் பற்றியும்தான்.

மூன்று

நாடக ஆக்கத்தின்போது சில நாள்களில் பேராசிரியர் அ. ராமசாமி அதைப் பார்ப்பதற்காக வருவார். அந்த நாடகம் பற்றிய கற்பனைகளோடு அங்கே நடந்தவற்றைப் பொருத்திக்கொள்ள முடியாமல் திணறிக்கொண்டிருந்த நான் அ. ராமசாமிக்குப் பக்கத்தில் போய் உட்கார்ந்து கொண்டு எனது சந்தேகங்களைக் கேட்பேன், "இந்த நாடகத்துல ஒரு ஆலமரம் வருதே சார், அத எப்படிக் கொண்டு வருவாங்க?" என்பது அனேகமாகத் தவறாமல் ஒவ்வொரு நாளும் நான் கேட்டுக்கொண்டிருந்த கேள்வி. "அதயெல்லாம் செட் டிசைன்ல பாத்துக்குவாங்க" என அதுபற்றிக் கவலைப்படுவதற்குக் கொலைக்களத்தில் நிற்கும் பிரதியின் ஆசிரியனுக்கு எந்த உரிமையுமில்லை என்பது போல் சிரித்துக்கொண்டே சொல்வார். பிறகு எனக்கு ஆறுதல் அளிக்கும் விதத்தில் அரங்க அமைப்புக்குக் காந்திகிராம் பல்கலையில் பணிபுரியும் பேராசிரியர் எஸ்.பி. சீனிவாசன் வருவார் என்றார். அவர் காந்திகிராமிலிருந்து ஒரு ஆலமரத்தையே வேரோடு பிடுங்கி எடுத்து லாரியில் ஏற்றிக்கொண்டு வந்துவிடுவார் என உறுதியளிப்பதைப் போல இருந்தது அ. ராவின் தொனி. தவிர நாடகத்தின் லைட்டிங் டிசைனர் டாக்டர் ரவீந்திரன் தன் ஒளியின் மூலமாகவே ஆலமரத்தை மேடைக்குக் கொண்டு வந்துவிடும் சமர்த்தர் என்னும் கூடுதலான தகவலொன்றையும் சொன்னார். என்னால் அதைக் கற்பனை செய்ய முடியவில்லை.

ஒருநாள் கடற்கரைக்குப் போயிருந்தோம்.

பாரதி பூங்கா எதிரே உள்ள சிமெண்ட் பெஞ்ச் ஒன்றில் உட்கார்ந்துகொண்டிருந்தபோது எனக்குக் கடலில் குளிக்கும் ஆசை உருவாயிற்று. அதைச் சொன்னபோது அ.ரா. தனக்கு அதுபோன்ற ஆசை எதுவும் இல்லை எனச் சொல்லிவிட்டு, "நீங்க குளிங்க. நா வேடிக்க பாக்கறேன்" எனக் கரையில் உட்கார்ந்துவிட்டார்.

நான் உள்ளாடையுடன் கடலில் இறங்கினேன்.

என்னவோ அப்போது அந்தக் கடலின் மீது எனக்குப் பெரும் நம்பிக்கை உருவாகியிருந்தது. ஏழெட்டுப் பேர் எனக்கு அருகிலும் தொலைவிலும் குளித்துக்கொண்டிருந்தனர். எனக்குப் பக்கத்தில் குளித்துக்கொண்டிருந்த ஒருவர் அலைகள் கரைநோக்கித் தாவும்போது அவற்றிலிருந்து லாவகமாகத் தப்பிக் கடலுக்குள் முன்னேறிச் சென்றதைப் பார்த்த எனக்கு அது சுலபமான காரியம் எனத் தோன்றியது. அலை மேலெழும்பி வரும்போது தண்ணீருக்குள் மூழ்கிப் பதுங்கிக்கொண்டு அலை நம்மைக் கடந்து செல்வதற்கு வழிவிட்டுவிட வேண்டும். இதுதான் சூட்சுமம். நானும் அதற்கு முயன்றேன். நான்கைந்து முறை தோல்வியடைந்து அலைகளின் மூர்க்கமான பிடிக்குள் சிக்கிக்கொண்டு கரைக்கு அடித்து வரப்பட்டேன். கரையையொட்டிக் குன்றுகளைப் போலக் கிடந்த பாறைகளை எட்டியவுடன் அவற்றின் மீது மோதிக்கொள்ளாமல் சுதாரித்துக்கொள்வதற்கும்கூட எனக்கு முடிந்திருந்தது.

அ. ரா. அதை ரசித்துக்கொண்டிருந்தார். கரைக்கு வந்த ஒவ்வொரு முறையும் இருவரும் ஓரிரு வார்த்தைகளைப் பரிமாறிக் கொண்டோம்.

நேரம் ஆக ஆக அலைகளின் வேகம் அதிகரிக்கத் தொடங்கி யிருந்தது. முன்புபோல அலைகளின் கைகளுக்குச் சிக்காமல் நீர்ப்பரப்புக்குக் கீழே பதுங்குவது எளிமையானதாக இருக்க வில்லை. ஆனால் நான் பிடிவாதமாக எதிர்த்து நிற்க முயன்றேன். மூர்க்கமாக வந்த அலையொன்று என்னைச் சுருட்டிக்கொண்டு கரையை நோக்கி வந்தபோது சாகசமொன்றை மேற்கொண் டிருப்பதைப் போல் வாய்விட்டுச் சிரித்தேன். ஆனால் அலை என்னைப் புரட்டிக் கரடுமுரடான பரப்பைக்கொண்டிருந்த பாறையொன்றின் மீது வீசியது. அதைப் பார்த்த அ.ரா. தான் உட்கார்ந்திருந்த இடத்திலிருந்து எழுந்தார். நான் சிரித்துக்கொண்டே எழுந்து நிற்க முயன்றேன். ஆனால் கடல் சீறியது. பேரலையொன்று முதுகிலறைந்தது. பின்னோக்கித் திரும்பிப் பார்க்க முயன்றபோது பெரும் நீர்ப்பாறையொன்று முகத்திலறைந்தது. நான் பணிந்தேன், பீதியுற்றேன், தப்ப முற்பட்டுப் பாறைத் துண்டு ஒன்றைத் தழுவினேன். அதன் சொரசொரப்பான நுனியைப் பற்றிக்கொண்டு மேலெழ முயன்றேன். அதற்குள் அ. ரா. என்னை நோக்கி வந்திருந்தார். நீட்டிய அவரது கையைப் பற்றிக்கொண்டு மேலே வந்து பாதுகாப்பான இடத்தில் நின்று புன்னகைக்க முயன்றேன். கை, கால்களில் தாளமுடியாத வலி. பல இடங்களில் சிராய்ப்புக்கள். கரிக்கும் நீரோடு சேர்ந்து

ரத்தம் வழிந்துகொண்டிருந்தது. நல்லவேளையாகப் பெரிய காயம் எதுவும் ஏற்பட்டுவிடவில்லை. உடைமாற்றிக்கொண்டு அருகிலிருந்த கிளினிக் ஒன்றுக்குப் போய் சிராய்த்த இடங்களில் டிங்சரைப் பூசிக்கொண்டு பாரதி பூங்காவுக்கு வந்து மர நிழலொன்றில் எதிரெதிராக உட்கார்ந்தோம்.

நான் சிரித்தேன்.

புகைபிடிக்கத் தொடங்கினேன்.

நானோ அவரோ இயல்பு நிலைக்கு முழுமையாகத் திரும்பி யிராத அந்தத் தருணத்தில், "நா உங்க பலி சிறுகதய நாடகமாப் பண்ணலாமான்னு பாக்கறேன்" என்றார் அ.ரா.

எனக்கு ஆச்சரியமாக இருந்தது.

இப்போது அவருக்கு ஏன் அப்படியொரு யோசனை வர வேண்டும்? நான் அலைகளோடு போராடியதற்கும் காயங் களுடன் மீண்டு பாரதி பூங்காவின் நிழலில் உட்கார்ந்து புகை பிடிக்கத் தொடங்கியிருந்ததற்கும் அவரது யோசனைக்கு மிடையே நிச்சயமாக ஏதாவது தொடர்பிருக்க வேண்டுமென நினைத்தேன்.

நான்கு

பிறகு நாடக ஆக்கப் பணிகள் வேகமாக நடைபெறத் தொடங்கி யிருந்தன. அனீசும் சுப்பையாவும் கடும் உழைப்பிற்குப் பிறகு பேராசிரியர் ராஜூ விரும்பியதுபோல் நாடகத்தின் தொனியைக் கச்சிதமாகப் பற்றிக்கொண்டிருந்தார்கள். ஒப்பனைகளோ ஒளியமைப்போ அரங்க நிர்மாணமோ இல்லாமல் ஒத்திகைகள் நடைபெற்றுக் கொண்டிருந்தன. நடிகர்களால் ஒரு வசனத்தைச் சரியாக உச்சரிக்க முடியாதபோது பேராசிரியர் ஈவிரக்கமில்லாமல் அதை வெட்டியெறிந்தார். வசனங்களை வெகுவாகக் குறைத்தார். இசை, நடனம் இயைந்த கூத்து போன்ற ஒரு வடிவத்தை நோக்கி எனது பிரதியை நகர்த்திச் சென்றுகொண்டிருந்தார் ராஜூ. நடிகர்கள் வசனங்களை மனப்பாடம் செய்வதைக் கிட்டத்தட்டக் கைவிட்டுவிட்டுப் பாட்டுப்பாடி நடனமாடத் தொடங்கியிருந்தனர். எல்லோரும் சேர்ந்து ஆசிரியனைக் கொலை செய்யும் பணியைச் செவ்வனே நிறைவேற்றிக்கொண்டிருந்ததாகவே எனக்குத் தோன்றியது. ஆனால் நான் ரத்தம் சிந்துவதற்குச் சுலபத்தில் ஒப்புக்கொள்ளவில்லை. எங்களுக்கிடையேயான பரஸ்பர சகிப்புத்தன்மையின் எல்லைகள் சுருங்கிக்கொண்டிருந்தன. விவாதங்களின்போது இருதரப்பினருக்கும் வார்த்தைகள் தடித்துக்கொண்டிருந்தன. ஒரு முறை பேராசிரியர் ராஜூவிடம்

நேரடியாக மோதிக்கொண்டேன். மாணவர்களில் சிலர் அவருக்கு ஆதரவாகப் பேச முயன்றபோது மூர்க்கமாக அவர்களை எதிர்த்தேன். ஒரு நாடகாசிரியன் என்ற முறையில் எனக்குள்ள உரிமைகளை விட்டுக்கொடுக்க முடியாது என்றுகூடச் சொன்னேன். பிறகு ஒரு ஞாயிற்றுக் கிழமை மதிய உணவுக்காக ராஜுவின் வீட்டுக்கு அவரது அழைப்பின் பேரில் போய்விட்டுத் திரும்பிய பிறகு எனது எதிர்ப்பைக் கைவிட்டேன்.

பிரதியில் இருந்தபடி பின்னணியில் ஒலிக்க வேண்டியிருந்த பெண் ஓலம் அதுவரையிலான ஒத்திகைகளில் ஒலிக்கவே இல்லை. இதைப்பற்றி அ. ராவிடம் கேட்டபோது நாடகத் துறை மாணவிகளில் சிலர் அதற்கான பயிற்சியை எடுத்துக் கொண்டிருப்பதாகச் சொன்னார். பயிற்சி நடைபெற்ற அரங்கத் திற்கும் அழைத்துச் சென்றார். அதிக வெளிச்சமில்லாத அந்த அரங்கில் பூச்சிக்கூடுகள் மண்டிய உத்தரங்களுக்குக் கீழே ஏழு மாணவிகள் வட்டவடிவமாக உட்கார்ந்து பயிற்சியெடுத்துக் கொண்டிருந்தனர். நவீன நாடகத்துக்கும் வட்டவடிவத்துக்கும் ஏதாவது அமானுஷ்யத் தொடர்பு இருக்கக்கூடும் என நினைத்துக் கொண்டேன். நாங்கள் அவர்களுக்குத் தொந்தரவளிக்காத ஒரு பகுதிக்குச் சென்று அங்கிருந்த புராதனமான டெஸ்க் ஒன்றில் உட்கார்ந்துகொண்டோம். எங்கள் வருகையினால் ஏற்பட்ட சிறு தடங்கலைச் சரிசெய்துகொண்டு அந்த மாணவிகள் ஓலத்தைத் தொடர்ந்தனர். முதலில் அது சமீபத்தில் பார்த்திருந்த கலைப்படமொன்றின் பின்னணி இசை போல் ஒலித்தது. நான் டெஸ்க்கில் குப்புறக் கவிழ்ந்து கண்களை மூடிக்கொண்டேன். கண்களை மூடிக்கொண்டு கேட்டபோது பிரதியில் நான் குறிப்பிட்டிருந்த ஓலத்தின் நினைவு வந்தது. ஆனால் பார்வை யாளர்கள் எல்லோரும் கண்களை மூடிக்கொள்வார்களா என்ன? பிரதி என்பது வெறும் வார்த்தைகளாலானது என ஒரு முறை என்னிடம் சொல்லியிருந்தார் பேராசிரியர். நான் அதைக் கடுமையாக ஆட்சேபித்திருந்தேன்.

"வார்த்தை அல்ல சார். மன அரங்கில் ஏற்கனவே மேடை யேற்றப்பட்டுவிட்ட ஒரு நிகழ்வைப் பற்றிய குறிப்புக்களே அந்தப் பிரதியில் இடம்பெற்றிருப்பவை. பிரதிக்குள் ஒலிக்கும் ஓலத்தை ஏற்கனவே என் செவிகளுக்குள் உணர்ந்திருக்கிறேன்"

"அது சரிதான். ஆனால் நீங்கள் எதை உணர்ந்தீர்களோ அதை முதலில் இயக்குநர் உணர வேண்டும். பிறகு நடிகர்கள் உணர வேண்டும். இசையமைப்பாளர், அரங்க வடிவமைப்பாளர், ஒளியமைப்பாளர், ஒப்பனையாளர், நடன இயக்குநர் என ஒவ்வொருவருமே உணர வேண்டும். அப்போதுதான் நாடகம்

என்ற வடிவம் முழுமை பெறும். நீங்கள் ஒரு சிவன் கோயில் இருந்தது என எழுதுகிறீர்கள். நாடகம் முழுவதும் ஒரு ஆலமரத் திற்குக் கீழே நடைபெறுவதாக எழுயிருக்கிறீர்கள். அதற்காக எஸ்.பி. சீனிவாசன் காந்திகிராமத்திலிருந்து ஒரு ஆலமரத்தை வேரோடு பிடுங்கிக்கொண்டு வருவார் என்றா நினைத்தீர்கள்?” என்றார்.

“சரிதான்”

அதற்குப் பிறகு நான் எனது பங்களிப்பை பார்வையாளனாக மட்டும் இருந்துகொண்டு செலுத்துவதே சாலச்சிறந்தது என முடிவெடுத்தேன். காந்திகிராமத்திலிருந்து எஸ்.பி. சீனிவாசன் வந்து சேர்ந்தார். தன்னுடைய உடைகள் உள்ள சிறிய சூட்கேஸ் ஒன்றுடன் நாடகத்துறையின் வரவேற்பறைக்குள் நுழைந்தவரை அப்போது என்னுடன் நின்றுகொண்டிருந்த துறைத் தலைவர் கரு.அழ. குணசேகரன் வரவேற்றார்.

“இவர்தான் நாடக ஆசிரியர்” என நான் அறிமுகம் செய்து வைக்கப்பட்டேன்.

“அது என்ன தலைப்பு? மூன்றாவது விலா எலும்பும் விழுதுகளற்ற ஆலமரமும்?” எனக் கேட்டார், “ஒரு செட் டிசைனரா ஆலமரத்தை மேடைக்குக் கொண்டு வர வேண்டிய பெரிய பொறுப்பை எனக்குத் தந்திருக்கிறீர்கள்” எனக் கைகளைப் பற்றிக் குலுக்கியவர் பெருமுச்சுடன் கரு. அழ. குணசேகரனைப் பின்தொடர்ந்து அவரது அலுவலக அறைக்குள் சென்றார். வெளியே வேரோடு பிடுங்கப்பட்ட ஆலமரத்தை ஏற்றிக்கொண்டு ஏதாவது லாரி வந்து நிற்கிறதா என எட்டிப் பார்க்கும் ஆர்வத்தை என்னால் கட்டுப்படுத்திக் கொள்ள முடியவில்லை.

அன்று மாலையே தில்லியிலிருந்து டாக்டர் ரவீந்திரனும் வந்து சேர்ந்தார்.

அவரும் வெறுங்கையுடன்தான் வந்து நின்றார்.

“லைட் ஸெல்லாம் வந்துருச்சா சார்?” எனக் கேட்டதற்குக் கேள்வி காதில் விழாதது போல் சென்றுவிட்டார்.

மறுநாள் Final rehearsal.

உண்மையாகவே அன்றிரவு நான் தூங்கவில்லை.

ஆனால் இறுதி ஒத்திகையைப் பார்ப்பதற்காக மறுநாள் பிற்பகல் அரங்கத்திற்குப் போனபோது பிரமித்துப் போனேன்.

மேடையில் பிரும்மாண்டமான ஆலமரமும் பாழடைந்த கோயிலும். வெறும் தரைவிரிப்புக்களைக்கொண்டே அவற்றை

உருவாக்கியிருந்தார் சீனிவாசன். டாக்டர் ரவீந்திரனின் ஒளி யமைப்புதான் அந்தத் தரைவிரிப்புக்களை ஆலமரமாகவும் பாழடைந்த கோயிலாகவும் மாற்றியிருந்தது. ஒப்பனை பூண்ட நடிகர்களிலிருந்து அனீசையும் சுப்பையாவையும் கண்டுபிடிக்க உண்மையில் கொஞ்சம் சிரமப்பட்டேன். அந்த இறுதி ஒத்திகையின்போது மட்டுமல்லாமல் மறுநாள் புதுச்சேரி கம்பன் கலையரங்கில் நாடகம் அரங்கேற்றப்பட்ட போதும் நான் வெறும் பார்வையாளனாகவே இருந்தேன்.

பக்கத்து இருக்கையில் பேராசிரியர் அ. ராமசாமி.

"நாடகம் எப்படி வந்திருக்கிறது சார்?" எனத் தணிந்த குரலில் கேட்டேன்.

"அதை நீங்கள்தான் சொல்ல வேண்டும்"

நான் மௌனமாக இருந்தேன்.

"உங்களுக்குத் திருப்தியளிக்கிறதா?" என விடாமல் கேட்டார்.

பதிலளிக்க வேண்டிய கட்டாயத்துக்குத் தள்ளப்பட்டேன்.

"திருப்திதான் சார். ஆனால் ஒரு நாடகப் பிரதி மேடை யேற்றப்படுவதைவிட வாசிப்பதற்கான பிரதியாகவே இருந்து விடுவது நல்லது என நினைக்கிறேன்" என்றேன்.

சிரித்தார்.

மறுநாளே புதுவையைவிட்டுப் புறப்பட்டேன்.

சங்கீத நாடக அகாடமி கொடுத்த பதினைந்தாயிரம் ரூபாயிலிருந்து ஆறு கிலோ எடையுள்ள கையடக்கத் தட்டச்சு இயந்திரமொன்றையும் கொஞ்சம் துணிமணிகளையும் வாங்கிக் கொண்டேன். பேருந்து நிலையத்திற்கு அருகிலிருந்த பார் ஒன்றில் பியர் சாப்பிடுவதற்காக உட்கார்ந்திருந்தபோது அ.ரா. மறுபடியும் எனது சிறுகதையை நாடகமாக்குவது பற்றிய பேச்சைத் தொடர்ந்தார்.

"நான் வேண்டுமானால் அந்தக் கதையை ஸ்கிரிப்டாக எழுதித் தந்துவிடட்டுமா சார்?" எனக் கேட்டதற்கு வேண்டாமென்றார். மனதளவில் தான் ஏற்கனவே அதை எழுதி முடித்துவிட்டதாகவும் சீக்கிரத்திலேயே பல்கலைக்கழக நாடகத்துறை மாணவர்களைக் கொண்டு அதன் தயாரிப்புப் பணிகளில் ஈடுபடப்போவதாகவும் அந்த ஆண்டு தேசிய நாடகவிழாவில் அதை மேடையேற்ற முயலப்போவதாகவும் சொன்னார்.

"நான் எப்போது வர வேண்டியிருக்கும் சார்?"

"எதற்கு?"

நான் கொஞ்சம் திடுக்கிட்டுப் போனேன். அவர் என்னுடைய சிறுகதையைத்தானே நாடகமாக்கப் போவதாகச் சொல்லிக்கொண்டிருக்கிறார்? என்னுடைய ஒத்தாசை வேண்டாமா?

"சும்மா ஒரு பார்வையாளனாக இருப்பதற்கு. நாடக உருவாக்கத்தின் ஏதாவதொரு கட்டத்தில் வந்து பார்க்கலாம் அல்லவா?"

"வேண்டாம் நீங்கள் Final rehearsalக்கு வந்தால் போதும்"

"சரி"

"நாடக உருவாக்கத்தின்போது ஆசிரியன் உடன் இருப்பது இரு தரப்பினருக்கும் நல்லதல்ல என்பதே என் கொள்கை"

"சரி"

"விருந்துண்ண வருபவர்கள் அடுப்பங்கரைக்குள் நுழையக் கூடாது"

"ரொம்ப சரி"

"ஆசிரியனைத் தொலைவிலிருந்தபடியே கொலை செய்ய எங்களுக்கு முடியும். அது அவருக்கு நாங்கள் காட்டும் கருணை என்று வைத்துக்கொள்ளுங்கள்"

அவரது கருணை உள்ளத்திற்கு நன்றிகூறி விடைபெற்றுக் கொண்டேன்.

ஐந்து

நான்கைந்து மாதங்களுக்குப் பிறகு திடீரென நினைத்துக்கொண்டு அந்தக் கதையை எடுத்துப் படித்தேன். நாடகமாக யோசித்துப் பார்ப்பதற்கு நன்றாகத்தான் இருந்தது. உடனடியாகப் பக்கத்து ஊருக்குப் போய் அங்கிருந்த பொதுத் தொலைபேசியிலிருந்து பேராசிரியர் அ. ராமசாமியைத் தொடர்புகொண்டேன். அவரது மனைவிதான் பேசினார்.

"சார் இல்லையே, சங்கரன்கோயில் போயிருக்காரு. வர ரண்டு நாளாகும். நீங்க யாரு?"

சொன்னேன்.

நலம் விசாரித்தார். நான் அவருடைய மீன் குழம்பின் சுவை பற்றி நான்கு வார்த்தைகள் சொன்னேன். அவர் திரும்பி வந்தவுடன் சொல்வதாக வாக்களித்தார்.

இரண்டு நாள்களுக்குப் பிறகு அழைத்தபோது அவர் பல்கலைக்கழகம் போய்விட்டதாகத் தகவல் கிடைத்தது. சளைக்காமல் பல்கலைக்கழக நாடகத்துறையைத் தொடர்பு கொண்டேன். அங்கும் அவர் இல்லையெனப் பதில் வந்தது. ஆறுமுகம்தான் பேசினார்,

"அவசரமாப் பேசணும்னா ராஜ்கௌதமன் வீட்டு நம்பருக்குக் கூப்பிடுங்க. அநேகமா அங்கதான் இருப்பாரு"

ராஜ்கௌதமன் வீட்டில் அப்போது அ. ராவும் இல்லை, ராஜ்கௌதமனும் இல்லை.

பிறகு ஒரு ஆவேசத்தில் நானே எனது சிறுகதைக்கு நாடக வடிவம் கொடுக்க முற்பட்டுச் சில பக்கங்கள்வரை எழுதினேன். நாடக ஈடுபாடுகொண்ட நண்பர்கள் சிலரிடம் பேசி அதை நாடகமாகத் தயாரிக்க வேண்டும் என்னும் எனது ஆசையைப் பற்றிச் சொல்லி அவர்களுடைய ஒத்துழைப்பைக் கோரினேன். ஆரம்பப் பள்ளித் தலைமையாசிரியர் ஒருவரது உதவியுடன் சனி, ஞாயிற்றுக் கிழமைகளில் ஒரு வகுப்பறையில் நாடகத் தயாரிப்புக்கான பணிகளைத் தொடங்கினோம். நான் எதிர்கொண்ட முதல் சிக்கல் நடிகர்களைக் கண்டுபிடிப்பதுதான். கதையின் இரு முக்கியப் பாத்திரங்களில் ஒன்று பெண். வேசியர் விடுதியிலிருந்து தலித் வாடிக்கையாளன் ஒருவனால் அழைத்துவரப்படும் தொழிலுக்குப் புதியவளான பிராமண வேசி. எங்கள் ஊரில் நாடகத்தில் நடிக்கப் பெண்ணுக்கு எங்கே போவது? அதிலும் வேசியாக. நண்பர் ஒருவர் உண்மையான வேசியொருத்தியையே நடிக்க வைத்தால் என்ன என்று கேட்டார். அது நல்ல யோசனையாகப் பட்டது. அப்போதைய தமிழ் அறிவுலகம் இருந்த இருப்புக்கு நாடகம் பரபரப்பாகப் பேசப்படும் ஒன்றாகவே இருந்திருக்கும். சேலம், நாமக்கல் என வேசிகளைத் தேடிக் கொஞ்ச நாள்கள் அலைந்து திரிந்தோம். கடைசியில் முன்னாள் நாடக நடிகை ஒருத்தியைக் கண்டுபிடித்து அவளிடம் விஷயத்தைச் சொன்னோம். கதையை முழுமையாகச் சொல்லுமாறு வற்புறுத்தினாள். கவனமாகக் கேட்டுக்கொண்டவள் தான் வேசியாகவே இருந்தாலும் பிராமணவேசியாக நடிப்பதற்கு விரும்பவில்லை என்றாள், "அது பாவம், தெய்வகுத்தமாயிடும்" என்றவள் வேண்டுமானால் அவளைக் கவுண்டர், முதலியார், வன்னியர் இனத்தைச் சேர்ந்த ஒருத்தியாக மாற்றிவிடுங்களேன் என யோசனை சொன்னாள். எங்கள் நாடகக்குழுவில் ஏற்கனவே இரண்டு தலித் இளைஞர்கள் இருந்ததால் தலித் வாடிக்கையாளன் பாத்திரத்துக்கு எந்த நெருக்கடியும் ஏற்படவில்லை.

இந்த ஏற்பாடுகளுடன் அநேகமாக ஒவ்வொரு வாரமும் அந்த ஆரம்பப்பள்ளியில் ஒத்திகைக்காகக் கூடினோம். வட்டமாக உட்கார்ந்துகொண்டு கதையை வாசித்தோம். ஸ்கிரிப்ட் முழுமையாக உருவாகாததால் நேரடியாக மூலக்கதையைக் கொண்டே பயிற்சியைத் தொடங்குவது என்பது திட்டம். வாசிப்பின்போது கிடைக்கும் அனுபவங்களைக்கொண்டே நாடகத்துக்கான ஸ்கிரிப்டை உருவாக்கலாம் எனவும் நினைத் தோம். குழுவில் யாருமே நாடக அனுபவம் கொண்டவர்களாக இல்லாததால் தொடக்கம் பெரும் சவாலாக இருந்தது. வேசியாக நடிப்பதற்குச் சம்மதித்திருந்த முன்னாள் நாடக நடிகை தன்னால் ஒத்திகைக்கெல்லாம் வரமுடியாது எனச் சொல்லியிருந்ததால் அவளுக்குப் பதிலியாக நானே அந்தப் பிராமண வேசியின் பாத்திரத்தை ஏற்றுக்கொண்டேன். தலித் இளைஞன் வாசிப்பின் போதே கொந்தளிக்கத் தொடங்கியிருந்தான். சிகரெட்டுகளாகப் புகைத்துத் தீர்த்தான். அவனுக்குக் கதையின் முடிவு திருப்தி தரவில்லை.

“இந்தக் கதையின் மூலம் நீங்கள் தலித்–பார்ப்பனர் ஒற்றுமையை வலியுறுத்துகிறீர்களா தோழர்? அதெப்படி அடிப்படை முரண்பாடுகளைத் தீர்த்துக்கொள்ளாமல் இரண்டு பகைசக்திகளுக்கிடையே இணக்கத்தை ஏற்படுத்திவிட முடியும் என நினைக்கிறீர்கள்?” எனக் கோட்பாட்டு ரீதியிலான கேள்வி களை எழுப்பி என்னைத் திணற அடித்தான். கொஞ்சகாலம் திராவிட இயக்கங்களிலும் பிறகு பொதுவுடைமை இயக்கங்களின் வெவ்வேறு குழுக்களிலும் இருந்தவன் அவன். ஆக ஒத்திகைக்காகக் கூடிய ஒவ்வொரு தருணத்தையும் இதுபோன்ற விவாதங்களே ஆக்கிரமித்துக்கொண்டதால் ஒத்திகை தொடங்கவே இல்லை. சொந்தவாழ்வில் எனக்கும் பல நெருக்கடிகள். இதற்கிடையே வணிகத் திரைப்படமொன்றுக்குக் கதை எழுதப் போனேன். அந்த அனுபவங்கள் தந்த மன உளைச்சல்களால் அடியோடு முடங்கினேன்.

இந்தக் காலகட்டங்களில் பேராசிரியர் அ. ராமசாமி யுடன் அநேகமாக எந்தத் தொடர்பும் இல்லை. சில வருடங்க ளுக்குப் பிறகு காலச்சுவடு–ஸ்ரீராம் ட்ரஸ்ட் இணைந்து நடத்திய நாடகவிழாவுக்காகப் போயிருந்தபோது சென்னை மியூசியம் தியேட்டர் அரங்கில் அவரைச் சந்தித்தேன். இரண்டாண்டு களுக்கு முன்பாகவே பாண்டிச்சேரிப் பல்கலைக்கழகத்திலிருந்து வெளியேறியிருந்தவர் அப்போது திருநெல்வேலி மனோன்மணியம் சுந்தரனார் பல்கலைக் கழகத்தில் தமிழ்த்துறையில் பணியாற்றுவ தாகச் சொன்னார்.

நாடக விழாவில் சந்திக்க நேர்ந்ததால் இயல்பாகவே நாடகம் பற்றிப் பேசினோம். அப்போது அறிவுலகத்தின் மீது தலித்தியம் தீவிரமாகச் செல்வாக்குச் செலுத்தத் தொடங்கியிருந்த காலம். ஆனால் 'பலி' தலித் சிறுகதைதானா என்னும் சந்தேகம் விமர்சகர்கள் பலருக்கும் எழுந்திருந்தது. நான் தலித்தா இல்லையா என்னும் கேள்வியை நேரடியாகவே எதிர்கொண்டேன். பிறப்பால் நான் தலித் அல்லவென்றாலும் தலித்துக்களைப் போலவே சாதி இந்துக்களின் ஒடுக்குமுறைக்குள்ளான சாதி ஒன்றைச் சேர்ந்தவன் என்பதை விளக்க முயன்றேன். அது பெரிய அளவில் எனக்கு உதவவில்லை. தலித் இலக்கியவாதிகளிடையே என் மீதான சந்தேகத்தின் பிடி இறுகிக்கொண்டே போயிற்று. எல்லாவற்றுக்கும் அப்பால் பலி முக்கியமான கதை என்றார் அ. ரா.

அதை நாடகமாக்கும் முயற்சியைத் தான் முற்றாகக் கைவிட்டுவிடவில்லையென்றார்.

"உண்மையில் அதற்கான ஸ்கிரிப்டை நான் இரண்டு வருடங்களுக்கு முன்பாகவே எழுதிவிட்டேன்"

"சரி"

"நடிகர்களும்கூடத் தயாராக இருக்கிறார்கள்"

"சரி"

"ஒரு ஸ்பான்சர் கூடக் கிடைத்திருக்கிறார்"

"சரி"

நான் சரி சொன்ன அந்தச் சமயத்தில் ந. முத்துச்சாமியும் முருகபூபதியும் எங்களைக் கடந்து செல்ல முயன்றனர்.

"எப்படியிருக்கு நாடக விழா?"

"நாடகவிழா என்பதே ஒருவகையான நாடகம்தானே?" என்றார் அ.ரா.

முத்துச்சாமி பெரிதாகச் சிரித்தார். பிறகு முருகபூபதியிடம் முந்தைய நாள் மேடையேற்றப்பட்டிருந்த அவரது நாடகத்தைப் பற்றிப் பேசத் தொடங்கினோம். வெளி. ரங்கராஜன், சுரேஷ்குமார் இந்திரஜித் எனச் சிறுகூட்ட மொன்று திரண்டது. தற்செயலாக நடிகர் நாசர் அங்கு வந்து சேர்ந்ததும் கூட்டம் பெரிதானது.

"என்ன நாசர் மேக்பத் என்னாச்சு?"

"கிட்டத்தட்ட முடிஞ்சமாதிரிதான்"

அது அவரது கனவுத் திட்டங்களில் ஒன்று.

பிறகு மேக்பத் பற்றி எல்லோரும் பேசத் தொடங்கினார்கள். எல்லோருமாகச் சேர்ந்து எதிரே இருந்த ரெஸ்டாரண்டை நோக்கி நடந்தோம். அதற்குள் யாரோ கல்கியின் 'பொன்னியின் செல்வ'னை நாடகமாக்குவதற்கு யாரோ மேற்கொண்டுள்ள முயற்சியைப் பற்றிக் குறிப்பிடவும் பேச்சின் திசை முற்றாக மாறியது. கொஞ்சம் தள்ளியிருந்த மேசையொன்றில் லஷ்மி மணிவண்ணனோடு பிரபஞ்சனும் பரீக்ஷா ஞாநியும் தென்பட்டார்கள். பிரபஞ்சனின் களைத்த முகத்தோற்றத்திலிருந்து நீண்டநேரமாக அவர்களுக்குள் உரையாடலொன்று நடைபெற்றுக்கொண்டிருந்திருக்க வேண்டுமென ஊகித்தேன். எங்களைக் கண்டவுடன் ஞாநி எழுந்து தான் உட்கார்ந்திருந்த நாற்காலியைக் கையோடு இழுத்துக் கொண்டு வந்து பக்கத்தில் உட்கார்ந்தார்,

"ஒண்ண கவனிச்சீங்களா? பொன்னியின் செல்வனை நாடகமாக்கறதுக்கு இதுக்கு முன்னால பலபேர் முயற்சி பண்ணினாங்க. ஆனா அது கைகூடல"

"எம்.ஜி.ஆர். அத சினிமாவா எடுக்க முயற்சி பண்ணினார். அவராலயே முடியல"

"இது ரொம்ப மிஸ்ட்டிக்கான விஷயம்"

"ஹஹஹஹா ..."

"நா சீரியஸாச் சொல்றேன்"

"நானும் சீரியஸாத்தான் சிரிச்சேன்"

"ஹஹஹஹஹா"

"யாரோ சபிச்சுட்டாங்க போல இருக்கு"

"வேற யாரு சொவிதான்"

"யாரு புபியா?"

"வேற யாரா இருக்க முடியும்? சொவின்னா புபி. புபின்னா சொவி"

மீண்டும் முத்துச்சாமி சிரித்தார். அந்தக் கணத்தில் ரெஸ்டாரண்ட்டில் இருந்தவர்கள் எல்லோருமே எங்களை நோக்கித் திரும்பினார்கள்.

பலி கூட யாராலோ சபிக்கப்பட்ட கதையாக இருக்குமோ என நினைத்துக்கொண்டேன்.

அதற்குப் பிறகு அங்கே பேராசிரியர் அ. ராமசாமியைச் சந்திக்க முடியவில்லை. மறுநாள் நாடகவிழாவுக்கும் அவர் வரவில்லை. ஊருக்குத் திரும்பி இரண்டு வாரங்களுக்குப் பிறகு அவர் கொடுத்துச் சென்றிருந்த அலைபேசி எண்ணுக்கு அழைத்தபோது அது தொடர்பு எல்லைக்கு அப்பால் சென்றிருந்தது. நாடகவிழா முடிந்த சில நாள்களுக்குள்ளாகவே அவர் போலந்துக்குப் புறப்பட்டுச் சென்றுவிட்டாராம். இரண்டு வருடங்களுக்கு வார்சாப் பல்கலைக்கழகத்தில் பணியாம். ஒருவேளை அந்த நாடகத்தை போலிஷ் மொழியில் வார்சாப் பல்கலைக்கழக மாணவர்களைக்கொண்டு தயாரித்து அங்கேயே மேடையேற்ற எண்ணியிருக்கிறாரோ என்னவோ?

ஆறு

நான்கைந்து வருடங்களுக்குப் பிறகு அவரே என்னைத் தொடர்பு கொண்டார். உற்சாகமாகப் பேசினார். போலந்து அனுபவங்களைப் பற்றிக் கொஞ்சம் பேசிவிட்டு விஷயத்துக்கு வந்தார்,

“ப்ளே ரெடியாயிருச்சு”

“எது சார்? பலியா?”

“ஆமா, கேள்விப்பட்டீங்களா? யாராவது சொன்னாங்களா?”

“இல்லையே சார், யார் சொல்வாங்க?”

“கண்ணன் சொல்லலியோ? ஆக்சுவலா கன்னியாகுமரில சு.ரா. – எண்பது பங்ஷன் நடக்கப் போகுதில்ல? அதுலதான் ஸ்டேஜ் பண்ணப் போறோம்”

“சந்தோஷம் சார்”

“செட் டிசைன நம்ம சண்முகராஜா பண்றார். சண்முகராஜா தெரியுமில்லையா? என்எஸ்டி ஸ்டூடண்ட். விருமாண்டில ஜெயிலரா வருவாரே?”

“அவரா? ஞாபகம் வருது”

“பங்ஷன்ல அவரு நாடகம்கூட ஒண்ணு இருக்கு. குதிரை முட்டைன்னு, பரமார்த்த குரு கததான்”

“அத மறுவாசிப்புப் பண்ணியிருக்காரா சார்?”

சிரித்தார்.

“பரமார்த்த குருவா நடிக்கறது யாரு தெரியுமா?”

“யாரு சார்?”

“நம்ம கிருஷ்ணன். நெய்தல் கிருஷ்ணன்”

“அவரா?”

“அவரேதான். ஒரு மாசமா சோறு தண்ணியில்லாமா உழைக்கிறாரு”

கிருஷ்ணனைச் சோறு தண்ணியில்லாமல் உழைக்க வைத்திருக்கிறார் என்றால் சண்முகராஜா உண்மையிலேயே பெரிய இயக்குநராகத்தான் இருக்க வேண்டுமென நினைத்துக் கொண்டேன்,

“பங்ஷன்ல நீங்க எதாவது பேப்பர் வாசிக்கறீங்களா?”

“ஆமா சார், ஜே.ஜே. பத்தி ஒரு கட்டுரை வாசிக்கறதா இருக்கேன்”

“இன்னும் அத விடமாட்டீங்களாய்யா?”

சிரித்தார். சாபம் நீங்கிவிட்ட சந்தோஷத்தில் நானும் சிரித்தேன். அன்று முழுக்கப் பரபரப்பான மனநிலையில் இருந்தேன். அ.ரா. அதற்கு முன்னால் அவ்வளவு உற்சாகமாக இருந்து நான் பார்த்ததில்லை. அப்படியானால் நாடகம் பிழைத்துவிடும். அவரது இயக்கத்தில் உருவான ‘பல்லக்கு தூக்கிகள்’ போல் ‘பலி’யும் பேசப்படக்கூடிய நாடகங்களில் ஒன்றாக உருவெடுக்க வாய்ப்பிருக்கிறது.

நான் கனவுகளில் மூழ்கத் தொடங்கினேன்.

மாலையில் மீண்டும் அழைத்தேன்.

நாடக ஆக்கம் பற்றி விரிவாகப் பேசினார்.

“சார், ஒத்திகை எங்க வெச்சுப் பண்ணிக்கிட்டிருக்கீங்க?”

“இங்க யுனிவெர்சிட்டில வெச்சுத்தான். இங்க ஒரு நல்ல தியேட்டர் இருக்கு”

“ஒருநாள் நான் வரட்டுமா சார்?”

“வேண்டாம். நாடக ஆக்கம்ங்கறதே நாடக ஆசிரியரக் கொலசெய்யற காரியம்தான். இது உங்களுக்குத் தெரிஞ்சதுதானே? உங்களக் கொலசெய்யறத நீங்களே பாக்க வேண்டாம்” எனச் சொல்லிச் சிரித்தவர் சற்று யோசித்துவிட்டு சு.ரா. – எண்பது நிகழ்ச்சியின்போது நாடகம் அரங்கேற்றப்படுவதற்கு முந்தைய இரவு அங்குள்ள அரங்கம் ஒன்றில் இறுதிஒத்திகையை நடத்தத் திட்டமிட்டிருப்பதாகவும் அப்போது நான் ஒரு பார்வையாளனாக எதிரில் உட்கார்ந்து பார்த்துக்கொண்டிருக்கலாம் எனவும் வாக்களித்தார்.

விதிப்படி நடக்கட்டும் என விட்டுவிட்டு ஜே.ஜே.சில குறிப்புகள் பற்றிய கட்டுரையை எழுதுவதைப் பற்றிச் சிந்திக்கத் தொடங்கினேன்.

ஏழு

சுந்தர ராமசாமியையும் ஜே.ஜேயையும் பற்றிய பிரக்ஞையே இல்லாமல் எனது நாடகத்தைப் பற்றி மட்டுமே நினைத்துக்கொண்டு கன்னியாகுமரிக்குப் போனேன். முதல் நாள் பகல் முழுவதும் நிகழ்ச்சிகள் எதிலும் கலந்து கொள்ளாமல் அரங்கிற்கு வெளியே நண்பர்களுடன் அரட்டையடித்துக்கொண்டிருந்தேன். உலகம் முழுவதிலுமிருந்து கவிகளும் சிறுகதை, நாவலாசிரியர்களும் ஓவியர்களும் நாடகக்காரர்களும் பத்திரிகையாளர்களும் மனிதஉரிமை ஆர்வலர்களும் பேராசிரியர்களும் இன்னபிறருமென நூற்றுக்கணக்கான பங்கேற்பாளர்கள் விழா நடைபெற்ற கேந்திரத்தில் குழுமியிருந்தனர். சிலர் முந்தையநாளே வந்து சேர்ந்திருந்தனர். வேறுசிலர் அப்போதுதான் வந்திறங்கியிருந்தனர். உணவகங்கள், பேக்கரிகள், பெட்டிக்கடைகள், மதுவிடுதிகள், கடற்கரை, காந்திமண்டபம் என எங்கு நோக்கினும் இலக்கிய ஆளுமைகள். அதிகாலை ரயிலில் வந்திறங்கியவர்கள் உடமைகளைத் தமக்கென ஒதுக்கப்பட்ட காட்டேஜ்களில் வைத்துவிட்டு அவசரஅவசரமாகச் சூரியோதயம் பார்க்கக் கிளம்பியிருந்தார்கள். இளம்எழுத்தாளர்கள் மூத்தஎழுத்தாளர்களைத் தேடிக்கொண்டிருந்தனர். யாராவது கண்ணில் படும்போது சுயஅறிமுகம் செய்துகொண்டு அந்த வருடம் புத்தகக் கண்காட்சிக்கு வந்திருந்த தமது கவிதைத் தொகுப்பின் ஒரு பிரதியைக் கையெழுத்திட்டு வழங்கிக்கொண்டிருந்தனர்.

“படிச்சுட்டுச் சொல்லுங்க சார்”

“நிச்சயமா. முடிஞ்சா எதுலயாவது எழுதறேன்”

“நன்றி சார், ரொம்ப நன்றி”

நானும் எனது புத்தகங்களில் சிலவற்றைக் கொண்டு வந்திருந்தேன். ‘பலி’ மட்டும் பத்துப் பிரதிகள். புத்தகத்தைக் கொடுத்துவிட்டு மூன்றாம் நாள் மாலையில் எனது கதை பேராசிரியர் அ.ராமசாமி இயக்கத்தில் நாடகமாகத் தயாரிக்கப்பட்டு மேடையேற்றப்படவிருக்கிற விஷயத்தைச் சொன்னேன். யாருக்கும் அது அதிகம் பொருட்படுத்தத்தக்க தகவலாக இல்லை. அழைப்பிதழில் அதுபற்றிய தகவல் அச்சிடப்பட்டிருந்தும் யாருடைய கண்களுக்கும் அது தட்டுப்பட்டிருக்கவில்லை. நியாயம்தானே? மூன்று நாள்கள்,

இரண்டு அரங்குகள், இருபத்தேழு அமர்வுகள். தவிர வாசிப்பு, இசை, நாட்டிய நிகழ்வுகள். எல்லாவற்றையும் முழுமையாகக் கவனிக்க யாரால்தான் முடியும்? என்ன செய்வதெனத் தெரியாமல் அரங்குகளுக்குள் நுழைந்து பராக்குப் பார்த்துக்கொண்டிருந்தேன். பல நாள்களாகச் சந்திக்க முடியாத இலக்கிய நண்பர்கள் சிலரைச் சந்தித்தேன். யாராவது சிலருடன் சேர்ந்து மரநிழல்களில் நின்று புகை பிடித்தேன். டீக்கடைகளில் மணிக்கணக்காக உட்கார்ந்துகொண்டு இலக்கியம் பேசினேன். கவிஞர்கள் கவிஞர்களோடும் எழுத்தாளர்கள் எழுத்தாளர்களோடும் பேராசிரியர்கள் பேராசிரியர்களோடும் மற்றவர்கள் வேறு மற்றவர்களோடும் குழு சேர்ந்திருந்தனர். எங்கும் இலக்கியம் என்பதே பேச்சு. மரத்தடி விவாதங்களில் நாவல்களுக்கும் கவிதைகளுக்குமே அதிக முக்கியத்துவம் கிடைத்திருந்தது. கடல்கொள்ளத் தயங்கும் ஆயிரம் பக்க நாவல்கள், புத்தம் புதிதாகத் தோன்றிப் பரவத் தொடங்கியிருக்கும் சாருவின் படை, கோணங்கியின் இன்னும் எழுதி முடிக்கப்படாத பேரிலக்கியம், பெண்கவிகள் உயர்த்திப்பிடித்துக் கொண்டிருக்கும் உடலரசியல், சாகித்திய அகாடமி, இயல், விளக்கு விருதுகள், நோபல் பரிசு எனத் திசைகளற்ற உரையாடல்களில் மனத்தைப் பறிகொடுத்திருந்தவர்களின் எண்ணிக்கையைக் கணக்கிட்டபோது அமர்வுகளில் எத்தனை பேர் இருப்பார்கள் என்னும் கவலை ஏற்பட்டது. இவை போதாதென லண்டன், பாரிஸ், ஜெனீவாவி லிருந்து வந்திருந்த புலம்பெயர் எழுத்தாளர்களைச் சுற்றித் திரண்ட மாபெரும் கூட்டம். போர்க்குற்றங்களுக்காக ஐநா மனித உரிமை ஆணையம் ராஜபக்ஷவைத் தண்டிக்குமா இல்லையா என்பதுதான் கேட்கப்பட்ட ஒரே கேள்வி. என்ன பதில் கிடைத்ததெனத் தெரியவில்லை. நான் போய்ச் சேர்வதற்குள் அதற்கான பதில் சொல்லிமுடிக்கப்பட்டிருந்தது. சற்றுநேரம் நின்றுகொண்டிருந்துவிட்டு என்னுடைய காட்டேஜுக்குத் திரும்பினேன். வழியில் வேறொரு காட்டேஜின் முற்றத்தில் ஒயின் ஓரியைச் சூழ்ந்திருந்த இளம்கவிகளின் எண்ணிலடங்காக் கூட்டம். தமிழின் எல்லாக் கவிகளையும் ஒருசேரத் தரிசிக்க முடிந்த பெரும்பேற்றினை உருவாக்கித் தந்ததற்காகக் கண்ணனுக்கு மனதிற்குள் நன்றி சொன்னேன். ஆனால் கவிஞர் சுகிர்தராணியைக் காணமுடியவில்லை. அவர் தன்னுடைய காட்டேஜில் இருக்கிறார் என்றார் ஓர் இளங்கவி. போகும்வழியில் அவருடைய காட்டேஜுக்குப் போய் அழைப்பு மணியை அழுத்தினேன். சிறிது அவகாசமெடுத்துக்கொண்டு வந்து கதவைத் திறந்தார். உள்ளே அனுமதிக்கும் எண்ணமில்லை என்பதைத் தெளிவுபடுத்தும் விதமாக வாயிலை மறித்துக்கொண்டு நின்றார். கண்களில் சோர்வும் பதற்றமும் தெரிந்தன.

"உங்களுக்கு ஓடம்பு சரியில்லையா என்ன?"

"இல்லை, அந்தக் கவிதையை இன்னும் செப்பனிட்டு முடிக்கவில்லை. சில வார்த்தைகள் இடறுகின்றன"

"எந்தக் கவிதையை?" என அ.ரா. காப்பாற்ற விரும்பிய ரகசியத்தைக் குலைக்க விரும்பாமல் அப்பாவியாகக் கேட்டேன்.

"உங்களுக்கு விஷயமே தெரியாதா?"

"தெரியாதே" எனத் துணிந்து பொய் சொன்னேன்.

"உங்களுடைய நாடகத்தின் ஒரு பகுதியாக நான் கவிதை வாசிக்கிறேன். நாடகம் தொடங்குவதற்கு முன்பும் பின்பும்"

"அ.ரா. என்னிடம் எதுவும் சொல்லவில்லை"

"சொல்ல வேண்டாமென்றுதான் என்னிடமும் சொன்னார். ஆனால் நான் சொல்லிவிட்டேன்" எனப் புன்னகைத்துக்கொண்டு கதவைத் தாளிட்டுக்கொண்டார் சுகிர்தராணி. என்னுடைய காட்டேஜுக்கு வந்து கட்டிலில் தலைகுப்புற விழுந்தேன். நாடகம் பற்றி அனிச்சையாக எழுந்த கவலைகளைப் புறக்கணித்துவிட்டுத் தூங்க முயன்றேன்.

கண்கள் செருகச் தொடங்கியிருந்தபோது பேராசிரியர் அ.ராமசாமி என்னைத் தேடிக்கொண்டு காட்டேஜுக்கு வந்தார். நிழல் போல் அவரைப் பின்தொடர்ந்து அறைக்குள் நுழைந்தார் சண்முகராஜா.

எட்டு

அ. ரா. களைத்துப் போனவராகத் தென்பட்டார். தான் உள்பட நாடகத்தோடு தொடர்புடைய எல்லோருமே அன்றைய இரவு நடக்கவிருந்த இறுதி ஒத்திகைக்கு முழுமையாகத் தயாராகி விட்டதாகச் சொன்னவர் கொஞ்சம் ரிலாக்ஸ் செய்துகொள்ள வேண்டியிருக்கிறதென்றார்.

மூவருமாக பார் ஒன்றை நோக்கி நடந்தோம்.

அந்தக் கதையை நாடகமாக்குவது பற்றிய தொடக்ககட்ட உரையாடலுக்குப் பிந்தைய இருபதாண்டுகளில் முதல்முறை யாக நாடகத்தைப் பற்றிப் பேசத் தொடங்கியிருந்தார். நான் பொறுமையாகக் கேட்டுக்கொண்டு நடந்தேன். மேடையாக்கத் திற்கான பிரதியை உருவாக்குவதில் அவர் பெரிய சவால்களை எதிர்கொள்ளவில்லை. சிறுகதையில் அடிப்படையான மாற்றங்கள் எதையும் செய்ய வேண்டிய தேவை ஏற்பட்டிருக்கவில்லை. நடிகர்களைக் கண்டறிவதுதான் பெரிய சிக்கலாக இருந்தது. பல

வருடங்களுக்கு முன்னர் நான் எதிர்கொண்ட அதே சிக்கல். பிராமண வேசியின் பாத்திரத்தை ஏற்று நடிக்கப் பெண்கள் யாரும் முன்வராததுதான் பிரச்சினை. வேசி, மேடையில் ஆடைகளைக் களைய வேண்டியவள், கடைசிக் காட்சிகளில் தன் வாடிக்கையாளனான தலித் இளைஞனின் சித்திரவதையை எதிர்கொள்ள வேண்டியவள். எல்லாவற்றையும் கௌரவமாகக் காட்டுவதற்கான தனது மேடை உத்திகளைப் பற்றி அவர் எவ்வளவோ விளக்கிப் பார்த்திருக்கிறார். எதுவும் பலனளிக்க வில்லை. அவர் போலந்துக்குப் புறப்படுவதற்கு முன்பு அந்தப் பாத்திரத்தில் நடிக்க அவருடைய மாணவியொருத்தி முன்வந்தாள். அவளைக் கொண்டு சில நாள்கள் பயிற்சியும்கூட மேற்கொள்ளப்பட்டது. அப்போது வார்சாவிலிருந்து அழைப்பு வந்ததால் அந்த முயற்சியைத் தொடர முடியவில்லை என வருத்தப்பட்டார்.

“இப்போது அந்தப் பெண்ணையேகூடப் பயன்படுத்திக் கொண்டிருக்கலாமே சார்?”

“அவள் படிப்பை முடித்துவிட்டுப் போய்விட்டாள். திருமணமும் நடந்துவிட்டது. சமீபத்தில் இதற்காகவே அவளைத் தேடிக் கண்டுபிடித்தேன். சமயநல்லூரில் தனியார் கல்லூரி ஒன்றில் லெக்சரராக இருக்கிறாள். வடக்குமாசி வீதியிலிருந்த அவளது வீட்டுக்குப் போய் என் திட்டத்தைச் சொல்லி நீதான் அந்தப் பாத்திரத்தில் நடிக்க வேண்டும் என்றேன். மூர்க்கமாக மறுத்துவிட்டாள். அருகிலிருந்த கணவரின் முகத்தைப் பார்க்குமாறு சைகை காட்டினாள். பிறகு வேறெதுவும் பேசாமல் அவளது மணவாழ்க்கை சீரும் சிறப்புமாக நடைபெற வாழ்த்திவிட்டு வெளியேறினேன். இன்னும் ஒரு வார்த்தை அதைப் பற்றிப் பேசியிருந்தாலும் அடி வாங்கியிருப்பேன்” எனச் சொல்லிச் சிரித்தார்.

“இப்போது அந்தப் பாத்திரத்தில் நடிப்பவர் ஒரு ஆண் நடிகர், இல்லையா சார்?”

“ஆமாம். புனேயில் மென்பொருள் நிறுவனமொன்றில் பொறியாளராக இருக்கிறான். கான்பூர் ஐஐடியில் படித்தவன். சீக்கிரத்திலேயே அமெரிக்காவுக்குப் போய்விடுவான் என நினைக்கிறேன். நாடகத்தின் மீது அவனுக்குத் தீராத ஆர்வம். அவன் தந்தை ஓர் ஐஏஎஸ் அதிகாரி. சென்னையிலிருந்தபோது பரிக்ஷாவின் சில நவீன நாடகங்களில் நடித்திருக்கிறார். நாடக ஆர்வம் தந்தையிடமிருந்து பெற்றது”

“அப்படியா? யார் அவர்?”

பெயரைச் சொன்னார். நான் தாளமுடியாத அதிர்ச்சிக் குள்ளானேன்.

"சார், அவர், அந்த ஐஏஎஸ் அதிகாரி ஒரு தலித்"

"ஆமாம். இப்போது ஹரியானாவில் ஒரு மாவட்டத்தின் ஆட்சித் தலைவர்"

"அவருடைய மகன்தான் பார்ப்பன வேசியின் பாத்திரத்தை ஏற்று நடிக்கிறார்?"

"ஆமாம்"

என்ன சொல்வதெனத் தெரியாமல் சற்று நேரம் மௌனமாக இருந்தேன்.

"சரி இன்னொன்றையும் சொல்லுங்கள் அ.ரா., அந்தத் தலித் வாடிக்கையாளனின் பாத்திரத்தில் நடிக்கப்போவது யார்? நிச்சயமாக அவர் பிராமணராக இருக்க மாட்டார் இல்லையா?"

அ.ரா. புன்னகைத்தார்.

"உங்கள் கேள்விக்கான பதில் இல்லை என்பதுதான். அவனுடைய தந்தை நெல்லையப்பர் கோயிலில் குருக்களாக இருக்கிறார். இந்தப் பையன் என்னுடைய மாணவன். தமிழில் முனைவர் பட்டம் பெற்றவன். பிற்காலச் சோழர்கால இலக்கியத்தில் சாதியத்தின் தாக்கம் பற்றி ஆராய்ச்சி செய்து கொண்டிருக்கிறான். அதே நெல்லையப்பர் கோயிலில் பகுதி நேரக் குருக்களாகவும் இருக்கிறான். பொதுவாக மழுங்கச் சிரைக்கப்பட்ட முகத்துடன் காணப்படுவான். இப்போது இந்த நாடகத்தில் தலித் வாடிக்கையாளனாக நடிப்பதற்காகக் கடந்த நான்கைந்து வாரங்களாகச் சவரம் செய்துகொள்வதைத் தவிர்த்துவிட்டு மீசை, தாடியுடன் இருக்கிறான்"

என் முன்னால் இருந்த விஸ்கி நிரம்பிய கோப்பையை ஒரே மூச்சில் காலி செய்தேன். அவர் சொன்னவற்றைப் புரிந்துகொள்வதற்காகக் கொஞ்சநேரம் மௌனமாக இருந்தேன். பிறகு மேசையைத் தட்டிக்கொண்டு பயங்கரமாகச் சிரித்தேன். இன்னொரு மேசையில் பீர் குடித்துக்கொண்டிருந்த ஸ்டாலின் ராஜாங்கமும் கவிஞர் இரா. சின்னசாமியும் எங்களை நோக்கித் திரும்பியிருந்தார்கள்,

"அதாவது உங்கள் நாடகத்தில் பிராமண இளைஞனொருவன் தலித் வேசியொருத்தியை நிர்வாணமாக்கப் போகிறான். அவளைப் புணரப்போகிறான். நாங்கள் செத்த மாட்டின் இறைச்சியை உண்பவர்கள் எனச் சொல்லிக் கொண்டே தன்னுடைய எச்சிலை

44   தேவிபாரதி

அவளுடைய வாய்க்குள் துப்பப்போகிறான். நெல்லையப்பர் கோயில் குருக்களின் அந்த மகன் ஹரியானாவின் ஏதோ ஒரு மாவட்டத்தின் ஆட்சித்தலைவராக இருக்கும் தலித் ஐஏஎஸ் அதிகாரியின் மகனை சிகரெட் நெருப்பால் சுட்டுப் பொசுக்கப் போகிறான். இல்லையா சார்? உங்களுடைய கலகச் செயல்பாடு களுக்கு எது எல்லை?"

என் பேச்சைக் கேட்டு ஏதோ விபரீதம் என நினைத்தோ என்னவோ ஸ்டாலின் ராஜாங்கமும் இரா. சின்னசாமியும் எங்களுடைய மேசைக்கு வந்தனர். சின்னசாமி எல்லோரையும் விறைப்பாகப் பார்த்துக்கொண்டிருந்தார்.

"இல்லை, இதில் கலகமொன்றுமில்லை. உங்களுக்கும் எனக்கும்தான் அவன், அந்த தலித் வாடிக்கையாளன் நெல்லை யப்பர் கோயில் குருக்களின் மகன் என்பதும் அந்த பிராமண வேசி தலித் ஐஏஎஸ் அதிகாரியின் மகன் என்பதும் தெரியும். பார்வையாளர்களுக்கு அவள் பிராமண வேசி, அவன் தலித் வாடிக்கையாளன். தன் முன்னோர்களுக்கு அவளுடைய முன்னோர்கள் இழைத்த கொடுமைகளுக்காக அந்த தலித் வாடிக்கையாளன் அந்த பிராமண வேசியைப் பலி மிருகமாக மாற்றுகிறான். அவளைப் புணர்கிறான். சிகரெட் நெருப்பால் அவளைப் பொசுக்குகிறான். இப்போது உங்களுக்கு எந்தக் குழப்பமும் இருக்க வாய்ப்பில்லையென நினைக்கிறேன்"

"எனக்குத் தலை சுற்றுகிறது"

"அதிகமாகக் குடித்துவிட்டீர்கள் என நினைக்கிறேன். அறைக்குப் போய்க் கொஞ்சம் ஓய்வெடுத்துக்கொண்டு இரவு ஒத்திகை பார்க்க வாருங்கள்" என எழுந்தபோது தன் கையிலிருந்த கோப்பையைக் காலி செய்துவிட்டு ஸ்டாலின் ராஜாங்கம் சொன்னார்,

"அந்த இளைஞனை எனக்குத் தெரியும்"

"யாரை?"

"பிராமண வேசியாக நடிக்கும் தலித் இளைஞனை"

"........................"

"எங்கள் ஊர்ப்பக்கம்தான். அவனுடைய தந்தை ஒரு ஐஏஎஸ் அதிகாரிதான். ஆனால் அவனுடைய பாட்டனார் உண்மையாகவே பிராமணனொருவரின் மலத்தொட்டியைச் சுத்தம் செய்துகொண்டிருந்தவர். அவனுக்குக்கூட இந்த வரலாறு தெரியாது"

“தான் ஒரு தலித் என்பதே கூட அவனுக்குத் தெரியுமா எனத் தெரியவில்லை சார்” என்றார் அவ்வளவு நேரமும் மௌனமாக இருந்து எல்லாவற்றையும் கேட்டுக்கொண்டிருந்த சண்முகராஜா

“அது தெரிந்திருந்தாலும் ஒரு தலித்தாக இருப்பது என்றால் என்னவென்று நிச்சயமாக அவனுக்குத் தெரிந்திருக்க வாய்ப்பில்லை” என அவருக்குப் பதிலளித்தார் ஸ்டாலின்.

“இது நீங்கள் திட்டமிட்டுச் செய்த ஏற்பாடா சார்?” என அ. ராவைக் கேட்டேன்.

“எது?”

“ஒரு தலித் வாடிக்கையாளனின் பலி மிருகமாக ஆகவேண்டி யிருந்த பிராமண வேசியின் பாத்திரத்தில் நடிப்பதற்கு ஒரு தலித் இளைஞனைத் தேர்ந்தெடுத்தது?”

“ஒரு வகையில்” என்றார் அ.ரா. பெருமூச்சு விட்டார். தொண்டையைச் செருமிக்கொண்டார்,

“ஒருவகையில் அப்படித்தான். பாத்திரத்திற்கும் அதை ஏற்று நடிக்கும் நடிகனுக்குமிடையே விலகல் இருக்க வேண்டும். நடிகன் பாத்திரத்தோடு முழுமையாக ஒன்றிவிடக்கூடாது. இது ஒரு முக்கியமான நாடக விதி”

“நடிகன் என்பவன் உணர்ச்சிகளுக்கு இரையாகக் கூடாதவன்” எனத் தன் கோப்பையிலிருந்த கடைசி மிடறை விழுங்கிவிட்டுச் சொன்னார் சண்முகராஜா, “இது நாடகம். நாடகத்தில் யாரும் யாரையும் புணரப்போவதில்லை. யாரும் யாருடைய உடலையும் சிகரெட் நெருப்பால் சுட்டுப் பொசுக்கப் போவதில்லை. ஆனால் பார்வையாளர்கள் அது நடப்பதாக நம்ப வேண்டும். அவர்கள் விரும்பினால் உணர்ச்சிவசப்படவும் செய்யலாம்”

“இதையெல்லாம் எப்படிக் காட்டப் போகிறீர்கள் அ. ரா?”

“அது ரகசியம்” கண்களைச் சிமிட்டிக்கொண்டு சிரித்தார்.

“நாளை மேடையில் நீங்கள் அதைக் காணலாம்” எனச் சொல்லிக்கொண்டே எழுந்தார் பேராசிரியர்.

ஒன்பது

நாங்கள் விடுதியை விட்டு வெளியேற முற்பட்டபோது அந்த இரண்டு இளைஞர்களும் உள்ளே நுழைந்தனர். கதவருகில் வைத்து இருவரையும் அறிமுகப்படுத்தி வைத்தார் அ.ரா.

அவர்களிடம் கொஞ்சம் பேச விரும்புவதாகச் சொன்னபோது இரண்டு நிபந்தனைகளை விதித்து என்னை அவர்களிடம் விட்டு விட்டுப் போனார். நிபந்தனை ஒன்று: அவர்களிடம் நாடகம் தொடர்பாக எதுவும் விவாதிக்கக்கூடாது. இரண்டு: நான் அதற்கு மேலும் குடிக்கக்கூடாது. இரண்டையும் ஒப்புக்கொண்டு அவரை அனுப்பி வைத்தேன்.

மூவரும் ஒரு மேசைக்கு வந்தோம்.

"என்ன சாப்பிடுகிறீர்கள் சார்?" எனக் கேட்டான் தலித் ஐஏஎஸ் அதிகாரியின் மகன்.

"எனக்கு எதுவும் வேண்டாம்" என்றேன். அவன் ஒரு கோப்பை விஸ்கிக்குச் சொன்னான்.

"உங்களுக்கு வேண்டாமா?" என நெல்லையப்பர் கோயில் குருக்களின் மகனிடம் கேட்டேன்.

"பழக்கமில்லை" எனக் கூச்சத்துடன் சொன்னான்.

நெல்லையப்பர் கோயில் குருக்களின் மகன் என் எதிர் பார்ப்புக்கு மாறாகச் சற்றுக் கருத்த தோலையுடையவனாய் இருந்தான். தட்டையான மூக்கு, அடர்ந்த புருவம், சிறிய கண்கள். புருவங்களுக்கும் கண்களுக்குமிடையே அசாதாரணமான இடைவெளி தென்பட்டது. ஒழுங்கற்ற பல்வரிசையை வெளியே காட்டிக்கொள்ளும் விருப்பமற்றவனைப் போல் அடக்கமாகச் சிரித்தான். உடலின் எந்த உறுப்பிலும் முரட்டுத்தனம் தென்படவில்லை. பார்வை இயல்பாகவே சாந்தமாக இருந்தது. அவனது அசைவுகளில் தென்பட்ட பெண்மையின் நளினத்தைக் கவனித்தபோது அ. ராமசாமி அந்த வன்மம் மிகுந்த தலித் வாடிக்கையாளனின் பாத்திரத்துக்கு இந்த இளைஞனை ஏன் தேர்ந்தெடுத்தார் எனக் குழம்பினேன்.

பரிதாபத்துக்குரிய பிராமணவேசியின் பாத்திரத்தை ஏற்றிருந்த தலித் ஐஏஎஸ் அதிகாரியின் மகன் அதற்குள் இரண்டு கோப்பை விஸ்கியைக் காலி செய்திருந்தான்.

பார்க்கப் பார்க்கப் பெண் போல்தான் தெரிந்தான் அந்த இளைஞன். சிவந்த நிறம், குழந்தை முகம், அகன்ற துயரம் தோய்ந்த கண்கள், படபடக்கும் இமைகள். நிகோடினின் கருத்த தடயங்களையுடைய உதடுகளாலும் அழகாக நறுக்கிவிடப்பட்ட மீசையாலும் இளம்தாடியாலும் அவனிடம் இயல்பாகப் படிந்துள்ள பெண்மையின் சாயலை முழுமையாக மறைத்துவிட முடியவில்லை. திறமையான ஒப்பனையாளர் ஒருவரால் நிச்சயம் அந்த இளைஞனைக் கன்னிமை சிதையாத, தொழிலுக்குப் புதிய

அழகிய இளம்வேசியாக மாற்றிவிட முடியும். நான் அவனைப் பார்த்த பார்வை எனக்கே கூச்சத்தை ஏற்படுத்திக்கொண்டிருந்தது. கதைப்படி நாடகத்தின் ஒரு கட்டத்தில் அவள் – மிருதுவான சருமத்தையுடைய அந்த தலித் இளைஞன் – நெல்லையப்பர் கோயில் குருக்கள் மகனின் வேண்டுகோளை ஏற்று அல்லது அவனது மிரட்டலுக்குப் பயந்து தன் ஆடைகளைக் களைந்து நிர்வாணமாக நிற்க வேண்டுமே. அதை அ.ரா. எப்படிச் சமாளிக்கப் போகிறார்?

பிராமணவேசி அதற்குள் மூன்றாவது கோப்பையைக் காலி செய்திருந்தான். பக்கத்திலிருந்த சாம்பல் கிண்ணம் அவனால் தேய்த்து நசுக்கப்பட்ட கரிந்துபோன சிகரெட் துண்டுகளால் வேகமாக நிரம்பிக்கொண்டிருந்தது,

"நாடகத்தில் வரும் அந்த பிராமணப் பெண் உங்கள் கற்பனையா? இல்லை அதுபோன்ற ஒரு பெண்ணைச் சந்தித்திருக் கிறீர்களா?" என லேசாக இருமிக்கொண்டே கேட்டான் அந்த பிராமணவேசி.

"கற்பனைதான்" என்றேன்.

"இது நான் ஊகித்ததுதான்" என்றவன் திடீரென வெடித்துச் சிரிக்கத் தொடங்கினான்.

"உண்மையில் நீங்கள் ஒரு வேசியர் விடுதியை நேரில் பார்த்திருக்கக்கூட மாட்டீர்கள் அல்லவா?"

"ஏன் அப்படி நினைக்கிறீர்கள்?"

"கதையைப் படித்தபோது அப்படித்தான் தோன்றியது" என்றவன் புகையை ஆழ்ந்து உள்ளிழுத்தான். யோசிப்பது போல் கண்களை மூடிக்கொண்டான். பிறகு எதிரில் உட்கார்ந்திருந்த தனது சகாவான தலித் வாடிக்கையாளனை நோக்கி அதே கேள்வியைக் கேட்டான்.

நெல்லையப்பர் கோயில் குருக்களின் மகன் பதில் சொல்லக் கூச்சப்படுபவனைப் போல உதட்டைக் கடித்துக்கொண்டான்,

தலித் இளைஞன் அதற்கும் சிரித்தான்.

"அவர் தன் வாழ்நாளில் ஒரே ஒரு சாதாரண வேசியைக்கூடப் பார்த்திருக்க மாட்டார். தொலைவிலிருந்தும்கூட. அதை என்னால் நிச்சயமாகச் சொல்ல முடியும்"

"எப்படி?"

"அது மிகச் சுலபமானது. கடந்த சில சந்திப்புக்களில் அவர் ஒருமுறைகூடப் புகை பிடித்து நான் பார்த்ததில்லை.

ராமசாமி சாரைக் கண்டால் அவருக்குச் சப்த நாடியும் ஒடுங்கிப் போய்விடுகிறது. நானோ அவருடன் சேர்ந்து குடிக்கிறேன். நான் எவ்வளவு ஒழுங்கீனமான மாணவன் என்று பாருங்கள்" என மீண்டும் வெடித்துச் சிரித்தான்.

"நீங்கள் குடிப்பதில்லையா?" எனப் பிராமண இளைஞனைக் கேட்டேன். அவன் அதற்குப் பதில் சொல்வதற்கும் கூச்சப்பட்டான்.

"என் தந்தை அதை விரும்புவதில்லை"

"ஆனால் நாடகத்தில் நீங்கள் குடிக்க வேண்டுமே?"

"ஆமாம், எனக்கு அப்படி நடிக்க முடியும்தான்"

"நீங்கள் அவளை, அந்த இளம் பிராமண வேசியை நிர்வாண மாக்க வேண்டும்" என சிகரெட் புகையால் சூழப்பட்டிருந்த தலித் இளைஞனைச் சுட்டிக் காண்பித்தேன்.

அந்த பிராமண இளைஞனின் முகம் சிவந்தது,

"அப்படியும் என்னால் நடிக்க முடியும்தான்"

"அவளது உடலை சிகரெட் நெருப்பால் சுட வேண்டும்"

"அது ஒன்றும் அவ்வளவு கஷ்டமானதல்ல. ஏனென்றால் நாங்கள் பலமுறை ஒத்திகை பார்த்திருக்கிறோம்"

"உங்கள் கண்களில், குரலில், உடலில் பழியின் தீவிரம் தென்பட வேண்டுமே"

"ஆமாம், கதையில் அப்படித்தான் வருகிறது. தன் பாட்டனார் அவளுடைய பாட்டனாரின் வீட்டில் அவர்களது மலத்தொட்டியைச் சுத்தம் செய்துகொண்டிருந்தார் என்பதை அவன் அந்தப் பிராமணவேசியிடம் சொல்லும்போது கண்களில் நீங்கள் விரும்பும் தீவிரத்தைக் காண்பிக்க என்னால் முடியும். பார்க்கிறீர்களா?" என்றவன் உடனே தான் உட்கார்ந்திருந்த நாற்காலியிலிருந்து எழுந்து நாடகத்தின் அந்தக் கட்டத்தை நடித்துக்காட்ட முற்பட்டான. பார்வை உண்மையாகவே தீவிரம் கொண்டது. உதடுகள் இறுகின. விடைத்த மூக்கின் நுனியில் வன்மம் தெறித்தது. அதைப் பார்த்துக்கொண்டிருந்த தலித் இளைஞன் போட்டி மனப்பான்மையால் தூண்டப்பட்டவனைப் போல் பிராமண வேசியின் பொலிவிழந்த புராதனச் சிற்பத்தை நினைவூட்டுவதைப் போன்ற பாவனையை அநாயாசமாகத் தன் முகத்தில் வரவழைத்துக்கொண்டு நின்றான்.

இருவருமே திறமையான, தாம் ஏற்றிருக்கும் வேடங்களுக்குப் பொருத்தமான நடிகர்கள்தாம் என நினைத்துக்கொண்டேன்.

பேராசிரியரின் இரண்டாவது நிபந்தனையையும் பொருட் படுத்தாமல் மற்றொரு கோப்பை விஸ்கிக்கு ஆர்டர் செய்தேன்.

பத்து

விளக்குகள் இன்னும் அணைக்கப்பட்டிருக்கவில்லை. மேடை கிட்டடத்தட்டத் தயாராக இருந்தது. எளிய அரங்கம். படுக்கை, அலமாரி, மேசை, நாற்காலி, டீபாய். மேடையில் யாரோ சிலர் நடமாடிக்கொண்டிருந்தனர்.

“ஆஷ் ட்ரே எங்க?” என யாரோ உரத்த குரலில் கேட்டார்கள்.

“பிளாஸ்க்ல டீயக் காணோம்? அனீஸ் நீ அதக் கவனிக்கலயா?”

“பிஸ்கட் பாக்கெட் இங்க இருக்கு பாரு”

என் கதையில் வரும் தலித் வாடிக்கையாளனின் அறையில் அநேகமாக அதற்கு மேல் ஒன்றுமில்லை. காட்சி தொடங்கும்போது அவள் நின்றுகொண்டிருக்கிறாள். மிகப் பயந்தவளைப் போலத் தென்படுகிறாள். அவன் அவளைப் பார்க்கிறான். அவள் மீது பச்சாதாபம் கொள்கிறான். பிறகு உட்காரச் சொல்கிறான். அவள் தயக்கத்துடன் உட்காருகிறாள். அதற்குத்தான் அந்த நாற்காலி. ஆனால் அது பிளாஸ்டிக்காலானதாக இருந்தது. என் கதையில் நான் அதை பிளாஸ்டிக் நாற்காலி எனக் குறிப்பிடவில்லை. வேறு எதனாலானது என்றும் குறிப்பிடவில்லை. ஆனால் கதையை எழுதிய அந்த வருடங்களில் பிளாஸ்டிக் நாற்காலிகள் புழக்கத்தில் இருந்திருக்கவில்லை. ஒருவேளை அவர்களுக்கு மரநாற்காலி எதுவும் கிடைக்காமல் போயிருந்திருக்கலாம். ஆனால் அந்த நெல்லையப்பர் கோயில் குருக்களின் மகன் “உட்கார்” எனச் சொன்னவுடன் தலித் ஐஏஎஸ் ஆபீசரின் மகனால் தயக்கத்துடன் அதில் உட்கார்ந்துகொள்ள முடியும். அவன் அவளுக்கு பிஸ்கட்டுக்களைத் தின்னக் கொடுக்கிறான். அதற்காகத்தான் டீபாயின் மீது இரண்டு பிரிட்டானியா மில்க் பிஸ்கட் பாக்கெட்டுக்கள் வைக்கப்பட்டிருக்கின்றன. பிளாஸ்க் இருக்கிறது. ஆனால் அதில் தேநீர் இல்லை. அதைத்தான் யாரோ யாருக்கோ சுட்டிக்காட்டிக் கொண்டிருக்கிறார்கள். மேசை விளிம்பில் பார்வையாளர்களின் கண்களுக்குத் தெரியும் படி நான்கைந்து கோல்ட்பிளாக் சிகரெட் பாக்கெட்டுகள் வைக்கப்பட்டிருக்கின்றன. ஒருவேளை அந்த தலித் ஐஏஎஸ் அதிகாரியின் மகன் தற்போது ஏற்றிருக்கும் பிராமணவேசியின் பாத்திரத்துக்குப் பதிலாக தலித் வாடிக்கையாளனின் பாத்திரத்தை ஏற்றிருந்தால் அங்கே வேறு உயர்ந்த பிராண்ட் சிகரெட் பாக்கெட்டுக்களை வைக்க வேண்டியிருந்திருக்கும். புகைபிடிக்கும் பழக்கமில்லாத அந்த நெல்லையப்பர் கோயில்

குருக்களின் மகனுக்கு எந்த பிராண்டாக இருந்தாலும் ஒன்றுதான். அங்கே வைக்கப்பட்டிருக்கும் பாக்கெட்டுக்கள் எல்லாவற்றிலும் சிகரெட்டுகள் இருக்கின்றனவா இல்லை காலி பாக்கெட்டுகளா எனத் தெரியவில்லை. புகைக்க விரும்பாவிட்டாலும் சிகரெட்டைக் கொளுத்தி விரலிடுக்கில் பற்றிக்கொள்ளத் தெரிந்திருக்க வேண்டும். அதன் நுனியில் உள்ள கங்கு மிருகமொன்றின் பழி நிறைந்த கண்களின் சாயலைப் பெறும்வரை புகையை ஆழ்ந்து உள்ளிழுக்கத் தெரிந்திருக்க வேண்டும். நடிப்பின் மீது தீராத காதல் கொண்ட அந்த இளம் பிராமணனுக்கு அது முடியும் என்றுதான் தோன்றியது. அதற்காகத்தான் சிகரெட் பாக்கெட்டுக்களுக்குப் பக்கத்தில் ஒரு தீப்பெட்டி வைக்கப்பட்டிருக்க வேண்டும். ஆனால் எல்லோரும் எதற்காக ஆஷ் ட்ரேயைத் தேடிக்கொண்டிருக்கிறார்கள்? ஏற்கனவே பிரசுரமான எனது கதையில் ஆஷ் ட்ரே இருந்ததாக நான் குறிப்பிடவில்லை. பின்னால் சுவர் போலப் பழுப்புநிறத்தில் ஒரு திரைச்சீலை. அதில் சட்டமிடப்பட்ட இரண்டு ஓவியங்கள் தொங்கவிடப் பட்டிருக்கின்றன. ஒன்றில் ரத்தம் தெறிக்கும் ஆணுறையொன்று விறைத்த நிலையில் செங்குத்தாக நின்றுகொண்டிருக்கிறது. மற்றொன்றில் படுக்கைக் கிடையாகப் பிரும்மாண்டமானதொரு சிகரெட். சிகரெட்டின் நுனி பற்றியெரியும் சிறுத்தையின் ஒற்றைக் கண்ணைப் போல் பயங்கரமாகத் தோற்றமளிக்கிறது. ரோகிணிமணியின் ஓவியங்களாக இருக்க வேண்டும்.

"ஆஷ் ட்ரே கெடச்சுருச்சா?"

"ஆஷ் ட்ரே, ஆஷ் ட்ரே"

மங்கலான ஒளியில் யாரோ ஒருவர் ஓடிவந்து ஆஷ் ட்ரேயை வைத்துவிட்டுப் போவது தெரிகிறது. ஒருவர் காலியான பிளாஸ்க்கை எடுத்துக்கொண்டு போகிறார்.

ஒத்திகை தொடங்க இன்னும் சற்று நேரம் ஆகலாம். நான் உட்கார்ந்திருந்த வரிசையில் என்னைத் தவிர யாருமில்லை.

உண்மையில் அங்கே அதிகம் பேர் இல்லை. அது ஒத்திகை என்பதால் மிகக் குறைவானவர்களே அழைக்கப்பட்டிருக்க வேண்டும். தென்பட்டவர்கள் எல்லோருமே மிகமிக முக்கிய மானவர்கள். சலபதியும் அதியமானும் எனக்கு முன்னால் இருந்த வரிசையில் உட்கார்ந்திருந்தார்கள். சலபதி அதியமானிடம் கு. அழகிரிசாமியின் ஏதோ ஒரு கதையைப் பற்றித் தணிந்த குரலில் பேசிக்கொண்டிருந்தார். வரவிருக்கும் கு.அழகிரிசாமியின் படைப்புக்களுக்கு அதியமான்தான் பதிப்பாசிரியர். பேச்சு அதைப்பற்றியதாகவே இருக்க வேண்டும். பின்வரிசையில் சல்மா, கவிதா முரளீதரன், பிரேமா ரேவதி, ஜோதிமணி

அ. ராமசாமியின் விலகல் தத்துவம்

முதலான தமிழின் முக்கியப் பெண்மணிகள். கன்னியாகுமரி வந்ததிலிருந்து ஒருவரிடமிருந்து ஒருவர் பிரியக் காணோம். செட்டாக நடக்கிறார்கள். செட்டாக உட்காருகிறார்கள். செட்டாகச் சாப்பிடுகிறார்கள். செட்டாகத் தூங்குகிறார்கள். செட்டாகச் சூரியோதயம் பார்க்கப் போகிறார்கள். பேச்சில் உற்சாகம் கரைபுரண்டது. மு. ராமசாமியும் பெருமாள்முருகனும் மற்றொரு மூலையில் தென்பட்டார்கள். கடந்த இரண்டு நாள்களாகவே அவர்களும் செட்டாகத்தான் தென்படுகிறார்கள். பெருமாள்முருகனின் ஏதாவதொரு நாவலை நாடகமாக்க விரும்புவதாகச் சொல்லிக் கொண்டிருக்கிறாரோ மு. ராமசாமி? பொறுப்பாசிரியர் சுகுமாரன் யாருடனோ தொலைபேசியில் உரையாடிக்கொண்டிருந்தார். குரலில் எரிச்சல். கண்களில் லேசான பதற்றம். Article அனுப்பி வைத்திருந்த யாராவது பிரசுர விவரம் கேட்டுக்கொண்டிருக்க வேண்டும். வலப்புற இருக்கை வரிசையில் ஜி. குப்புசாமி தென்பட்டார். அவரது அகன்ற முகம் அடுத்திருந்த வேறு யாருடைய முகத்தையோ மறைத்துக்கொண்டிருந்தது. மறைந்திருந்தவரின் முகக் கண்ணாடியையும் முன் மண்டையின் லேசான வழுக்கை யையும் நிறத்தையும் கொண்டு பார்த்தால் ஓரான் பாமுக் மாதிரி தெரிந்தது. பாமுக்கா? இருக்கலாம். விழாவுக்குப் பன்னாட்டு எழுத்தாளர்கள் சிலரும் அழைக்கப்பட்டிருக்கிறார்களே. பாமுக்காக இருந்தால் கைகொடுத்து ஒரு வார்த்தை பேசிவிட்டு கைபேசியில் சில புகைப்படங்களை எடுத்துக்கொண்டு வரலாமே என எழுந்தபோது பாமுக்கும் எழுந்தார். பாமுக் இல்லை. பிரம்மராஜன். அது தெரிந்ததும் மீண்டும் அதே கிடையில் உட்கார்ந்தேன். ந. முத்துச்சாமியைக் காணோமே எனத் தேடினால் வாசலில் ஜி. நாகராஜன். அவிழ்த்துவிடப்பட்டிருந்த திரைச்சீலையின் நிழல் அவர் மீது விழுந்திருந்ததால் மங்கலான வெளிச்சத்தில் ஆவியைப் போலத் தென்பட்டார். ஆனால் அது ஒரு தோற்றமயக்கம் மட்டுமே. நின்றுகொண்டிருந்தவர் உடலும் உயிருமான ஜி. என்தான். எட்டு முழ வேட்டி, டெர்லின் சட்டை, கழுத்தில் ருத்ராட்சம் போன்ற ஏதோ ஒன்று. முனியைப் போன்ற அடர்ந்த தாடி. புஷ்டியான நம்பி அண்ணாச்சியைப் பார்த்த மாதிரி இருக்கிறது. தன் மீது கவிந்த திரைச்சீலையின் நிழலை விலக்கிக்கொண்டு உள்ளே நுழைந்தவர் சௌகரியமான இடமொன்றைத் தேடத் தொடங்கியிருந்தார்.

குடியை அறவே விட்டொழித்துவிட்டாராம் ஜி.என். மறுபிறப்பென்றுதான் சொல்ல வேண்டும். நம்பியைக் கண்டால் கும்பிடுபோட்டுவிட்டுக் கடந்து போய்விடுகிறாராம். ஏன் என்று தெரியவில்லை, அவருக்கும் நாடகத்தின் மீது

கட்டுக்கடங்காத ஆர்வம். கடந்த மூன்று வருடங்களில் ஐந்து முக்கியமான நாடகங்களை எழுதியிருந்தார். அவரிடம் நாடகப் பிரதி கேட்டுப் பல நாடக இயக்குநர்கள் நடையாய் நடந்துகொண்டிருக்கிறார்கள். சினிமாவுக்குக்கூடக் கதை கேட்டார்களாம். ஜி.என். நிர்தாட்சண்யமாக அவர்களுக்கு நோ சொல்லிவிட்டாராம். ஆனால் சினிமாவில் நடிக்கிறார். இதுவரை இருபதுக்கும் மேற்பட்ட படங்களில் நடித்துவிட்டார். பெரும்பாலும் சாமியார் வேடம். சரித்திரப்படம் ஒன்றில் ராஜகுரு. சென்னை சாலிக்கிராமத்தில் உள்ள அவரது வீட்டின் வரவேற்பறை அவ்வளவு ஒழுங்கு. பார்க்கலாம் என்று போனால் குறைந்தபட்சம் ஒரு மணி நேரம் காத்திருக்க வேண்டியிருக்கிறது. ப்ரெக்ட், ஸ்டானிஸ்லாவ்ஸ்கி பற்றிச் சொந்தக் கற்பனையோ என நினைக்குமளவுக்குப் பல புதிய தகவல்களைச் சொல்கிறார். புதுயுகத் திரைப்பட இயக்குநர்கள் அவரது பேச்சை வாய் பிளந்து கேட்டுக்கொண்டிருக்கிறார்கள். பாலா, மிஷ்கின், சசிகுமார், வசந்தபாலன் எல்லோரும் அவரைச் சுற்றிச்சுற்றி வந்துகொண்டிருக்கிறார்கள்.

இன்னும் எத்தனை மாற்றங்கள்! ஆனால் பழமையின் மீதுள்ள பிடிப்பு மட்டும் மாறவில்லை ஜி.என்னுக்கு. அவரை விடக் காலத்தால் முதிர்ந்த எழுத்தாளர்களில் பலர் அநாயாச மாகக் கணினியில் எழுதிக் குவித்துக்கொண்டிருக்கும்போது ஜி.என். இன்னும் பேனாவையும் பேப்பரையும்தான் பயன்படுத்திக் கொண்டிருக்கிறார். கண்களில் ஒற்றிக்கொள்ளலாம் போன்ற கையெழுத்து. வெவ்வேறு பிராண்டுகளில் வெவ்வேறு கால கட்டங்களைச் சேர்ந்த விதவிதமான மை பேனாக்களை வைத்திருக்கிறார். அவற்றில் நிரப்புவதற்கான மை கிடைக்காமல் திண்டாடிப் போகிறார். கேம்லின், கேமல், ப்ரில், போன்ற நிறுவனங்களெல்லாம் அவற்றின் உற்பத்தியை வெகுவாகக் குறைத்து விட்ட நிலையில் ஒரு மை பாட்டிலுக்காக சாலிக்கிராமத்திலிருந்து திருவல்லிக்கேணி வருகிறார். பைகிராப்ட்ஸ் ரோட்டிலுள்ள நாட்டுமருந்துக் கடையொன்றில் நீலம், கறுப்பு, சிவப்பு, பச்சை என எல்லா நிறங்களிலும் தரமான பேனா மை கிடைக்கிறது. விலை அதிகம். மனிதர் அதைப் பொருட்படுத்தாமல் ஆசைஆசையாய் வாங்கிக்கொண்டு போகிறார்.

அவர் பேனாவுக்கு மை ஊற்றும் அழகைப் பார்க்க வேண்டும். அரவிந்தாட்ச மேனன் கற்பனை. ஜி.என். நிஜம். சுந்தர ராமசாமிக்கு இதையெல்லாம் பார்க்கக் கொடுத்து வைக்கவில்லை.

வேட்டி நுனியைப் பற்றிக்கொண்டு கம்பீரமாக அவர் அரங்கிற்குள் நுழைந்தபோது எல்லாக் கண்களும் அவரை

அ. ராமசாமியின் விலகல் தத்துவம்   53

நோக்கித் திரும்பின. நேராக முன் வரிசையை நோக்கி நடந்தார். யாரிடமும் ஒரு வார்த்தை பேசாமல் காலியாகக் கிடந்த நாற்காலியில் உட்கார்ந்துகொண்டு நேர்பார்வையால் மேடையை ஊடுருவினார். முன்வரிசையில் அவரிடமிருந்து நான்கு நாற்காலிகள் தள்ளி அரவிந்தன் உட்கார்ந்திருந்தார். பக்கத்தில் சமஸ், அவருக்குப் பக்கத்தில் பி.ஏ. கிருஷ்ணன். என் நாடகத்துக்கு எவ்வளவு கௌரவமான பார்வையாளர்கள். அநேகமாக *தி இந்து*வில் இதைப் பற்றி ஒரு விரிவான பதிவு வரக்கூடும்.

பதினொன்று

விளக்குகள் அணைக்கப்பட்டபோது எங்கிருந்தோ ஓடிவந்த பேராசிரியர் அ. ராமசாமி எனக்குத் துணையாகப் பக்கத்து இருக்கையில் உட்கார்ந்துகொண்டார்.

"சார் நீங்க மேடைல இருக்க வேண்டியதில்லையா?"

"ஒரு இயக்குநருக்கு மேடையில் என்ன வேலை? இப்போது நான் ஒரு பார்வையாளன் மட்டுமே. மேடையின் மீதோ நடிகர்களின் மீதோ இப்போது எனக்கு எந்த அதிகாரமும் இல்லை"

"இதுவும் உங்களுடைய விலகல் தத்துவத்தின் ஒரு பகுதியா சார்?"

"தத்துவம் என்னுடையதல்ல. ஏற்கனவே இருந்துகொண்டிருப்பது"

அ.ரா. பிடிவாதமான கலகக்காரர்தான் என நினைத்துக் கொண்டேன்.

வீணையின் மெலிந்த நாதத்தோடு தொடங்கியது ஒத்திகை. இருள் சூழ்ந்த மேடையில் கலங்கலான நீரைப் போல் பரவத் தொடங்கியது ஒளியின் ஒரு தனித்த கற்றை. அது குவிந்த திசையில் சுகிர்தராணி தென்பட்டார். மிருதுவான குரலில் வரலாற்றின் துரோகத்தை, அதன் மீது கவிந்த துயரத்தை, வன்மத்தை, பழியை வாசித்தவர் கதைசொல்பவர் என ஒரு பாத்திரத்தை அறிமுகப்படுத்தி விட்டு இருளின் புகைப் படலத்திற்குள் மறைந்தார். அட, அந்தப் பாத்திரத்தையே நான் மறந்துவிட்டேன். இவ்வளவுக்கும் என் கதைக்கு ஒரு புதிய பரிமாணத்தைத் தந்ததே அந்தக் கதை சொல்பவரது பாத்திரம்தான் எனப் பல விமர்சகர்கள் சொல்லியிருந்தனர். அந்தப் பாத்திரத்தை ஏற்றிருந்தவர் யார் எனக் கண்டுபிடிக்க முடியாத அளவுக்கு மேடை இருண்டிருந்தது. கண்களுக்குப் புலப்படாத சாம்பல் வண்ண ஒளிக்குள் குடுகுடுப்பைக்காரரைப்

போல வேடமணிந்த ஓர் உருவம் அலைந்துகொண்டிருந்தது. குரலை வைத்துப் பார்த்தால் ரவிசுப்பிரமணியனாக இருக்குமோ எனச் சந்தேகித்தேன். பேராசிரியர் அ. ராவோ வேறு யாருமோ எழுதிக்கொடுத்திருந்த வசனங்களைப் பாடலாக மாற்றுவதி லிருந்து தன்னைக் கட்டுப்படுத்திக்கொள்வதற்குத் திணறிக் கொண்டிருந்ததை வைத்துத்தான் அப்படியொரு சந்தேகம் எனக்கு ஏற்பட்டிருக்க வேண்டும்.

ஆனால் யாரைப்பற்றியும் கவலைப்படாமல் ஒத்திகை தொடங்கியிருந்தது.

தலித் ஐஏஎஸ் அதிகாரியின் மகனுக்குப் பிராமண வேசியின் ஒப்பனை அற்புதமாகப் பொருந்தியிருந்தது. உண்மையாகவே பேரழகியாகத் தென்பட்டான். தலித் வாடிக்கையாளன் பாத்திரத்திற்காகச் செய்யப்பட்டிருந்த ஒப்பனை நெல்லையப்பர் கோயில் குருக்களின் மகனை முற்றாக மாற்றியிருந்தது. ஆனால் அவன் தன் உடல் அசைவுகளில் அதீத தீவிரம் காட்டியது ஏனென்பது விளங்கவில்லை. தனக்கெதிரே துயர் ததும்ப நின்றுகொண்டிருந்த – பிராமண வேசியின் வேடம் தரித்த – தலித் இளைஞனைப் பார்த்த பார்வையில் தெரிந்த மூர்க்கம் சிகரெட்டின் நுனியில் ரோகிணிமணி வரைந்திருந்த சிறுத்தையின் ஒற்றைக் கண்ணை நினைவூட்டியது. அசைவுகள்கூடச் சிறுத்தை யினுடையதாகவே தென்பட்டன. பதுங்கிப் பதுங்கி தலித் இளைஞனின் அருகில் வந்த குருக்களின் மகன் அவன் நின்று கொண்டிருந்த இடத்திலிருந்து இரண்டடி தொலைவில் முழங்கால்களை ஊன்றி ஒரு சிற்பத்தைப் போல் நின்று உற்றுப் பார்த்துக் கொண்டிருந்தான். பிறகு மெதுவாக அடி மேல் அடி வைத்து நகர்ந்து அவளருகே சென்றான். முன்பும் பின்பும் வலப்புறமாகவும் இடப்புறமாகவும் என எல்லாத் திசைகளிலுமிருந்தும் அவளை ஆராய்ந்தான். ஆனால் அந்த வேசியின் மீது பச்சாதாபம்கொண்டு, “உட்கார்” எனச் சொன்னபோது குரலை மிருதுவாக்கிக் கொள்ள அந்த பிராமண இளைஞனால் முடிந்திருந்தது. வசனங்களைத் தெளிவாக உச்சரித்தான். அவள் தன் பூர்வீகக் கிராமத்தைச் சேர்ந்தவள் என்பதைத் தெரிந்துகொண்ட பிறகு, “அங்கே நீ யாருடைய மகள்?” எனக் கேட்ட கேள்வியில் தென்பட்ட நடுக்கம் இயற்கை யானதாக இருந்தது. உச்சரிப்பில் கொஞ்சம்கூடப் பிராமண வாடை இல்லை. உணர்ச்சிகளுக்கும் இரையாகவில்லை. பிராமண வேசியின் வேடத்தை ஏற்றிருந்த தலித் இளைஞனுக்கு மிகமிகக் குறைவான வசனங்கள். அவன் கொஞ்சம்கூடப் பதற்றப்படாதவனாகத் தென்பட்டான், “வேசியே இன்னும் ஏன் உன் உடைகளைக் களைந்து நிர்வாணமாகாமல் இருக்கிறாய்?”

என அந்த பிராமண இளைஞன் தன்னை நோக்கிக் கேட்டபோது உணர்ச்சிவசப்படாமல் தன் உடைகளை ஒவ்வொன்றாகக் களைந்தான் அந்த தலித் ஐஏஎஸ் அதிகாரியின் மகன்.

பேராசிரியரின் விலகல் உத்தி பொருளற்றதல்லதான் என நினைத்தேன்.

ஆனால் சீக்கிரத்திலேயே மேடையின் மீது வீசிக்கொண்டிருந்த மங்கலான ஒளி பலவீனமுற்று அந்த இரண்டு பாத்திரங்களும் இருளில் நிற்கும்படி ஆயிற்று. பிராமண வேசியும் தலித் வாடிக்கையாளனும். மங்கலாகக்கூட யாருடைய உருவமும் தென்படவில்லை. அப்போது மேடையில் ஒளியின் எந்தத் தடயமும் இல்லை. தலித் வாடிக்கையாளன் சிகரெட்டைக் கொழுத்திக்கொண்டிருந்ததைக்கூட சிகரெட்டின் நுனியில் எரிந்த கங்கு மின்னியதைக்கொண்டே அனுமானிக்க முடிந்தது. பிறகு இருளின் ஆழத்திலிருந்து ஒரு கேவல். தலித் வாடிக்கையாளன் சிகரெட்டின் பழி நிறைந்த கங்கை அவளுடைய உடலின் ஏதாவதொரு இடத்தில் வைத்து அழுத்தியிருக்க வேண்டும்.

“எங்கள் மூச்சுக் காற்றுக்கூடத் தீண்டத்தகாததாகக் கருதப் பட்டது”

ரவி சுப்பிரமணியனின் குரல்தான், சந்தேகமில்லை. மேடையில் உள்ளவர்களுக்காகத் திரைச்சீலைக்குப் பின்னாலிருந்து அவர் குரல்கொடுத்துக்கொண்டிருக்க வேண்டுமென ஊகித்தேன்,

“நான் வேசி”

நிச்சயமாக இது பிராமண வேசியின் பாத்திரத்தை ஏற்றிருக்கும் அந்த தலித் இளைஞனின் குரல் அல்ல. இதுவும் திரைச்சீலைக்கு அப்பாலிருந்துதான் ஒலித்துக்கொண்டிருக்க வேண்டும்,

“நாங்கள் செத்தமாடுகளின் மாமிசத்தைப் புசிப்பவர்கள்”

“நான் வேசி”

வாடிக்கையாளனின் விரலிடுக்கில் கனன்றுகொண்டிருக்கும் கங்கு பழியுடன் எழுகிறது, தாழ்கிறது, இரையைப் பற்ற முனையும் ஒரு கழுகைப் போல் சரேலெனக் கீழிறங்குகிறது. வன்மத்துடன் வேசியின் உடலின் ஏதாவதொரு பாகத்தைப் பொசுக்குகிறது. கங்கின் ஒவ்வொரு பாய்ச்சலுக்கும் ஒரு நெடிய கேவல், “நான் வேசி” என்னும் பதிலடி. தலித் வாடிக்கையாளன் தனது முன்னோர்களுக்கு இழைக்கப்பட்ட அநீதியை நினைவூட்டிக் கொண்டே பிராமண வேசியைப் புணர்கிறான். புணர்ச்சி வெறும் சத்தமாக இருக்கிறது. வெறும் நிழலாக இருக்கிறது.

வெறும் கற்பனையாக இருக்கிறது. ஒளியே அற்ற மேடையில் இரு நிழல்கள் ஒன்றையொன்று மூர்க்கமாகத் தழுவுகின்றன. புரள்கின்றன. இருளுக்குள் புதைந்திருக்கும் பார்வையாளர்களின் கற்பனையில் அது ஒரு யுத்தமாக விரிகிறது. எழுந்து தணியும் கேவல்களில் உண்மையான வேதனையின் தீவிரம்.

நான் பெருமூச்செறிந்தேன்,

“இந்தக் காட்சியை எப்படி வடிவமைத்திருக்கிறீர்கள் சார்?” எனத் தணிந்த குரலில் பேராசிரியர் அ. ராவைக் கேட்டேன், “எனக்குப் புரியவில்லை. உண்மையாகவே அந்த நெல்லையப்பர் கோயில் குருக்களின் மகன் தலித் ஐஏஎஸ் அதிகாரியின் மகளை சிகரெட் நெருப்பால் சுடுகிறானா என்ன? எனக்கு அப்படியொரு கற்பனை”

அந்த இருளுக்குள்ளிருந்தும் அடர்ந்த தாடிக்குள்ளிருந்தும் அவர் புன்னகைத்தார்,

“அந்தப் பிராமண வேசியின் கைகளில் ஒரு ஆஷ்ட்ரே இருக்கிறது. அவன் அதை சிகரெட்டின் கங்குக்கு எதிராக மலர்த்திப் பிடித்துக்கொண்டிருக்கிறான். கனன்றுகொண்டி ருக்கும் சிகரெட்டின் நுனியை இளம் பிராமணன் அந்த ஆஷ்ட்ரேயில் வைத்து அழுத்துகிறான். மேடையில் யாரும் யாரையும் புணர்வதில்லை. அதைப்போலவேதான் எந்த நெருப்பும் யாருடைய உடலையும் சுடுவதில்லை. கேவல்களைத் திரைச்சீலைக்குப் பின்னாலிருந்து என் மாணவியொருத்தி எழுப்பிக்கொண்டிருக்கிறாள்”

எனக்கு ஏதோ புரிந்தது போல் இருந்தது.

யாருடைய கண்களுக்கும் புலப்படாத கதைசொல்லி தன் தணிந்த பிசிரற்ற குரலில் எல்லோருக்கும் கதையைச் சொல்லிக்கொண்டிருந்தான். ஆனால் இருள் சூழ்ந்த மேடையில் என்ன நடந்துகொண்டிருந்தது என்பதைத் திட்டவட்டமாக ஊகிக்க முடியவில்லை. கதைசொல்பவரின் தணிந்த நிதானமான குரலுக்கு மேலாக உயர்ந்தெழுந்த தீர்க்கமான கேவல்கள் யாருக்கானவை என்பதையும் புரிந்துகொள்ள முடியவில்லை. ஆனால் ஏதோவொரு தருணத்தில் அச்சிடப்பட்ட எனது கதை முற்றுப்பெற்றது. அதன் கடைசிவரியும் உச்சரிக்கப்பட்டு விட்டது. இசைக்கோவைகள் ஒவ்வொன்றாகத் தணிந்துகொண் டிருந்தன.

பார்வையாளர்களின் நீண்ட கைதட்டல். முடிவாக எஞ்சியிருந்தது சுகிர்தராணியின் கவிதை மட்டுமே. கவிஞர்

தன் கையில் தயாராக வைத்துக்கொண்டிருந்த தாள்களுடன் தன் மறைவிடத்திலிருந்து வெளியே வந்து மேடையில் படரத்தொடங்கியிருந்த மங்கலான ஒளியில் அப்போதுதான் பிரவேசிக்கத் தொடங்கியிருந்தார். கிட்டத்தட்ட அதே சமயத்தில்தான் பேராசிரியர் அ. ராமசாமியும் பதற்றத்துடன் எழுந்து நின்றிருந்தார். எதையோ கேட்க நினைத்து அவரை நோக்கித் திரும்பியபோது அவர் மேடையை நோக்கி ஓடிக் கொண்டிருந்ததைப் பார்த்தேன். ஏதோ விபரீதத்தை உணர்ந்து அவரைப் பின்தொடர்ந்தேன்.

பயங்கரமான அனுபவம் அது.

மேடையில் புணர்வதெற்கென்று போடப்பட்டிருந்த கட்டி லில் தாறுமாறாகக் குலைந்து கிடந்தான் தலித் வாடிக்கையாளனான அந்த பிராமண இளைஞன். பக்கத்தில் பிளாஸ்டிக் நாற்காலியில் கிரேக்கச் சிற்பமொன்றைப் போல் தலைவிரி கோலமாக உட்கார்ந்திருந்தான் பிராமண வேசியின் வேடத்தை ஏற்றிருந்த தலித் ஐஏஎஸ் அதிகாரியின் மகன். தலித் வாடிக்கையாளனான நெல்லையப்பர் கோயில் குருக்களின் மகனது மிருதுவான உடலில் பல இடங்களில் கோல்ட் பிளேக் சிகரெட்டின் கங்குகளால் துளைக்கப்பட்ட புத்தம்புதிய காயங்கள். அவனது கழுத்திலும் கன்னங்களிலும் ஆழமான நகக்கீறல்கள். கிழிந்து தொங்கிய உதடுகளிலிருந்து ரத்தம் பெருகிக்கொண்டிருந்தது. தலித் வாடிக்கையாளனாக அற்புதமான நடிப்பை வெளிப்படுத்தியிருந்த அந்த பிராமண இளைஞன் ஏற்கனவே மூர்ச்சையுற்றிருந்தான். கைகளைப் பரப்பி நீட்டி தலைகுப்புறக் கவிழ்ந்த நிலையில் எதையோ முனகிக்கொண்டு கிடந்தவனை நோக்கிக் குனிந்த அ.ரா. யாருக்கோ எதையோ சொல்லவும் முற்பட்டிருந்தார். அவரது குரல் நடுங்கிக்கொண்டிருந்தது. ஆனால் பிராமணவேசி யாரையும் பொருட்படுத்தவில்லை. நிலைகுத்திய விழிகளால் பேராசிரியர் அ. ராமசாமியை வெறித்துப் பார்த்தவன் பிறகு எழுந்து திடமாக நின்றான். நிதானமாக நடந்து மேடையின் ஒரு மூலையில் குலைந்து கிடந்த சேலையை எடுத்து உடுத்திக் கொண்டான். தன்னைச் சூழ்ந்திருந்தவர்கள் யாரையும் பொருட்படுத்தாமல் தேர்ந்த நடிகனுக்கேயுரிய அசைவுகளுடன் மேடையின் முன்புறத்தை அடைந்த அந்த தலித் ஐஏஎஸ் அதிகாரியின் மகன், தன்னை ஒரு தலித்தாக உணராத, தலித்தாக இருப்பதென்றால் என்னவென்றே தெரியாத முன்னாள் கான்பூர் ஐஐடி மாணவன் பார்வையாளர்களை நோக்கி உரத்த, பிசிறற்ற குரலில், “நான் தீண்டத்தகாதவன், நான் வேசி” என அறிவித்தான். பேராசிரியர் அ. ராமசாமியும் தான் எழுதிக்கொண்டு வந்திருந்த

இரண்டு கவிதைகளில் முக்கியமான ஒன்றை வாசிக்கும் வாய்ப்பைப் பறிகொடுத்திருந்த கவிஞர் சுகிர்தராணியும் எனது மற்ற கௌரவமான பார்வையாளர்களும் திகைத்து நின்றுகொண் டிருந்தபோது அவன் திரும்பத் திரும்ப அதையே சொல்லிக் கொண்டிருந்தான்.

குறிப்பு

1. இந்தக் கதையில் இடம்பெற்றுள்ள பெயர்கள், சம்பவங்கள், இடங்கள், நாள்கள், உரையாடல்கள் யாவும் கற்பனையே. யாரையும் குறிப்பிடுவன அல்ல. பெயர்களில் தென்படும் ஒற்றுமையைக்கொண்டு யாராவது அது தன்னைக் குறிப்பது என நினைத்தால், விரும்பினால் அது சம்பந்தப் பட்டவர்களின் கற்பனை.

2. இரண்டு நாள்கள் கழித்து இந்த நாடகம் பற்றிய விரிவான விமர்சனக் கட்டுரையொன்று *தி இந்து* நாளிதழில் வெளிவந்தது. ஜி. நாகராஜன்தான் எழுதியிருந்தார். நடுப்பக்கத்தில் முக்கியத்துவம் அளித்து பிரசுரிக்கப் பட்டிருந்த அக்கட்டுரையில் நடைபெற்றது நாடகமல்ல, ஒத்திகை என்பதைக் குறிப்பிடும் வாக்கியம் ஒன்றுகூட இல்லை. ஆனால் அது தமிழின் முக்கியமான நாடக முயற்சிகளில் ஒன்று எனக் குறிப்பிட்டிருந்தார் ஜி.என். அதற்கடுத்த நாள் *தி இந்து* ஆங்கில நாளிதழில் பி.ஏ. கிருஷ்ணன் எழுதிய கட்டுரையில் இந்த விஷயம் தெளிவாகக் குறிப்பிடப்பட்டிருந்தது. ஒரு மோசமான நாடக அனுபவம் என்பது தன் கட்டுரைக்கு பி.ஏ. கிருஷ்ணன் அளித்திருந்த தலைப்பு. இரு வெவ்வேறு இலக்கிய ஆளுமை களின் கலை அனுபவங்களுக்கிடையேதான் எவ்வளவு வேறுபாடு!

காலச்சுவடு, அக்டோபர் 2014

கறுப்பு வெள்ளைக் கடவுள்

ஒன்று

மலையுச்சியிலுள்ள முருகன் சன்னதியை அடைவதற்கான ஆயிரத்து நூற்று எண்பத்தேழு படிக்கட்டுகளில் ஐநூற்று நாற்பதாவது படிக் கட்டுக்கும் நாற்பத்தொன்றாவது படிக்கட்டுக்கு மிடையே வெள்ளியங்கிரிப் புதூரைச் சேர்ந்த சுப்பிரமணியக் கவுண்டர் என்னும் பக்தரொருவரால் ஆறாண்டுகளுக்கு முன்னால் இளைப்பாறு மண்டபம் ஒன்று உபயமாகக் கட்டிவைக்கப் பட்டிருந்தது. சௌகரியமான மண்டபம். கிரானைட் கற்கள் பதிக்கப்பட்ட அதன் குளிர்ந்த திண்ணையில் ஒரே சமயத்தில் ஆறேழு பேர் வரை கால்நீட்டிப் படுக்கலாம். தேவஸ்தானம் தன் பங்குக்குக் குடிநீர்க் குழாயொன்றை அமைத்துத் தந்திருந்தது. முதிர்ந்த ஊஞ்ச மரங்களாலும் அகன்ற இலைகளையுடைய காத்தாடி மரங்களாலும் சூழப்பட்டிருந்ததால் கடும் கோடையிலும் அங்கே இதமான வெப்பநிலை நிலவிக்கொண்டிருக்கும். குரங்குகளின் தொல்லையைச் சமாளிக்க முடிந்துவிட்டால் இளைப்பாறுவதற்கு அது ஓர் அற்புதமான இடம்.

அம்மலையடிவாரத்தில் நிரந்தரமாகத் தங்கிவிட்ட பரதேசிகளில் சிலர் அவ்வப்போது அதைத் தமது வசிப்பிடமாக்கிக்கொள்வதுண்டு. பிச்சைப் பாத்திரங்களையும் அழுக்கு மூட்டைகளையும் தரித்திரத்தால் பீடிக்கப்பட்ட உடல்களையும் சௌகரியம்போல் பரப்பி அம்மண்டபத்தைக் குரங்குகளாலும் அண்டமுடியாத இடமாக மாற்றும்

வித்தை அப்பரதேசிகளுக்குத் தெரிந்திருந்தது. மண்டபத்தைச் சுற்றி இறைந்துகிடக்கும் உடைந்த மதுப்புட்டிகளுக்கும் பயன்படுத்தப்பட்ட ஆணுறைகளுக்கும் பரதேசிகளுக்கும் தொடர்புண்டா என்பது யாருக்கும் தெரிந்திருக்கவில்லை. குருக்கள்களும் மலையுச்சியில் பிரசாதக் கடை வைத்திருப்பவர்களும் பக்தர்களில் பெரும்பாலானோரும் பதின்மூன்று வளைவுகளைக் கொண்ட தார்ச்சாலையைத்தான் பயன்படுத்துகிறார்கள். இருசக்கர வாகனங்கள், கார்கள், வேன்கள் தவிர மேலும் கீழுமாய் தலா ஆறு ட்ரிப் அடிக்கும் இரண்டு மினிபஸ்களும் அம்மலைப்பாதையை அன்றாடம் பயன்படுத்திக்கொண்டிருந்தன. நடந்தே வருவதாக முருகனுக்கு வாக்குக்கொடுத்து விட்ட முரட்டு பக்தர்களுக்கும் பருத்த உடல் கொண்ட சர்க்கரை நோயாளிகள் சிலருக்கும் மட்டுமே படிக்கட்டுகள் பயன்பட்டுக்கொண்டிருந்தன. சுப்பிரமணியக்கவுண்டரும் உபயதாரர்கள் சிலரும் கட்டிவைத்த ஒன்பது மண்டபங்களில் அடிவாரத்திலிருந்த இரண்டு மண்டபங்களையும் ஆறாவது தார்ச்சாலை வளைவையொட்டி காடுகாத்த அம்மன் கோவிலுக்குச் செல்லும் வழியிலிருந்த ஒரு பழைய மண்டபத்தையும் தவிர மற்றவை கிட்டத்தட்டக் கைவிடப்பட்ட நிலையில் கிடந்தன. வருடமொன்றுக்குச் சராசரியாக இரண்டு தற்கொலைகளையும் அதே எண்ணிக்கையிலான கொலைகளையும் இயல்பான மரணங்களையும் அவை சந்தித்துக்கொண்டிருந்தன. ஆறு வருடங்களில் ஒரே ஒரு அசாதாரண மரணமும் நிகழ்ந்திருந்தது. தரிசனத்தை முடித்துக்கொண்டு கீழே இறங்கிவந்தபோது ஓய்வெடுப்பதற்காக ஐந்தாவது மண்டபத்தில் கால்நீட்டி உட்கார்ந்த மூதாட்டியொருவரைப் பாம்பு கடித்ததால் ஏற்பட்ட மரணம் அது. பட்டப்பகலில் நடந்த துயரச் சம்பவம். அப்போது அந்த மூதாட்டிக்குத் துணையாகக் கோவிலுக்கு வந்திருந்த சிறுவனொருவன் அதை நேரில் பார்த்திருந்தான். கீழிருந்து படிக்கட்டுகளின் வழியே வேகமாக ஊர்ந்துவந்த பாம்பைப் பார்த்ததும் திகைத்துப்போய்விட்டதாகச் சொன்னான். அச்சத்தின் காரணமாகப் பேச்சு தடைப்பட்டிருந்திருக்கா விட்டால் அவனால் மூதாட்டியை எச்சரித்திருந்திருக்க முடியும். வேறெந்தச் சிந்தனையும் இல்லாததைப் போலவும் மூதாட்டியின் விதியை முடித்துவைப்பதற்காகவே அனுப்பி வைக்கப்பட்டதைப் போலவும் தென்பட்டது அந்தப் பாம்பு. எங்கிருந்தோ வந்து மூதாட்டி உட்கார்ந்திருந்த மண்டபப் படிக்கட்டில் ஊர்ந்து ஏறி அவளது காலடியில் சுருண்டது. மூதாட்டி அப்போது சற்று கண்ணயர்ந்திருந்தாள். பாம்பின் அரவத்தையோ மூச்சுக்காற்றின் சீறலையோ உணராத அம்மூதாட்டியைக் கொல்வதற்குப் பாம்புக்கு எந்தப் பிரயத்தனமும் தேவைப்பட்டிருக்கவில்லை. அது

தன் வாயைப் பிளந்ததையும் பிளவுபட்ட நாக்கைச் சுழற்றியதையும் சிறுவன் ஆச்சரியமாகப் பார்த்துக்கொண்டிருந்தான். தீண்டி விட்டு உடனடியாகத் தப்பிச்செல்லும் அவசரம்கூட அதனிடம் தென்படவில்லை. சிரசை உயர்த்திச் சுருண்டு நின்று அவளது பலவீனமான தொண்டையிலிருந்து "ஹுக்" என ஒரு கேவல் எழுந்ததையும் கடைவாயில் நுரைதள்ளியதையும் உடல் வெட்டி யிழுத்ததையும் பிறகு அடங்கியதையும் பதற்றமில்லாமல் பார்த்துக் கொண்டிருந்தது அது. பிறகு அந்த இளைப்பாறு மண்டபத்தின் மூன்றடி உயரமுள்ள திண்ணையிலிருந்து நிதானமாக இறங்கி மேல்நோக்கிச் செல்லும் படிக்கட்டுகளில் இரண்டைக் கடந்து வலப்புறமாகத் தாவிக் காட்டின் அடர்ந்த இண்டம் புதர் களுக்குள் மறைந்தது. சிறுவனை அது பொருட்படுத்தவேயில்லை. அவன் சொன்ன அடையாளங்களை வைத்து யோசித்தபோது அந்த மலையடிவாரத்தில் வசிப்பவர்களுக்கு அது நாகம் என்பது புலப்பட்டது.

மூதாட்டியின் மரணம் ஆயிரத்து நூற்று எண்பத்தேழு படிக்கட்டுகளையும் ஒன்பது மண்டபங்களையும் கொண்ட, ஏற்கனவே ஆளரவம் குன்றியிருந்த அந்தப் பாதையைக் கிட்டத்தட்டக் கைவிடப்பட்ட நிலைக்குத் தள்ளியிருந்தது. வெள்ளியங்கிரிப்புதூர் சுப்பிரமணியக்கவுண்டர், தன் வேண்டுதலை ஏற்றுத் தன் ஒரே மகள் அவளோடு ஒன்பதாம் வகுப்புவரை படித்த டெம்போ டிரைவருடன் ஓடிப் போயிருந்திருப்பதற்கான சாத்தியத்தைத் தடுத்து நிறுத்தியதற்கு நன்றியறிதலாக முருகனுக்குக் கட்டிவைத்திருந்த அற்புதமான அந்த இளைப்பாறு மண்டபம் பரதேசிகளால் ஆக்கிரமிக்கப் படுவதற்கும் மூதாட்டியின் மரணமே காரணமாயிற்று.

இரண்டு

அந்த மண்டபத்தில்தான் பெருந்தலைவர் காமராஜரின் சடலம் கண்டுபிடிக்கப்பட்டது. அதைக் கண்டு வந்து மலையடிவாரத்தில் வசிப்பவர்களுக்குச் சொன்னவன் எழுபது வயதைக் கடந்த ஒரு பரதேசி. மலை உச்சியில் முருகன் சன்னதிக்குப் பின்புறமுள்ள அன்னதானத் திட்ட மண்டபத்தில் தன் சக பரதேசிகளோடும் பக்தர்கள் சிலரோடும் உட்கார்ந்து சாப்பிட்டுவிட்டு அப்போது தான் கீழே இறங்கிக்கொண்டிருந்தான். பரதேசி தன்னந்தனி ஆளாக நடந்துவந்தான். மற்றவர்கள் ஏப்பம் விடுவதற்காகவும் ஐந்து மணிக்கு வரும் தேவஸ்தானப் பேருந்துக்காகவும் மலை உச்சியிலேயே காத்திருந்தார்கள். காமராஜரின் சடலத்தை முதலில் பார்க்க விதிக்கப்பட்டிருந்தவன் அவன்தான்.

மலையடிவாரத்தில் பூஜைப் பொருள்கள் விற்கப்படும் பதினாறு கடைகள் அடங்கிய எதிரும் புதிருமான இரண்டு வரிசைகள் இருந்தன. வரிசைகளின் முடிவில் கரும்பச்சை நிறத்தாலான சுவர்களையுடைய தேவஸ்தான அலுவலகம் இருந்தது. பக்கத்தில் வனவளத்தின் முக்கியத்துவத்தை உணர்த்தும் அறிவிப்புப் பலகைகள் தொங்கவிடப்பட்ட முதிர்ந்த வாகை மரம். பிறகு ஒரு காலியிடம். அப்பால் இருபதடி தள்ளிச் சந்தைத் திடல். அக்காலியிடத்தில் சந்தைத் திடலுக்கும் பூஜைப்பொருள் விற்பனை அங்காடி வரிசைகளுக்கும் பொதுவான தூரத்தில் ஒரு சாப்பாட்டுக் கடை. பக்தர்கள் கூட்டம் அதிகமாக உள்ள புனித நாள்களில் அதில் தக்காளிசாதமும் தயிர்சாதமும் கிடைக்கும். மற்ற நாள்களில் வெறும் டீதான். பீடியும் சிகரெட்டும் எப்போதும் உண்டு. பரதேசி தனது ஓய்வு நேரங்களை அங்குதான் கழிப்பான்.

பரதேசி ஒரு செயின் ஸ்மோக்கர். அன்றன்றைய வசூலையும் கையிருப்பையும் பொறுத்து இடைவிடாமல் சிகரெட்டோ பீடியோ புகைத்துக்கொண்டிருப்பான்.

முன்பெல்லாம் பரதேசி வாரம் இரண்டு தடவை கஞ்சா அடிப்பான். கஞ்சா விற்பவர்களின் எண்ணிக்கை அருகிப்போய் விட்டபடியால் அந்தத் தேவலாகிரி இப்போது கிடைப்பதில்லை. ஆனால் அவனது ரத்தத்தில் அதன் வீரியம் எப்போதும் குறையாமல் இருந்துகொண்டிருந்தது. அதன் விளைவாகச் சில தருணங்களில் அவனது கற்பனாசக்தி நம்பமுடியாமல் பெருகும். விசித்திரமான கனவுகள் காண்பான். மலையிலிருந்து கீழே இறங்கி வரும்போது குரங்குகளுக்கு அஞ்சித் துணைக்கு எம்பெருமான் முருகனையே அழைப்பதுண்டு. முருகனும் அதை ஒரு கடமையாகக் கருதித் தனது தேவியரைச் சற்றுநேரம் தவிக்க விட்டுவிட்டு வேலாயுதத்தோடு பரதேசிக்குப் பக்கத் துணையாவான். உண்மையில் அது பரதேசியின் குருதியில் கலந்த கஞ்சாவின் துணை. அன்று துணைக்குவர முருகனுக்கு அவகாசம் கூடவில்லை. பரதேசி தன்னந்தனி ஆளாக இறங்க வேண்டியிருந்தது. எங்கும் நில்லாமல் வெள்ளியங்கிரிப்புதூர் சுப்பிரமணியக்கவுண்டரின் உபய மண்டபம்வரை வேகமாக இறங்கிவந்தவன் அங்கே சற்றுக் கண்ணயர நினைத்தான்.

அப்போதுதான் கிரானைட் பதிக்கப்பட்ட அதன் திண்ணையில் ஏறத்தாழ அதன் முழுப்பரப்பையும் ஆக்கிரமித்துக்கொண்டு காமராஜரின் சடலம் கிடந்ததைப் பார்த்தான்.

முதலில் அது காமராஜர் என்றோ சடலம் என்றோ பரதேசி கற்பனை செய்துகொள்ளவில்லை. முருகனைத் தரிசிக்க வந்த யாரோ ஒரு பக்தன் எனக் கருதியவன் தொந்தரவு

செய்யாமல் அவரைக் கடந்துசெல்ல விரும்பினான். ஆனால் அந்த மனிதரின் தோற்றத்தில் தென்பட்ட அசாதாரணம் பரதேசியின் ஆர்வத்தைத் தூண்டியது. கன்னங்கரேலென்ற நெடிய உருவம். குறைந்தது ஆறடியாவது இருக்கும். மல்லார்ந்து கால்களிரண்டையும் நீட்டியவாக்கில் படுத்திருந்தார். பார்க்க ரங்கநாதரைப் போல் இருந்தது. கண்களைப் பறிக்கும் தூய வெள்ளையில் கதர் வேட்டி, தொளதொளப்பான முக்கால் கைச் சட்டை. துண்டை நான்காக மடித்துப் பின்மண்டைக்குக் கொடுத்திருந்தார். பக்கத்தில் வெளிறிய நிறத்தில் காந்தியின் படம் அச்சிடப்பட்ட துணிப்பையொன்று கிடந்தது. அதன் உப்பிய கோலத்தைப் பார்த்து உள்ளே ஏதாவது இருக்க வேண்டுமென நினைத்தான் பரதேசி. ஆளரவமற்ற, மொந்தை மொந்தையான உடல்களையுடைய மந்திகள் நடமாடும் இந்த இடத்தில் இப்படி வந்து படுத்துக்கொண்டிருக்கிறாரே இந்த மனிதர் என நினைத்து அவரை நெருங்கி முகத்தைப் பார்த்துத் தாளமுடியாத அதிர்ச்சிக்குள்ளானான் பரதேசி.

அது பெருந்தலைவர் காமராஜர்தான். தோற்ற ஒற்றுமை கொண்ட வேறு யாரோ அல்ல. பல கோணங்களில் நின்று பார்த்து உறுதிப்படுத்திக்கொண்ட உண்மை அது.

பரதேசிக்குக் குப்பென்று உடல் முழுவதும் வியர்த்துவிட்டது. மயிர்க்கால்கள் சில்லிட்டு, வற்றி, ஒடுங்கிப் பூனையைப் போல விறைத்த உடலுடன் நின்று அவரைக் கூர்ந்து பார்த்தான். அது கற்பனை. தன் குருதியில் உள்ளூறைந்து கிடக்கும் போதையின் விளைவான மனப்பிறழ்வு எனக் கற்பிதம் செய்துகொண்டு தன்னை மீட்டுத் திடப்படுத்திக் கொள்ள முயன்றான். பார்க்கப் பார்க்க தனது மனப்பிறழ்வின் தீவிரம் கூடிக்கொண்டே போவதை அறிந்த பரதேசி உடனடியாக அங்கிருந்து தப்பிச் செல்வதைப் பற்றியும் யோசித்தான். சூழ்ந்திருந்த மரக்கிளைகளில் தொற்றி நின்ற வானரப்படை தன்னை அல்ல அவரையே கூர்ந்து பார்த்துக்கொண்டிருந்ததைப் பார்த்தவன் ஏதாவது செய்யத் தீர்மானித்தான். உறக்கத்தின் ஆழாழியில் மூழ்கி பிரக்ஞையற்றுக் கிடக்கும் அந்த மாமனிதனுக்கு வானரங்களால் ஏதாவது தொந்தரவு ஏற்படுவதை அனுமதிப்பதைவிடக் கொடிய பாவம் வேறில்லை எனத் தோன்றியது பரதேசிக்கு. பிறகு அவன் எண்ணிய விடுதலை, கதி மோட்சம் கைகூடுவதற்கு முக்காலத்திலும் வாய்ப்பில்லை. சாதாரணமான ஒரு செயல், “கொரங்கு நெறையா இருக்குது, பாத்து இருங்க” என வெறுமனே எச்சரித்தால்கூடப் போதும். அவன் அவரை அழைக்க நினைத்தான்.

எப்படி அழைப்பது?

தலைவரே என்றா? பெருந்தலைவரே என்றா? பரதேசி யோசித்தான். நாடார் ஐயா என அவருக்குள்ள மற்றொரு பெயர் நினைவுக்கு வந்தது. அந்தரங்கமான நண்பர்கள் அவரை அப்படித்தான் அழைத்தார்கள். அதைப் பற்றி அவன் படித்திருக்கிறான். அதைவிட அதிகமாகக் கேள்விப்பட்டிருக்கிறான். அப்படி அழைப்பதில் இடைவெளிகளைக் குறைக்கும் ஒருவித நெருக்கம் இருக்கிறது. மிகத் தயங்க வேண்டியிருக்கும் என்றாலும் அவனாலும் அவரை அப்படி அழைக்க முடியும். கைக்கெட்டாத் தொலைவில் எங்கோ கண்காணாமல் இருந்துகொண்டிருந்தவர் இவ்வளவு நெருங்கிவந்திருக்கிறார். பெரும்பேறு இது. பரதேசியின் மனம் பரவசத்தில் மூழ்கத் தொடங்கியது. விடுதலை கைகூடிவிட்டது போல் தோன்றியது. கதிமோட்சம் என்பது இனிக் கற்பனையில்லை. தன்னையும் இவ்வுலகையும் கடைத்தேற்றும் ஓர் அற்புத நிகழ்வுக்கு அவன் சாட்சி. அவனே அதைக் கண்டறிந்து உலகுக்கு அறிவிப்பவனாகவும் இருப்பான். பரதேசி தன்னை மறந்தான். காலத்தையும் மறந்தான்.

“ஐயா”

“ஐயா, நாடார் ஐயா”

“நாடாரய்யா கொஞ்சம் கண்ணெத் தெறங்க”

நாடாரய்யாவிடம் எந்தச் சலனமும் இல்லை.

குரலைச் சற்று உயர்த்தினான். மேலும் உயர்த்தினான். எதற்கும் அசைவில்லை. பிறகு தொண்டையைச் செருமிக்கொண்டு வனம் நடுங்க ஒரு பெரும் கூச்சல்.

“நாடாரய்யாஆஆஆஆ”

பரதேசி திகைத்துப்போனான். ஒரு கணம் தன் வழியைப் பார்த்துக்கொண்டு போய்விடலாமா என்றுகூட யோசித்தான்.

அது மனசாட்சியற்ற செயல். ஒரு முதியவர், மாமனிதர் எனப் போற்றப்படுபவர், இந்த நட்ட நடுக்காட்டில் அவரை நிராதரவாக விட்டுவிட்டுப் போவது கொடுங்குற்றம். பிறகு நரகமே கிட்டும்.

பரதேசி அவரை ஒருமுறை நேரில் பார்த்திருந்தான்.

அப்போது அவன் எட்டாம் வகுப்போ ஒன்பதாம் வகுப்போ படித்துக்கொண்டிருந்தான். திறப்புவிழா ஒன்றில் கலந்துகொள்வதற்காக அவர், அவன் பிறந்த ஊருக்கு வந்திருந்தார். அவர்மீது அவன் மிகுந்த மரியாதை வைத்திருந்தான். கல்விக்கண் கொடுத்த தெய்வம் என அவனுடைய தாய் அவரைப் பற்றிச்

சொல்லிக்கொண்டிருந்தார். அந்தத் தெய்வத்தை நேரில் பார்க்கும் ஆவலில் அவன் அந்த விழாவுக்குப் போயிருந்தான். கூட்டம் அதிகம். எனினும் முண்டியடித்துக்கொண்டு மேடைக்கு அருகில் போவதற்கு அவனால் முடிந்திருந்தது. அவன் அவரது பார்வையின் நேர்க்கோட்டில் கீழே தரையில் சம்மணமிட்டு உட்கார்ந்திருந்தான். மேடையில் யார் யாரோ பேசிக்கொண் டிருந்தார்கள். உரக்கக் கத்திக்கொண்டிருந்தார்கள். அறைகூவல் களும் சவால்களும் காற்றைப் பிளந்து கொண்டிருந்தன. அவர் முகத்தைச் சுளித்துக்கொண்டார். பார்வையில் கசப்பு மண்டிக்கொண்டிருந்தது. அவமானத்துக்குள்ளாக்கப்பட்டவரைப் போல் அடிக்கடி கண்களைத் தாழ்த்திக்கொண்டார். அவன் கண்கொட்டாமல் பார்த்துக்கொண்டிருந்தான். ஒரு தருணத்தில் தற்செயலாக அவரது கண்களை நேருக்கு நேர் சந்திக்க முடிந்தது. அவருங்கூட அவனைக் கவனித்தது போல் தோன்றியது. பிறகு என்ன காரணத்தாலோ அவரது பார்வை அவன்மீது கவியத் தொடங்கியது. கண்களின் ஒளி கற்றையாக எழுந்து தன்னைத் துளைப்பது போல் அவன் கற்பனை செய்துகொண்டான். இமைகளைச் சிமிட்டக்கூடத் தோன்றவில்லை. அவரது பார்வை தீண்டிய பரவசத்தில் திளைத்துக் கொண்டிருந்தபோது அவர் அவனைப் பார்த்துப் புன்னகைத்தார். பிறகு வேறெதையும் பார்ப்பதற்கு அவன் விரும்பவில்லை.

கூட்டம் முடிந்து அவர் புறப்பட்டபோது பின்தொடர்ந்து முண்டியடித்த கூட்டத்தோடு சேர்ந்து அவன் அவரை நெருங்கி னான். எல்லோருக்கும் அவரைத் தீண்டிப் பார்த்துவிடும் ஆவல். கதவைத் திறந்துவைத்துக்கொண்டு தனக்காகக் காத்திருந்த தன் சாரதியை அவர் பொருட்படுத்தவில்லை. சிலர் அவரது கைகளைப் பற்றிக் குலுக்கினார்கள். வேறு சிலருக்கு அவரது வைரம்பாய்ந்த தேகத்தின் ஏதாவதொரு அணுவைத் தீண்டும் வாய்ப்புக் கிடைத்தது. அதற்கே அவர்களது முகங்களில் பரவசம். அவரைத் தீண்டும் ஆசையில் அவன் தன்னைச் சூழ்ந்திருந்த கூட்டத்தைப் பிளக்க முயன்றான். கிடைத்த இடைவெளிகளில் தன் நோஞ்சான் உடம்பைப் புகுத்துவதற்கும் முற்பட்டான். பிறகு குனிந்து பரிதவிப்போடு அலைந்துகொண்டிருந்த பல ஜோடிக் கால்களுக்கிடையில் புகுந்து நெருங்கியபோது அவர் காருக்குள் உட்கார்ந்திருந்தார். அறைந்து சாத்தப்பட்ட கதவை எட்டிப் பிடித்து நிறுத்தவும்கூட அவன் துணிந்தான். ஆனால் கார் புறப்பட்டிருந்தது.

உலகின் மகத்தான மனிதர்களுள் ஒருவரைத் தீண்டுவதற்குக் கிடைத்த வாய்ப்பு அவ்விதம் நழுவிப் போயிருந்தது. அவன்

அதற்காகப் பலநாள்கள் வரை அழுதுகொண்டிருந்தான். அதைப் பார்த்த அம்மா கோபப்பட்டாள்,

“பைத்தியக்காரா இதுக்குப் போயி ஏன்டா இப்பிடி அழுதுக்கிட்டிருக்கறே? எந்துருச்சு வந்து சோத்தத் தின்னு”

சொல்லிவிட்டுக் காணாததைக் கண்ட அதிசயத்துடன் பெருங்குரலெடுத்துச் சிரித்தாள்.

அந்த வாய்ப்பு மட்டும் அப்போது கை நழுவிப்போகாமல் இருந்திருந்தால் அது தான் பெற்ற பேறுகளில் ஒன்றாக இருந்திருக்கும் என நினைத்தான் பரதேசி. பிறகு அவன் பாவங்களால் சூழப்பட்டிருக்க மாட்டான். கொடிய துரோகங்களுக்கு மனம் துணிந்திருக்காது. குற்றங்களின் மூர்க்கமான பிடிகளில் சிக்காமல் தப்பியிருந்திருக்க முடியும். குற்ற உணர்வின் சுமை தாளாமல் பரதேசிக் கோலம் கொண்டு, சோற்றுக்கு இறைஞ்சிப் படிக்கட்டுகளிலும் உபய மண்டபங்களிலும் அலைந்து திரிந்து கொண்டிருக்கும்படி நேர்ந்திருக்காது. நினைவுகளின் குத்தல்களிலிருந்து தப்புவதற்காகக் கஞ்சாவின் போதைக்குள் புதையுண்டு போக வேண்டிய சாபத்துக்கும் இரையாகியிருந் திருக்க வேண்டியதில்லை.

கைநழுவிப் போன அப்பெரும்பேறு சற்றும் எதிர்பாராத வகையில் இப்போது கைகூடி வந்திருக்கிறது. வெறும் தீண்டல் அல்ல, உடம்பின் ஏதோ ஒரு அணுவும் அல்ல. மகத்தான அந்த மாமனிதர் தன் முழு ஆகிருதியுடன் அவனைத் தேடிக்கொண்டு வெகு அருகில் வந்திருக்கிறார். மீட்சிக்கான சாளரங்கள் திறந் திருக்கின்றன. இப்போது அவரைத் தழுவிக்கொள்ளக்கூட முடியும். வாழ்வின் சாபங்களால் கல்லாகி உறைந்த உயிர் உருகியெழக் கிடைத்திருக்கும் அற்புதமான வாய்ப்பு.

புரிந்த பாவங்களிலிருந்து பரதேசிக்கு இப்போது விடுதலை.

சாப விமோசனம்.

இப்படிக்கட்டுகளும் உபய மணடபங்களும் உடுத்தியுள்ள துறவாடையும் ஏந்தியுள்ள திருவோடும் ஒருபோதும் விடுதலை யைத் தரப்போவதில்லை. புகல் எனக் கொண்ட முருகக் கடவுள் மீட்சிக்கான சாளரங்களைத் திறந்துவைப்பவனுமல்ல. வெறும் கல். பாவிகளே மயில்வாகனனைத் தேடிவந்து தொழுபவர்கள். பாலும் தேனும் சந்தனமும் கொண்டு அவனைக் குளிர்விப்பவர்கள். வழிபாடு ஆன்ம விடுதலையல்ல, பேரம். திருடர்களும் கள்ளச் சந்தைக்காரர்களும் மோசடிப்பேர்வழிகளும் தரகர்களும் சூதாடிகளுமே இங்கு வருபவர்கள். மனமுருக வேண்டுவது

கொள்ளை லாபம் பார்க்க. வேண்டுதல் பலித்துவிட்டால் வெற்றிவேல் முருகனுக்குக் கொள்ளையில் மனமுவந்து ஓர் அற்பப் பங்கு. உபயமாக ஒரு வெள்ளி வேல் அல்லது இளைப்பாறு மண்டபம். பரதேசி தானே அப்படிப் பேரம் பேசியவன்தான். பெற்ற லாபத்தைக் காத்துக் கிடக்கும் தெய்வங்களுக்குக் கொஞ்சம் கிள்ளிக்கொடுத்தவன்.

சட்டியில் உள்ளதைத்தானே அகப்பையில் அள்ள முடியும்?

பரதேசி சில நாள்களில் நகர்வலம் போவான்.

இவ்வாழ்க்கையின் பின்னால் தலைதெறிக்க ஓடிக் கொண்டிருப்பவர்கள் யாரும் நகர்வலம் போகும் பரதேசி யைக் கவனிப்பதில்லை. ஆனால் பரதேசி எல்லாவற்றையும் கவனிக்கிறான். நெரிசல் மிகுந்த தெருக்களில் நிராசையோடு அலையும் வறியவர்களை, துர்நாற்றத்தைப் பற்றிய கவலை யின்றிப் பெருகிவழியும் சாக்கடைகளின் விளிம்புகளில் மல்லார்ந்து கிடக்கும் பைத்தியக்காரர்களை, சில்லறையைக் குலுக்கிக்கொண்டு தம் பஞ்சடைத்த பார்வையால் எல்லோரை யும் பின்தொடர்ந்துகொண்டிருக்கும் பிச்சைக்காரர்களை, வற்றிய முலைகளோடு இருளுக்குள்ளிருந்து அழைக்கும் வேசிகளை, தட்டுத் தடுமாறிக்கொண்டு எங்கிருந்தாவது புறப்பட்டு ஏதாவதொரு இடத்துக்குச் செல்ல முற்படும் முதியவர்களை, வீறிட்டழும் குழந்தைகளை, பிட்டங்களால் நகர்ந்து செல்லும் முடவர்களை, எதன் மீதாவதோ மோதிக்கொண்டு சரியும் குடிகாரர்களை, கண்ணாடி வளையல்கள் குலுங்கக் கைகளைத் தட்டி அச்சுறுத்தும் பாவனையில் தம் மழிக்கப்பட்ட முகங்களைக் காட்டிப் பிச்சை கேட்கும் அரவாணிகளை, வேசிகளைப் போல தம் வாடிக்கையாளர்களைக் கூவியழைத்துக்கொண்டிருக்கும் வியாபாரிகளை, முகத்தைச் சுழித்துக்கொண்டு கடந்து செல்லும் செல்வந்தர்களை, இறுகிய முகங்களுடன் நடமாடும் முகம் கடுத்த அதிகாரிகளை, நம்பிக்கையூட்டும் வாக்கியமொன்றை உச்சரித்தபடி கள்ளச் சிரிப்புடன் விடைபெறும் தலைவர்களை, கரகோஷமெழுப்பிக்கொண்டிருக்கும் தொண்டர்களின் சாம்பல் பூத்த முகங்களை, பிளாட்பாரங்களை, கடைத்தெருக்களை, பள்ளிக்கூடங்களை, வணிக வளாகங்களை, பூங்காக்களை, பேருந்து நிலையங்களை, திரையரங்குகளை, காவல்நிலையங்களை, யாராவது யார் மீதாவது வசைமாரி பொழிவதை, யாராவது யாரையாவது அடித்து நொறுக்குவதை, யாரோ ஒருவருடைய காயங்களிலிருந்து குருதி பெருகுவதை, யாரோ ஒருவன் களவாடப்படுவதை, யாரோ ஒரு சிறுமி புதர்களுக்குள் தூக்கிச் செல்லப்படுவதை, ஏதாவதொரு மறைவிடத்தில் யாராவது

கொல்லப்படுவதை, யாராவது யாரையாவது துரத்திச் செல்வதை, யாரிடமிருந்தாவது யாராவது தப்பிச்செல்ல முற்படுவதை, யாராவது தற்கொலை செய்துகொள்வதை, யாரோ ஒருவருடைய ஓலத்தை, யாராவது யார் மீதாவது கருணை காட்டுவதைப் பரதேசி ஒரு சாட்சியம் போல அமைதியாக நின்று பார்த்துக்கொண்டிருக்கிறான். பெருமூச்சு விடுகிறான். திருவோட்டில் விழும் ஒவ்வொரு பருக்கையும் பாவங்களின் ஒவ்வொரு கவளம் என நினைத்துக்கொள்கிறான். அதுபோன்ற தருணங்களில் கசப்பானதாகவோ வேறு எவ்விதமாகமோ அவனது உதடுகளில் புன்னகை அரும்புகிறது.

வாழ்வதே குற்றம் எனத் தோன்றியது பரதேசிக்கு.

வாழ்வது குற்றமென்றால் வாழ்வு சாபமென்றாகும். கொடிய சாபம்.

கோவணாண்டியானாலும் பெரும் பணக்காரனானா லும் அதிலிருந்து தப்ப வழியில்லை என நினைத்தான் பரதேசி. தனது தகன மேடையில் எஞ்சியிருந்த பிடி சாம்பலிலிருந்து உயிர்த்தெழுந்து தூய்மையின் அடையாளமான கதராடையுடுத்த மேனியனாய் உபய மண்டபத்தில் கால்களை நீட்டி மல்லார்ந்து கிடக்கும் இம்மாமனிதனின் கரங்கள் ஒருவேளை விமோசனத்திற்கான சாளரங்களைத் திறந்துவைக்கலாம்.

அதற்கு முதலில் அவர் அறிதுயில் நீங்கி எழ வேண்டும்.

பரதேசி அவரை நெருங்கினான்.

நடுங்கும் விரல்களால் சில்லிட்டு விரைத்துப்போயிருந்த அந்த உடலைத் தீண்டவும் முற்பட்டான்.

மூன்று

மாஸ்டர் தனது வாடிக்கையாளர்களுக்காகக் காத்திருந்தான். அது எந்தப் புனிதமும் அற்ற ஒரு நாள். புனிதமற்ற நாள்களில் யாரும் தெய்வத்தை நினைக்க வேண்டியதில்லையென்பதால் மாஸ்டர் பக்தர்களின் வருகையை எதிர்பார்ப்பதுமில்லை. அப்போது சோற்றுக்கு வீங்கிய பரதேசிகளே மலை ஏறுகிறார்கள். வயிறு புடைக்கத் தின்றுவிட்டுக் கீழே இறங்கி வரும்போது ஒரு டீ குடிக்கிறார்கள். சிகரெட்டோ பீடியோ வாங்குகிறார்கள். சில்லறை அதிகமாகச் சேர்ந்திருந்தால், “ரண்டு டீ, ரண்டு வடை, சிசர் பில்டர் ஒரு பாக்கெட்” இல்லாவிட்டால், “ஒரு ரூபாய்க்குப் பத்தாம் நம்பர் பீடி”. சமயங்களில் அதையும் கடனாகக் கொடுக்க வேண்டியிருக்கும். “இன்னைக்குத் தரித்திரம் புடிச்சவனுகளா வாறானுக. தட்டங் காணிக்கைக்கே பழைய எட்டணாவக்

கொண்டாந்து போடறானுக. முருகனுக்கே தரித்திரம். பரதேசிக்கு யாரு போடுவா?" எனக் கடன் வாங்குவதற்குக் காரணம் கற்பிக்கிறார்கள். மாஸ்டர் அந்தப் பரதேசிகளுக்காகவே காத்திருந்தான். இன்னும் ஒன்றரை லிட்டர் பால் மிச்சமிருக்கிறது. தட்டில் உலர்ந்து, இறுகிய பத்துப் பன்னிரண்டு வடைகள். பின்புறக் குடிலில் பகல் நேரப் புணர்ச்சி தந்த களைப்பில் மனைவி தூங்கிக்கொண்டிருக்கிறாள்.

பிள்ளைகளைக் காணோம்.

"தரித்திரம் புடிச்சதுகள்" எனத் தொடர்ந்து முணுமுணுத்துக் கொண்டிருந்தான் மாஸ்டர். ஒரு குளியல் போட்டாலென்ன எனவும் யோசித்தான். யோசனை குளியலைப் பற்றியதல்ல. தண்ணீரைப் பற்றியது. பொடக்காணியில் உள்ள சிமெண்ட் தொட்டியில் இருந்த சிறிதளவு தண்ணீர் இருவருக்கும் புட்டங்களைக் கழுவிக்கொள்வதற்கே கூடப் போதவில்லை. கவுச்சி வாடையால் உடல் நாறிற்று, "ஒரு ரண்டு கொடம் தண்ணியெடுத்துத் தா" எனக் கேட்டதற்கு, "ஹூக்கும்" எனத் தோள்பட்டையில் முகத்தை இடித்துக்கொண்டு போனாள் மனைவி.

மாஸ்டருக்கு ஆத்திரம் பெருகியது,

"மொவறயப் பாரு, கொரங்காட்ட" என அவளைப் புண்படுத்தும் வசையொன்றைச் சுண்டியெறிந்துவிட்டு டீ மேசைக்கு வந்தான்.

"ஏ எம்பட மொவறக்கு என்ன? இப்ப உனக்கு நா கொரங்கு. சித்த நேரத்திக்கு முன்னால எப்பிடித் தெரிஞ்செ?" என உரத்த குரலில் அவள் அவனுக்குப் பதிலடி தந்தாள். பிறகு அங்கிருந்து எந்தச் சத்தமுமில்லை.

புனித நாள்களில் இப்படி இருக்க முடியாது. அதிகாலை இரண்டு மணிக்கெல்லாம் எழுந்துவிட வேண்டும். அந்த நேரத்தில் அடிபம்பில் அவ்வளவு கூட்டம் இருக்காது. மாஸ்டர் ஏழெட்டு பிளாஸ்டிக் குடங்களை எடுத்துக்கொண்டு போவான். பம்ப் அடித்து ஒவ்வொரு குடமாக நிரப்பி வைப்பான். தூக்கக் கலக்கத்திலிருந்து முழுமையாக விடுபட்டிருக்காத பிள்ளைகள் இருவரும் சிணுங்கிக் கொண்டே அவற்றை வீடு கொண்டுவந்து சேர்ப்பார்கள். ஆறேழு குடங்களுக்குப் பிறகு மாஸ்டருக்கு மூச்சிரைக்கும். அந்த நேரத்தில் மனைவி அடுப்பை மூட்டியிருப்பாள். மலையிலிருந்து இறங்கிவரும் பக்தர்களின் பசிக்கு எதையாவது செய்து தயாராக வைத்திருக்க வேண்டும். பிள்ளைகளைப் பள்ளிக்கூடத்துக்கு அனுப்பிவைத்துவிட்டுத்

தக்காளி சாதத்துக்கும் தயிர்சாதத்துக்கும் ஏற்பாடு செய்ய வேண்டும். தரிசனத்தை முடித்துக்கொண்டு இறங்கிவரும் பக்தர்கள் பதினோரு மணிக்கெல்லாம் கடையை முற்றுகையிடத் தொடங்கியிருப்பார்கள். கூட்டம் தணிய நள்ளிரவாகிவிடும். பால் பாத்திரங்களைக் கழுவி வைத்துவிட்டு சைக்கிளில் குடங்களைக் கட்டித் தொங்கவிட்டுக்கொண்டு நல்ல தண்ணீரைத் தேடி நகரம் முழுவதும் சந்து சந்தாக அலைய வேண்டியிருக்கும். படுக்கையில் விழும்போது நேரம் என்னவாக இருக்கும் என்பதை அவன் ஒருபோதும் கவனித்ததில்லை.

படுத்தவுடன் கரிப்புகை மண்டிய தணிவான கூரையைக் கொண்ட மிகச்சிறிய அந்த வீட்டுக்குள் குறட்டையின் பேரொலி சூழும். சில நாள்களில் மனைவியுடனான சண்டையால் நிரம்பும். அப்போதெல்லாம் அவள் அவனை விட்டுப் போய்விடப் போவதாக அச்சுறுத்துவாள். தற்கொலை செய்துகொள்ளப் போவதாக மிரட்டுவாள். மண்ணெண்ணெயைத் தலையில் சரித்துக்கொண்டு தீக்குச்சியை உரச முயன்றுகொண்டிருப்பாள். அதுபோன்ற தருணங்கள் மாஸ்டருக்குப் பயங்கரமானவை. அவனை மனப்பிறழ்வின் செங்குத்தான படிக்கட்டுகளில் தலைகீழாக இழுத்துச் செல்பவை. சண்டை முடிவுக்கு வர இருவருக்குமே சோர்வு மிக வேண்டும். குரல் வலுவிழந்து, கண்கள் இருள வேண்டும். அல்லது அவளுடைய இரு பிள்ளைகளில் யாராவதொருவர் விழித்துக்கொண்டு மருளும் கண்களுடன் எழுந்து உட்கார்ந்துகொள்ள வேண்டும். அப்போது அவள் பீதியடைவாள். எவ்வித உடன்படிக்கையுமில்லாமல் திடீரெனப் பின்வாங்கிக்கொண்டு மிகச்சிறிய அவ்வீட்டின் இருள்மண்டிய மூலையொன்றில் பிள்ளைகள் இருவரில் யாரையாவது அணைத்துக்கொண்டு முடங்கிவிடுவாள். மாஸ்டர் எழுந்து வெளியே வந்துவிடுவான். வாடிக்கையாளர்களுக்குரிய மரப் பெஞ்சுகளில் ஒன்றில் லுங்கியைக் காலோடு தலையாக இழுத்துப் போர்த்துக்கொண்டு கொசுக்களின் பிடுங்கலைச் சகித்துக்கொண்டு கொஞ்சமேனும் தூங்க முயல்வான். தெருவில் யாராவது குடங்களுடன் நடமாடத் தொடங்கும் அரவம் அவனை விழித்தெழச் செய்யும். வாரிச் சுருட்டிக்கொண்டு எழுந்து குடங்களைச் சேகரிக்கத் தொடங்கிவிடுவான். குடிசையின் படலைத் தள்ளித் தெருவிளக்கின் வெளிச்சத்தைப் படரச் செய்து, "பசங்கள எழுப்பியுடு" என அவளுக்குச் சொல்லிவிட்டு அடி பம்பை நோக்கிப் பதற்றத்துடன் விரையத் தொடங்குவான். அவள் பிள்ளைகளைத் தட்டி எழுப்பி குடங்களுடன் அவனைப் பின்தொடர விட்டுவிட்டு அடுப்பைப் பற்றவைக்க முற்படுவாள். பிறகு ஏதாவதொரு தருணத்தில் மலைமேலிருந்து கந்தர்சஷ்டி

ஒலிக்கத் தொடங்கும். அது செவிகளில் விழும் முதல் கணத்தில், "அப்பனே, ஆண்டவா, முருகா" என முணுமுணுப்பதற்கு இருவரில் யாருமே தாமதிப்பதில்லை. அவள் அடுப்படியிலும் அவன் அடி பம்பிலும் என வெவ்வேறு இடங்களில் இருந்தாலும் இருவருடைய முணுமுணுப்பும் காற்றின் ஏதாவதொரு புள்ளியில் சந்தித்து இணையத் தவறியதில்லை.

புனிதமற்ற நாள்கள் மாஸ்டருக்குப் பயனற்றவை.

செய்வதற்கு ஒன்றுமே இல்லாமல் வேடிக்கை பார்த்துக் கொண்டு உட்கார்ந்திருக்க வேண்டும். டீயோ பீடியோ கேட்டு வரும் வாடிக்கையாளர்களிடம் பேச்சுக் கொடுத்துக்கொண்டே எஞ்சியிருக்கும் வடை, போண்டாக்களில் ஒன்றிரண்டையாவது தள்ளிவிட்டுவிட வேண்டும். மீந்ததை இரவு ரசத்துக்குக் கடித்துக்கொள்ளலாம். பிற்பகல் மூன்று மணிக்குப் பேச்சே உயிராகக்கொண்ட தறிகாரர்கள் வருவார்கள். டீயில் சர்க்கரை இருக்கிறதா உப்பு இருக்கிறதா என்பதுகூடத் தெரியாமல் பேச்சில் வசமிழக்க அவர்களுக்கு மட்டுமே முடியும்,

"விஷயந் தெரியுமா நம்ம மோகன் அந்தச் சுருட்டடத் தலக்காரியக் கூட்டிக்கிட்டு ஓடீட்டே?"

"எந்தச் சுருட்டடத் தலக்காரி?"

"மேக்கால பொரச மேட்டுல இருந்து வருவாளே, ஏயெம்மாரு பட்டறைல நூல் போட்டுக்கிட்டிருந்தாளே, செவந்தாப்பல கொஞ்சொ ஒசரமா இருப்பா"

"அவளா?"

"அவதே"

"அவ ஊரறிஞ்ச தேவுடியாளாச்சே?"

"சும்மா வாய்க்கு வந்தாப்பல தேவுடியா கீவுடியான்னு பேசாத"

"தேவுடியாளத் தேவுடியான்னு சொல்லாம வேற எப்படிச் சொல்றது?"

"நீ கண்டயா? காங்காம ஒரு பழம பேசப்படாது"

"அதெல்லா கண்டுதேம் பேசுது"

"செரி இருந்துட்டுப் போவுட்டு, நம்புளுக்கென்ன? அவவ தேவைக்கு அவவ போறா"

"அதச் சொல்லு"

“மோவனுக்குப் பொண்டாட்டி புள்ளையிருக்குதே, அதிலீமு ஒண்ணு பொட்டப் புள்ள. இன்னார வயுசுக்கே வந்துருக்குமாப்பறொ?”

“அவ இனி என்ன பண்ணுவாளோ காணா”

“எவொ?”

“மோவம் பொண்டாட்டி”

“இவனாட்ட அவளுமு எவனையாச்சுங் கூட்டிக்கிட்டு ஓட வேண்டீததுதே”

“அல்லாரு அப்பிடியே இருப்பாங்களாக்கு?”

“எந்தப் பொம்பள பொறக்கீல தேவடியாளா பொறக்கறா? சந்தர்பஞ் சூழ்நெல என்னமோ அப்பிடிக் கொண்டுபோயி உட்டுறுது”

“அது செரியே, என்ன பண்ணுவா பாவம்? இந்தத் தெள்ளவாரி உட்டுட்டு வந்தாப்பல அவ உட்டுப்புட்டு வந்தர முடியுமா? பெத்தவ, எதையாவதொண்ணப் பண்ணிக் காப்பாத்தத்தான பாப்பா?”

“எதுக்கப்பா பொளப்பத்த பேச்சுப் பேசிக்கிட்டிருக்கறீங்க? அவனவம் பொளப்பே நாறிக் கெடக்குது. இன்னத்த நாத் தேரு. கைல சல்லிப் பைசாவக் காணா. எவங்கிட்டப் போயித் தலையச் சொறிஞ்சுக்கிட்டு நிக்கறதுன்னு தெரீல”

“சொறியறதுக்கு மசுரு வேணுமல்லொ? சட்டியக் கவுத்து வெச்சாப்பல மண்டைய வெச்சுக்கிட்டு எனத்தச் சொறியறது?”

பேச்சுயரச் சிரிப்புயரும்.

மாஸ்டர் அவர்களோடு சேர்ந்து சிரிப்பான். நகரின் ஏதாவதொரு டீக்கடையில் தன்னைப் பற்றியும் இப்படிப் பேசிச் சிரிப்பதற்கு யாராவது இருந்துகொண்டிருப்பார்களா என யோசிப்பான். மனதில் அதுபற்றிய பயங்கரமான கற்பனைகள் மூளும். கசப்பு விழுங்க முடியாத அளவுக்குத் தீவிரம் கொள்ளும். பிறகு அவன் மௌனமாகிவிடுவான். கடையைச் சீக்கிரமே எடுத்து வைத்துவிட்டு மனத்தின் புயலைத் தணிக்கப் பரதேசியைத் தேடிக்கொண்டு போவான். அடிவாரக் காட்டின் தனிமையில் ராட்சத ஆமையொன்றின் கவிழ்ந்த உடலைப் போலத் தட்டையாகக் கிடக்கும் பாறையொன்றின் மீது எதிரெதிராக மண்டியிட்டு உட்கார்ந்தபடி இருவரும் குடிப்பார்கள். போதை மிகும்போது மாஸ்டர் கண்ணீர் விட்டு அழத் தொடங்கிவிடுவான்,

“தப்புப் பண்ணிப்புட்டெம் பெருசு, பெரிய தப்புப் பண்ணிப் புட்டெ. பொண்டு புள்ளைகள உட்டுப்புட்டு இவளோட வந்துட்டனே, அங்க அதுக செத்துதா பொளச்சுதான்னு தெரீலியே”

“அழுவாத மாஸ்டர், எல்லாஞ் செரியாப் போயிரு”

“என்ன செரியாப் போயிரும் பெருசு?”

ஆறுதலை வேண்டுபவனைப் போலத் தன் வாழ்வின் எல்லா ரகசியங்களையும் வெட்கமோ அவமானமோ இன்றிப் பரதேசியின் கருணையின் ஆழம்கொண்ட திருவோட்டினுள் தலைகீழாகக் கவிழ்த்துத் தன் துக்கத்தின் கலயங்களை வெறுமையாக்கிக் கொள்வான். பரதேசி கேட்டுக்கொண்டு அமைதியாக இருப்பான். அவனுக்குள்ளும் ஒரு விம்மல் எழுந்து தணிவது போல் தோன்றும். பிறகு தொண்டையைச் செருமிக்கொண்டு திடமான குரலில் பேசத் தொடங்குவான். பிறப்பின் அபத்தம் பற்றியும் இருத்தலின் அவஸ்தைகள் பற்றியும் வாழ்வின் அர்த்தம் குறித்தும் அவன் பேசிக்கொண்டு போவதில் ஒரு சொல்லும் மாஸ்டருக்குப் புரியாது. அவனை ஒரு ஞானியெனக் கற்பனை செய்துகொண்டு போதை தலைக்கேறிச் சரியும்வரை கைகட்டி அவன் முன்னால் பவ்யமாக உட்கார்ந்திருப்பான்.

பிறகு அதை நினைத்து வெட்கமடைவான். தன் அந்தரங்கங்களைக் கொட்டிவிட்டதைக் குறித்தும் பரதேசியை ஞானியெனக் கற்பனை செய்துகொண்டதைக் குறித்தும் உருவாகும் வெட்கம்.

நான்கு

பரதேசிக்கு மூச்சிரைத்தது. வியர்த்துக் கொட்டியது. மீதமிருந்த ஐநூற்று நாற்பது படிக்கட்டுகளையும் ஒரே வீச்சில் கடக்க முயன்றிருந்தான். கால்கள் பின்னிக்கொண்டன. ஒரு சமயம் கண்கள் இருளத் தென்பட்ட உபய மண்டபமொன்றின் சுவரில் சாய்ந்து கொண்டான். கண்டது வெறும் தோற்றமோ? குருதியில் கலந்துவிட்ட கஞ்சாவின் போதை தந்த மயக்கமோ? வருடங்களுக்கு முன்பே பற்றிக்கொண்டுவிட்ட மனப்பிறழ்வின் விளைவோ? யோசித்தபடியே அடிவாரத்தை எட்டியபோது கொஞ்சம் திடப்பட்டிருந்தான். பதற்றத்தைத் தணித்துக்கொள்ள ஏதாவது இருக்கிறதா எனத் தன் அழுக்கேறிய காவிப்பைக்குள் கையைவிட்டுத் துளாவியதில் ஒன்றுமே கிடைக்கவில்லை. சிகரெட் வாங்குவதற்காகவே மாஸ்டரின் டீக்கடைக்கு வந்தான். டீக்கடைப் பெஞ்சில் இரண்டு பேர் உட்கார்ந்திருந்தனர். எதிரே ஒருவன் நின்றுகொண்டிருந்தான். நின்று கொண்டிருந்தவன்

உட்கார்ந்து கொண்டிருந்தவனிடம் ஏதோ கேட்டுக் கொண்டிருந் தான். மாஸ்டர் டீ ஆற்றிக்கொண்டிருந்தான். அவன் மனைவி துருவேறிய நாற்காலியொன்றில் கால்களை மடக்கி உட்கார்ந்தபடி எதையோ மென்று கொண்டிருந்தாள். எல்லோருமே சாதாரண மாகத் தென்பட்டார்கள். யாரையாவது பார்த்தவுடன் புன்னகைப்பதற்கு எல்லோருக்குமே முடிந்திருந்தது. உலகின் மகத்தான மனிதர்களில் ஒருவர் அம்மலைப்பாதையின் உபய மண்டபமொன்றில் அரிதுயில் கொண்டிருப்பது பற்றிய தகவல் யாருக்கும் தெரிந்திருக்கவில்லை. பரதேசி தன் கண்களைச் சந்திக்க முயன்றுகொண்டிருந்ததை மாஸ்டர் கவனித்தான். பனித்திருந்த சாம்பல் நிறக் கண்களில் எதையோ கேட்கவோ சொல்லவோ முற்படும் தவிப்பு.

"தீப்பெட்டி வேணுமா பெருசு?"

பரதேசி பதில் சொல்லவில்லை. மாஸ்டர் கொதித்துக் கொண்டிருந்த பால் பாத்திரத்திற்குள் அலுமினியக் கரண்டி ஒன்றை விட்டு மூர்க்கமாகத் துளாவினான். தம்ளர்களை அலசினான். வேறு என்ன செய்வதெனத் தெரியாததால் சும்மா இருக்க முடிவு செய்தான்,

"டீ சாப்பிடறியா பெருசு?"

பரதேசி அதற்கும்கூடப் பதிலளிக்கவில்லை. பார்வை இன்னும் துளைத்துக்கொண்டிருந்தது.

"என்ன பெருசு? ஒரு மாதிரி முளிக்கறே? நல்லா இல்லையோ?"

ஆழ்ந்த பெருமூச்சொன்றின் பிறகு பரதேசி வெள்ளியங் கிரிப்புதூர் சுப்பிரமணியக்கவுண்டரின் உபய மண்டபத்தில் தான் கண்டதைப் பற்றித் மிகத் தணிந்த குரலில் சொல்லத் தொடங்கினான். மாஸ்டரிடம் எந்த அதிர்ச்சியும் தென்பட வில்லை. அவன் எதையும் கேட்கவில்லை. ஈர்க்குச்சி ஒன்றை உருவிப் பல்லிடுக்குகளைக் குத்திக்கொண்டிருந்தான். ஆனால் சடலம், காமராஜர் போன்ற சொற்களைக் கேட்டபோது பரதேசி முக்கியமான வேறு ஏதோ ஒன்றைப் பற்றிச் சொல்லிக் கொண்டிருக்கிறான் எனத் தோன்றியது,

"இப்ப என்ன பெருசு, இருந்திருந்தாப்பல உனக்கு காமராஜர் நெனப்பு?"

பரதேசி எல்லாவற்றையும் மற்றொரு முறை சொல்லத் தொடங்கினான். பொறுமையாகக் கேட்டுக்கொண்டிருந்த மாஸ்டர் கடைசியில் ஆத்திரமடைந்து அவனை முட்டாள்

என்றான். அதனுடன் கூடவே மோசமான கெட்ட வார்த்தைக ளடங்கிய சில வசைச் சொற்களை எறிந்தான். பரதேசி அவற்றைப் பொருட்படுத்தவில்லை. தான் சொன்னவை உண்மையெனத் திடமான குரலில் மீண்டும் அழுத்திச் சொன்னான். வேறெது வும் கேட்காமல் சற்றுநேரம் மௌனமாக இருந்தான் மாஸ்டர். அங்கிருந்தே பார்க்க முடியும் என நம்பியவனைப் போல அண்ணாந்து மலையைப் பார்த்தான். எழுந்து பொடக்காணிவரை நடந்துவிட்டுத் திரும்பினான். பிறகு "போய்ப் பாத்தாத்தேங் கெடக்குது" எனத் தனக்குத்தானே சொல்லிக்கொள்வது போல் முனகியவன், "சித்த நேரத்திக்குக் கடயப் பாத்துக்க மதி" என மனைவியை அழைத்துச் சொல்லிவிட்டுப் பரதேசியுடன் புறப்பட்டான். அவனது வாடிக்கையாளர்களில் ஒருவன் ஆர்வம் மேலிட்டவனாகத் தானும் அவர்களுடன் நடந்தான். அடிவாரப் படிக்கட்டில் உட்கார்ந்திருந்த பிச்சைக்காரன் ஒருவனும் அவனிடம் பேச்சுக்கு உட்கார்ந்திருந்த வனக்காவலர்கள் இருவரும் தேவஸ்தான ஊழியரும் போகும் வழியில் அவர்களுடன் சேர்ந்துகொண்டனர், "உம்பேச்சக் கேட்டு இத்தன பேரு பொளப்பக் கெடுத்துக்குட்டுக் கூட வாறெ. நீ சொன்னாப்பல மண்டபத்துல ஒண்ணுமில்லாமப் போச்சுன்னு வெச்சுக்கொ பெருசு, படிக்கட்டுல உருட்டித் தள்ளிப்புடுவெ" எனப் பரதேசியை எச்சரித்தபடியே மற்ற ஐந்து பேரையும் முந்திக்கொண்டு நடந்த மாஸ்டர் மண்டபத்தை அடைந்தபோது பின்வாங்கி அங்கிருந்த குழாயில் கை, கால், முகங்களைச் சுத்தமாகக் கழுவிக்கொண்டு கடைசி ஆளாக உள்ளே நுழைந்தான்.

அப்போது மாஸ்டருக்குக் கண்கள் கலங்கத் தொடங்கி யிருந்தன. தன்னையறியாமல் அவனது மேனியில் ஒரு சிலிர்ப்பு.

ஐந்து

அவள் எவ்வித ஆடையுமற்றவளாகத் தன் நிர்வாணத்தைப் போர்த்திக்கொண்டு சுருண்டு கிடந்தாள்.

இன்ஸ்பெக்டர் உள்ளே நுழைந்தபோது துருவேறிய கதவிலிருந்து எழுந்த கிரீச்சிடல் முன்பு போல் அவளைத் திடுக்கிடச் செய்யவில்லை. திடுக்கிடுவதற்கு இனி ஒன்று மில்லை. முழு உடலும் மீதம் வைக்காமல் ஏற்கனவே குதறப்பட்டுவிட்டது. பெண்மையின் இயல்பான குணமான வெட்கம்கூடக் கொன்றொழிக்கப்பட்டுவிட்டது. அவ்வள வுக்குப் பிறகும் குறைந்தபட்சம் முனைகள் உடைந்த தன் முலைகளையாவது மறைத்துக்கொள்ள அவள் விரும்பியிருப் பாள்தான். ஆனால் ஒரு கந்தல்கூட அருகில் இல்லை. மூன்று நாள்களாக அடைபட்டுக் கிடக்கும் அச்சிறு அறைக்குள்

வெளிச்சம் நுழையும் ஒவ்வொரு சிறு தருணத்திலும் ஏதாவதொரு துண்டுத்துணி அல்லது காகிதக் கிழிசல் தென்படுமா என அவள் தன் உயிரற்ற பார்வையால் தேடிப் பார்த்திருந்தாள். காணக் கிடைப்பவை காலியான மதுப் பாட்டில்களும் கரிந்த சிகரெட்துண்டுகளும் பயன்படுத்தி வீசப்பட்ட ஆணுறைகளும் அவளைச் சித்திரவதைக்குள்ளாக்கும் வினோதமான கருவிகளும் இன்னும் ஏராளமான குப்பைகளும்தாம். தரையிலும் சுவர்களிலும் உலர்ந்து உறைந்த ரத்தத் துளிகள். அவளுடையதும் அவளுக்கு முன்பு விசாரணைக்காக அழைத்துவரப்பட்டுக் கிழித்துப் போடப்பட்ட மற்ற உடல்களுடையதும். இன்ஸ்பெக்டரோ கான்ஸ்ட்பிள்களோ ரைட்டரோ இப்போது அங்கு வரும்போது அவர்களது கண்கள் அவளைப் பொசுக்கும் காமத்தின் கொடிய நெருப்பாகப் பற்றியெரிவதில்லை. கிடைக்கும் ஒவ்வொரு சந்தர்ப்பத்திலும் எவனும் அவளுடைய முலைகளைக் கசக்கி வலியை ஏற்படுத்திவிட்டுப் போவதில்லை. ஒருவன் அவள் மீது கவிந்திருக்கும்போது மற்றவன் குறியைக் கையில் பிடித்துக்கொண்டு தன் முறைக்காகக் காத்திருப்பதில்லை. அவளுடைய யோனி இப்போது உருக்குலைந்துவிட்டது. பயனற்றதாகிவிட்டது. உருக்குலைவின் கெட்ட நீர் அதிலிருந்து வழிந்துகொண்டிருக்கிறது. துர்நாற்றத்தைத் தாள முடியாமல் இன்ஸ்பெக்டர் கைக்குட்டை யால் நாசியைப் பொத்திக்கொள்கிறான். கான்ஸ்டபிள்களில் ஒருவன் உலகின் மிக நீண்ட குறியைப் போன்ற லத்தி ஒன்றைக் கையில் வைத்துக்கொண்டிருக்கிறான், “அதச் சொருகு” எனக் கட்டளையிடுகிறான் இன்ஸ்பெக்டர். அவளுடைய தந்தையின் வயதொத்த அந்தக் கான்ஸ்டபிள் எந்தத் தயக்கமும் இல்லாமல் ஒரு பொறியாளனின் லாகவத்தோடு அவளுடைய யோனிக்குள் லத்தியைச் செருகுகிறான். எஞ்சியிருக்கும் உயிரின் சக்தியைக் கொண்டு அவள் தன்னால் முடிந்தவரை ஓலமிடுகிறாள். யாரையாவது உதவிக்கு அழைக்க விரும்புகிறாள். சில முகங்கள் நினைவுக்கு வருகின்றன. மூன்றாண்டுகளுக்கு முன்பு மரணமடைந்த அவளுடைய தந்தை, ஞாபகங்களின் தொலைவிலிருக்கும் தாய், அவளை வீட்டை விட்டுத் துரத்திய சகோதரன், கைவிட்டுவிட்டுப் போன காதலன், அடைக்கலம் கொடுத்த தோழர்கள் என நினைவின் தூர்ந்த கிணற்றுக்குள் மூழ்கியிருக்கும் சில முகங்கள், “சொல்லு, எங்க கொண்டு போயி வெச்சுருக்கறே? சொல்லு, சொல்லுடி தேவுடியா” அவள் ஏதாவது சொல்ல நினைக்கிறாள். பாம்பினுடையதைப் போல் இரண்டாகப் பிளக்கப்பட்டுவிட்ட நாக்கு சுழல மறுக்கிறது. பேச முற்படும்போது அவ்விரண்டில் ஏதாவதொன்று உடைந்து நொறுங்கிவிட்ட பற்களுக்கிடையே சிக்கிக்கொள்கிறது, “சொல்லுடி தேவுடியா. இல்லாட்டிக் கொன்னு போட்டுருவேன். நா யாருன்னு உனக்குத்

தெரியுமாடீ? தெரியுமாடீ திருட்டுத் தேவுடியா முண்டெ.” அவள் “கடவுளே” என முனகுவதற்கு விரும்புகிறாள். நகரத்தின் பெருமிதமாக உயர்ந்து நிற்கும் மலைஉச்சியில் தன் காதலிகளோடு வீற்றிருக்கும் அவளுக்குப் பிரியமான முருகக்கடவுளின் கருணை மிகுந்த முகத்தில் மிதந்து கொண்டிருக்கும் குளிர்ந்த கண்களை நினைத்துக்கொள்கிறாள். அப்போதுதான் அவன் தன் ப்ரௌன் நிற ஷூ அணிந்த கால்களிலொன்றை உயர்த்தி அவளது வயிற்றின் மீது வைத்திருந்தான், “சொல்ல மாட்டே, சொல்ல மாட்டே, என்ன கொழுப்புடீ உனக்கு?” மனப்பிறழ்வுக்குள்ளாவ திலிருந்து தப்புவதற்காக அவள் தன் ஞாபகக் குளத்தில் மூழ்குகிறாள். அதன் கலங்கிய ஆழங்களில் புத்தன், இயேசு, காந்தி எனச் சில பெயர்கள் எந்தக் கவலையுமற்றவையாய்த் நடமாடிக்கொண்டிருப்பது அவளுக்குச் சோர்வூட்டுகிறது. இந்தப் பெயர்கள் எல்லோருக்கும் தெரிந்தவைதான். அவர்களில் யாரையும் அவள் பார்த்ததில்லை. இருபத்தியேழே வயதான ஒரு பள்ளிக்கூட ஆசிரியைக்கு அதற்கான வாய்ப்புகளும் இல்லை. அவள் அவர்களது புகைப்படங்களைப் பார்த்திருக்கிறாள். அவர்களைப் பற்றிப் படித்திருக்கிறாள். தன் மாணவர்களுக்கு அவர்களது வாழ்வின் உன்னதங்களைக் கற்பித்திருக்கிறாள். அந்தப் பெயர்களில் இரண்டு அவதார புருஷர்களுடையவை. ஒருவர் அவளுடைய துன்பத்தைக் காணச் சகியாமல் தன் அரண்மனையை விட்டு வெளியேறியவர். மற்றொருவர் அவளுக்காகச் சிலுவை சுமந்தவர். மூன்றாமவர் அவளது சுதந்திரத்தை நிலைநாட்டியவர். இப்போது எல்லோருமே முகத்தைத் திருப்பிக்கொண்டு விட்டார்கள். அவளிடமிருந்து விலகித் தொலைதூரங்களுக்குச் சென்றுவிட்டார்கள். அவள் அவர்களில் யாரையாவது உதவிக்கு அழைக்க நினைத்தாள். ஒரு சிறு உதவிகூடப் போதும். அவளுடைய நிர்வாணத்தின் சிறு பகுதியை மறைத்துக்கொள்வதற்கான கந்தலொன்றைத் தந்தால்கூட இருபத்தியேழே வயதான அந்த இளம் பள்ளிக்கூட ஆசிரியையால் அவர்களுக்கு விசுவாசமாக இருக்க முடியும். ஆனால் அவர்களில் யாருமே தங்களுடன் எதையும் கொண்டு சென்றவர்களில்லை. தம் சொந்த நிர்வாணத்தை மறைத்துக் கொள்வதற்கே எதையும் வைத்துக்கொண்டிருக்க விரும்பி யிருக்காதவர்களுக்குக் கொண்டுசெல்ல என்ன இருந்திருக்க முடியும் என நினைத்தாள் அவள். இருபத்தியேழு வருடங்களில் சக்தி வாய்ந்ததாகக் கருதப்படும் எந்தக் கடவுளையும் தான் விசுவாசித்தவளல்ல என்பது அவளது நினைவுக்கு வந்தது. முருகனைக்கூடக் கடவுளாக அல்ல, குழந்தைமையின் பேதமை தவழும் பேரழகுக்காகவே விரும்பியது. இப்போது திடீரென ஏற்பட்டுவிட்ட கையறுநிலையில் அழைத்தால் மட்டும் வந்து

நிற்க கடவுளர்களுக்கு என்ன கட்டாயம்? வீட்டில்கூட எந்தக் கடவுளின் உருவமும் இருந்து அவள் பார்த்ததில்லை. அவளுடைய தந்தை நம்பிக்கை வைத்திருந்த ஒரே கடவுள், சட்டமிடப்பட்ட கறுப்பு வெள்ளைப் புகைப்படமாக அன்றுவரையிலும்கூட வீட்டுச் சுவரில் தொங்கிக்கொண்டிருக்கும் காமராஜர் மட்டுமே தான். கல்விக் கண் கொடுத்த கடவுள் என அவரைப் பற்றிச் சொல்லிக் கொண்டிருந்தார் அவளுடைய தந்தை. கறுப்பு வெள்ளைக் கடவுள். மிகச்சிறு வயதிலேயே அவரைப் பற்றி அவள் மனதில் படிந்துவிட்ட சித்திரம் அது, "எனக்கு மட்டும் அல்ல, உனக்கும் உன்னைப் போல மற்ற எல்லோருக்கும் அவர் கடவுள்" என அப்புகைப்படத்தைக் காட்டிக் காட்டிப் படியவைக்கப்பட்ட சித்திரம். தந்தையின் நினைவாகவே அவள் அந்தப் புகைப்படத்தைப் பாதுகாத்து வைத்திருந்தாள். அந்தக் கறுப்பு வெள்ளைக் கடவுள் கொடுத்திருந்த கண்களைத்தான் இப்போது அவளால் திறக்க முடியவில்லை. இருள் அடர்ந்த புகைமூட்டமாக அவளுடைய பிரக்ஞையின் மீது கவிந்திருக்கிறது. யாரோ அவளுடைய நகக்கண்களில் ஊசியேற்றுகிறார்கள். யாரோ ஏற்கனவே கத்தரித்துச் சின்னாபின்னமாக்கப்பட்ட அவளுடைய கூந்தலின் எஞ்சிய கற்றைகளை வேரோடு பறித்தெடுக்க முயல்கிறார்கள். அவளுடைய தந்தையின் வயதை யொத்த அந்த கான்ஸ்டபிள்தான். அவருக்கு முடியவில்லை. வியர்வையாலும் அழுக்காலும் எச்சிலாலும் ரத்தத்தாலும் பிசுபிசுத்துக் கிடக்கும் கூதரையான முடிக்கற்றைகள் வயதான அந்தக் கைகளுக்குச் சிக்காமல் வழுக்குகின்றன. அவருக்கு மூச்சிரைக்கிறது. கண்கள் பிதுங்குகின்றன. நாக்கு உலர்கிறது. அவளுக்கு அந்த வயதான கான்ஸ்டபிள் மீது பச்சாதாபம் ஏற்படுகிறது. செருகிக்கொண்டிருக்கும் தன் கண்களில் மீதமிருக்கும் அன்பின் கடைசித் துளிகளை அவருக்குப் பருகத் தர முடியுமா என அவள் யோசிக்கிறாள், "என்னய்யா, முடீலயா? நாடி தளந்து போச்சா?" எனக் கேட்டு அவளது யோனியின் ரத்தக்கறை படிந்த லத்தியால் அவரது மண்டையில் ஒரு தட்டுத் தட்டுகிறான் அந்த இன்ஸ்பெக்டர். கான்ஸ்டபிள், "ஐயோ" என அலறுகிறார். மண்டையைத் தேய்த்துவிட்டுக்கொள்வதற்காக அவளது கூந்தலிலிருந்து பிய்த்தெடுக்கப்பட்ட முடியின் ஒரு கற்றையை உதறிவிட்டு கைகளை உயர்த்துகிறார். இன்ஸ்பெக்டர் விளையாட்டுக் காட்டுவது போல் இன்னொரு முறையும் தட்டுகிறான். அது அவளுக்கு வேடிக்கையாக இருக்கிறது. அவள் சிரிக்க முற்படுகிறாள். அதற்கான அற்ப வலிமையுங்கூட அவளிடம் எஞ்சியிருக்கவில்லை. அவளது வீங்கிய உதடுகளின் மீது இறந்துகொண்டிருக்கும் புன்னகையாக மட்டுமே அவளால் அதை வெளிப்படுத்த முடிகிறது.

இன்ஸ்பெக்டர் குழப்பத்துடன் புருவத்தை உயர்த்துகிறான். ஏமாற்றத்துடன் பெருமூச்சு விடுகிறான்.

ஒரு சைகையின் மூலம் எல்லாவற்றையும் கைவிடச் சொல்லி அங்கிருந்த எல்லோருக்கும் உத்தரவிடுகிறான்.

ஜிப்பைக் கழற்றித் தளர்ந்துபோன தன் குறியை வெளியே எடுத்து நிரந்தரமாக உறைந்துவிட்ட அந்தப் புன்னகையின் மீது மூத்திரத்தைப் பீய்ச்சியடிக்கிறான். பிறகு நிதானமாக நடந்து அந்த நரகத்தை விட்டு வெளியேறுகிறான்.

ஆறு

ஓய்வேயில்லாமல் குடித்துக்கொண்டிருந்தான் இன்ஸ்பெக்டர். பறவைகளும் அணில்களும் தும்பைச் செடிகளும் இன்னும்கூட எஞ்சியிருக்கும் புறநகரின் ஒரு பகுதியில் இருந்த வீட்டின் இரண்டாம் தளத்திலிருந்த அவனுடைய தனிப்பட்ட அறையின் கதவு உள்புறமாகத் தாளிடப்பட்டிருக்கிறது. கைபேசி அணைத்து வைக்கப்பட்டிருக்கிறது.

கதவைத் தட்டவோ அழைப்பு மணியை அழுத்தவோ யாராவது முயன்றால் அதற்கு எந்தப் பலனும் கிடைப்பதில்லை. பள்ளி ஆசிரியையான அவனது மனைவியோ கல்லூரி மாணவியான மகளோதான் அதற்கு முற்படுபவர்கள். வேறு யாருக்கும் அதற்கான துணிவைத் தர அவன் விரும்புவதில்லை. அதுபோன்ற தருணங்களில் உயரதிகாரிகளுங்கூட அவனைத் தொந்தரவு செய்வதில்லை. அவர்கள் புரிந்துகொள்கிறார்கள். அப்போது அவனுக்கு ஓய்வு தேவைப்படும். ஒவ்வொரு வெற்றிகரமான நடவடிக்கைக்குப் பின்னும் அவனுக்கு மனம் இறுகிவிடுகிறது. தளர்த்திக் கொண்டு அன்றாடங்களுக்குத் திரும்ப ஏதாவது செய்தாக வேண்டும். நாள் முழுவதும் குடிப்பது, யாரையாவது புணர்ந்துகொண்டிருப்பது, குடும்பத்தினருடனும் நண்பர்களுடனும் கோவில்களுக்கோ சுற்றுலாத் தலங்களுக்கோ செல்வது. எது என்பது அவனது தேர்வு. தேவையான ஏற்பாடுகள் துறையின் மூலம் செய்து தரப்பட்டுவிடும். புகழ்பெற்ற என்கௌன்டர் ஸ்பெஷலிஸ்டான அவனுக்கு அதுபோன்ற சலுகைகளை அளிப்பது நிர்வாகத்தின் கடமை. அவன் இரையை ஒருபோதும் தப்பவிடாத புலி. வேட்டை அவனது ரத்தத்தில் ஊறியதல்லவென்றாலும் அதைத் திறம்படக் கற்றுக்கொண்டிருப்பவன். குற்றவாளிகளிடமிருந்து ரகசியங்களை வாங்குதில் எந்த எல்லையையும் கடக்கத் தயங்காதவன். துறையில் அவனைப் போலச் சித்திரவதையின் நுட்பங்களைப் பயின்று வைத்திருப்பவர்கள் அதிகம் பேர் இல்லை. அது ஒரு

கலை என அவனே சொல்வான். அப்படியானால் அதில் செய்நேர்த்தியின் உச்சத்தை அடைந்திருப்பவனும் அவனே என்று துறை அவனைப் புகழ்கிறது. ஒருபோதும் அவன் அவற்றைப் பற்றி வாய்திறப்பதில்லை. ஒன்று முற்றுப்பெற்றதோடு அதைப் பற்றிய நினைவுகளும் அழிக்கப்பட்டுவிட வேண்டும் என்பது அவனுடைய கொள்கை. காவல்நிலைய மரணங்கள், போலி என்கௌன்டர்கள் மற்றும் வன்புணர்ச்சிகளுக்காகவும் கூட்டு வன்புணர்ச்சிகளுக்காகவும் குற்றம் சுமத்தப்பட்டு நீதிமன்றங்களில் நிறுத்தப்படும்போதும் அவன் தன் மௌனத்தைக் கலைத்துக்கொள்வதில்லை. கேட்கப்படும் கேள்வி எதுவாக இருந்தாலும் இல்லை என்றோ தெரியாது என்றோதான் பதில் சொல்கிறான். சாட்சியங்களையும் தடயங்களையும் அழிப்பதில் அவன் ஒருபோதும் அக்கறை காட்டியதில்லை. அவை சில சமயங்களில் அவனுக்கெதிராகச் செயல்பட்டு விடுகின்றன. நீதிமன்றம் தன் சட்டப் பிரிவுகளிலிருந்து ஏதாவதொன்றை மேற்கோள் காட்டி அவனைத் தண்டித்துவிடுகிறது. அதனால் அவனைப் பணியிட மாற்றம் செய்ய வேண்டியிருக்கிறது. அவனுக்கு அளிக்கப்பட வேண்டிய பதவி உயர்வை நிறுத்திவைக்க வேண்டியிருக்கிறது. மாவட்டக் காவல் அதிகாரியின் தனது முந்தைய நிலையிலிருந்து அம்மலை நகரத்தின் பாழடைந்த கட்டடத்தில் இயங்கிக்கொண்டிருக்கும் ஸ்டேஷனில் ஒரு சாதாரண இன்ஸ்பெக்டராகப் பணிபுரிய நேர்ந்திருப்பது அதனால்தான். இவ்வளவையும் கடந்துதான் அந்தக் கட்டடத் திலிருந்து முந்தையநாள் அதிகாலையில் கொண்டுசெல்லப் பட்ட இருபத்தியேழே வயதான ஒரு பெண்ணின் குதறப்பட்ட உடல் அவனுக்கு நெருக்கடியை ஏற்படுத்தியிருக்கிறது. கிட்டத்தட்ட எல்லா உண்மைகளும் வெளிக்கொணரப்பட்டுவிட்டன. சித்திரவதைக்கூடத்தின் ஏதோ ஒரு சுவர், அல்லது ஒரு கறுப்பு ஆடு அவனைக் கண்காணித்திருக்கிறது. நகரில் பதற்றம் கூடிக்கொண்டிருக்கிறது. ஆசிரியர், மாணவர் அமைப்புகளும் பெண்கள் அமைப்புகளும் போராடிக் கொண்டிருக்கின்றன. தொலைக்காட்சி அலைவரிசைகளிலும் நாளிதழ்களிலும் காட்டப்படும் சித்திரவதையின் ஒரு காட்சித் துண்டு மனித உரிமை அமைப்புகளைக் கொந்தளிக்க வைத்திருக்கிறது.

அவனுடைய உயரதிகாரிகள் எல்லாவற்றுக்கும் பதிலளித்துக் கொண்டிருக்கிறார்கள். அவளை ஒரு பயங்கரவாதியாகச் சித்திரிப்பதில் துறை, கிட்டத்தட்ட வெற்றிபெற்றிருக்கிறது. அவளிடமிருந்து கைப்பற்றப்பட்டதாக ஒரு துப்பாக்கியும் சில துண்டறிக்கைகளும் ஊடகங்களுக்குக் காட்சிப்படுத்தப் பட்டிருக்கின்றன. இல்லாவிட்டால் நிலைமை கைமீறிப்

போயிருந்திருக்கும். ஆனால் இது வீட்டுக்குள்ளேயே புயலை மூளச்செய்யும் என்பது அவன் சற்றும் எதிர்பாராதது. கல்லூரி மாணவியான அவனுடைய மகள் ஒரு கெட்ட ஆவியைப் போல் அவ்வீட்டுக்குள் நடமாடிக்கொண்டிருக்கிறாள். வரவேற்பறையிலும் கூடத்திலும் நடைவழிகளிலும் படிக்கட்டுகளிலும் படுக்கையறைகளிலும் போர்டிகோவிலும் தோட்டத்திலும் மற்ற எல்லா இடங்களிலும் வன்மத்துடன் பதிந்துகொண்டிருக்கும் அவளது காலடிகளால் வீடு அதிர்கிறது. பத்தொன்பது வயதேயான அவனுடைய செல்ல மகள் மனப்பிறழ்வுக்குள்ளானவளைப் போலக் கூச்சலிட்டுக்கொண்டிருக்கிறாள். கால்கள் தடதடக்க அவள் மாடிப்படியேறி வரும்போது அவன் பதற்றமடைகிறான். உள்புறமாக இறுகத் தாழிடப்பட்டிருக்கும் கதவு அவள் சோர்வுற்றுத் திரும்பிச் செல்லும்வரை நடுங்கிக்கொண்டிருப்பதையும் அவனது கோப்பையில் நிரம்பியிருக்கும் விஸ்கி தன் வெதுவெதுப்பை இழப்பதையும் இன்ஸ்பெக்டர் தன் வெற்றுக் கண்களால் பார்த்துக் கொண்டிருக்கிறான். அவளுடைய மிருதுவான கரங்களால் எப்படி அவ்வளவு மூர்க்கமாகக் கதவைத் தட்ட முடிகிறது என ஆச்சரியப்படுகிறான். தன் சொந்தத் தகப்பனின்மீது வசைமாரி பொழிவதற்குரிய அவ்வளவு கொடிய, ஆபாசமான சொற்கள் அந்தச் சின்னஞ்சிறு பெண்ணுக்கு எங்கிருந்து கிடைத்திருக்கக்கூடுமென யோசித்துப் பார்க்க முயல்கிறான்.

கூடவே கடந்த பல ஆண்டுகளாகப் பிரயோகித்துக் கொண்டிருக்கும் வசைச்சொற்களைத் தான் எங்கிருந்து கற்றுக்கொண்டோம் என்பதைப் பற்றியும் யோசிக்க முயன்றான் இன்ஸ்பெக்டர்.

ஆனால் அவன் சோர்வுற்றிருக்கிறான். எதையும் ஆழமாக யோசிக்க முடியவில்லை. மூளை மழுங்கிக் கிடக்கிறது. இது இயற்கையானதுதான். கடந்த முப்பத்தாறு மணி நேரமாகத் தொடர்ந்து குடித்துக்கொண்டிருந்ததாலும் இருக்கலாம். தோல்வி சகிக்க முடியாததாக இருக்கும் போதுதான் இன்ஸ்பெக்டர் அவ்வளவு மோசமாகக் குடிக்கிறான். தோற்கடிக்கப்படும்போதும் அவமானத்துக்குள்ளாக்கப்படும்போதும். இருபத்தேழு வயதேயான அந்தப் பள்ளி ஆசிரியை தனது பலவீனமான புன்னகை ஒன்றின் மூலம் அவனைத் தோற்கடித்துவிட்டாள். மோசமாக அவமதித்துவிட்டாள். அவன் மூத்திரத்தைப் பீய்ச்சியடித்துக் கொண்டிருந்த போதுதான் அவளது முகத்தில் புன்னகை தோன்றியது. பிறகு உறைந்துவிட்டது. மரணம் புன்னகையைத் தோற்றுவிக்கிற விஷயமா என்ன? அவனுக்கு அப்படித் தோன்றவில்லை. கொடிய குற்றவாளிகளில் பலர் அவனது கண்களைக் கண்டே ஒடுங்கிவிடுவதை அவன்

அறிவான். ஒருமுறை அவனது கைதியாக இருந்துவிட்டுப் போன பிறகு எஞ்சியிருக்கும் வாழ்வில் என்றுமே புன்னகைக்க முடிந்திராதவர்கள் பற்றிய கதைகள்கூட உண்டு. ஆனால் மரணத்தைப் புன்னகையோடு எதிர்கொண்ட சிலரைப் பற்றி அவன் கேள்விப்பட்டிருக்கிறான். காந்தியோ காமராஜரோ வேறு யாரோ. அவனுக்குச் சரியாக நினைவில்லை. அதுபோன்ற தகவல்களை யாரிடமிருந்தாவது கேள்விப்படும்போதெல்லாம் இன்ஸ்பெக்டர் வெறுமனே தோள்களைக் குலுக்கிக் கொள்வான். அது கட்டுக்கதையாக இருக்கும் எனத் தோன்றும். அவர்கள் மாமனிதர்கள் எனச் சொல்லப்படுகிறார்கள். மரணத்துக்குப் பிறகு அவர்களைப் பற்றி நல்லதாக ஏதாவது சொல்ல வேண்டுமே என்னும் ஆசையால் உருவாக்கப்பட்ட புனைவாகவும் இருக்கக் கூடும். ஆனால் உயிர் துவண்டு விழுந்தபோது அந்த இளம் பள்ளிக்கூட ஆசிரியையின் உதடுகளில் புன்னகை உறைந்திருந்ததே?

"அப்பா, கதவத் தெறங்க அப்பா. எனக்கு உங்ககிட்டப் பேசணும். கதவத் தெறங்க"

"கதவத் தெறங்க அப்பா"

"கதவத் தெறங்க அப்பா, தெறக்க மாட்டீங்களா?"

என்ன பேசுவாள் அந்தச் சிறுமி?

தனக்குத்தான் அவளிடம் பேச இருக்கிறது என நினைத்துக் கொண்டான் இன்ஸ்பெக்டர்.

அவளிடம் சொல்லலாம். அது தன் கடமை என. கடமை மட்டுமேயல்ல, வாழ்க்கை. பத்தொன்பதே வயதான இன்னும்கூடத் தன் பேதமையிலிருந்து விடுபட்டிருக்காத அச்சிறு பெண்ணுக்கு அது புரிவதில்லை. புரிந்துகொள்ளும்போது தான் பிரயோகித்த ஆபாசமான வசைச்சொற்களுக்காகத் தகப்பனிடம் அவள்தான் மன்னிப்புக் கேட்க வேண்டியதாயிருக்கும். அவளைப் பற்றிக் கவலைப்பட வேண்டியதில்லை எனத் தீர்மானித்தான் இன்ஸ்பெக்டர். ஒருவேளை பாழடைந்த அந்தக் கட்டடத்துக்குள் நடைபெற்றிருந்த எல்லாமே படம்பிடிக்கப் பட்டிருந்தால்? ஏதாவதொரு தொலைக்காட்சி அலைவரிசை அதைத் தனது அண்மைச்செய்திப் பக்கத்தில் வெளியிட்டிருந்தால்? அப்படியானால் தகப்பன் தனது புனிதமான சீருடையைக் களைந்துவிட்டு விறைத்த குறியுடன் இருபத்தியேழு வயதுப் பெண்ணொருத்தின் குதறப்பட்ட நிர்வாணத்தின் மீது மூர்க்க மாகக் கவிவதைக் காண வேண்டிய துரதிருஷ்டம் பேதமையி லிருந்து இன்னும் விடுபட்டிருக்காத தன் மகளைச் சூழ்வதை அவனால் தடுக்க முடியாமல் போகலாம்.

இன்ஸ்பெக்டர் மேலும் ஒரு குவளை விஸ்கியை ஊற்றிக் கொண்டான்.

எல்லாமே பொய்யாக்கப்படும்வரை அல்லது தன் செல்ல மகளின் மூர்க்கம் தணியும்வரை, அல்லது அது தகப்பனின் தவிர்க்க முடியாத உத்தியோகக் கடமை என அவள் நம்பத் தொடங்கும்வரை இரண்டாம் தளத்திலுள்ள எவ்விதத் தொடர்புகளுமற்ற அந்த அறைக்குள்ளேயே அவன் முடங்கிக் கிடக்க வேண்டியிருக்கும். அதுவரைக்குமான மது பாட்டில்கள் கையிருப்பில் இருக்கின்றன. அவள் இல்லாத தருணத்தை அறிந்துகொண்டு சாப்பாட்டுத் தட்டுகளுடன் ரகசியமாகத் தன்னிடம் வந்து சேரத் தெரிந்த ஆர்டர்லி இருக்கிறான்.

ஆர்டர்லி பிற்பகலில் வந்து சேர்ந்தான். அவனை உள்ளே அனுமதித்துக் கதவைத் தாளிட்டுக்கொள்ள முயன்றபோது ஆர்டர்லி அது தேவையில்லையென்றான். போராட்டம் இப்போது தணிந்துவிட்டது. அந்த இருபத்தியேழு வயதுப் பள்ளிக்கூட ஆசிரியை ஒரு பயங்கரவாதி எனவும் சட்ட விரோதமாக அவள் கொல்லப்படவில்லையெனவும் தலைமை சொன்னதை அநேகமாக எல்லோருமே ஏற்றுக்கொண்டுவிட்டார்கள். தொலைக்காட்சிகளில் இப்போது ஓடிக்கொண்டிருப்பது முன்பு வெளியிடப்பட்ட அந்தக் காட்சித்துண்டு போலியானது என்பதைச் சொல்லும் தடயவியலாளரின் அறிக்கை. இன்ஸ்பெக்டர் உடனடியாகத் தொலைக்காட்சியை இயக்க உத்தரவிட்டான். எல்லா அலைவரிசைகளிலும் அதுவேதான் செய்தி. எல்லோருமே அவனைப் பற்றிப் பேசிக்கொண்டிருந்தனர். பெரும் தலைவர்கள், அமைச்சர்கள், அதிகாரிகள், மதகுருக்கள், ஆசிரியர்கள், குடும்பப் பெண்கள், கல்லூரி மாணவர்கள், வியாபாரிகள், மூட்டை தூக்குபவர்கள், ரிக்ஷா ஓட்டுநர்கள் எனப் பலரும் திரைகளில் தோன்றி அவனுக்குப் புகழ்மாலை சூடிக்கொண்டிருந்தார்கள். பள்ளி ஆசிரியையின் போர்வைக்குள் ஒளிந்துகொண்டிருந்த மோசமான பயங்கரவாதி ஒருத்தி யிடமிருந்து அவன் நாட்டைக் காப்பாற்றியிருக்கிறான். அவன் நம் காலத்தின் நாயகர்களில் ஒருவன். இளைய தலைமுறை அவனைப் பின்பற்ற வேண்டும். முப்பத்தாறு மணி நேரத்திற்குள் தான் ஒரு நாயகனாக்கப்பட்டிருந்ததைப் பார்த்த இன்ஸ்பெக்டர் புன்னகைத்துக்கொண்டான்.

அவனுடைய செல்ல மகள் இதைப் பார்க்க வேண்டும். "இப்போது என்ன?"

"உங்களிடம் அவசரமாகப் பேச வேண்டுமென்று சொல்லச் சொன்னது தலைமை"

இன்ஸ்பெக்டர் தனது கைபேசியை இயக்கத்துக்குக் கொண்டுவந்தான்.

துறையின் பெருமையை நிலைநாட்டிய நாயகனுக்கு மறுமுனையில் காத்திருந்தது புதிய சவாலான ஒரு பணி.

அவன் உடனடியாகப் புறப்பட்டு மலைமேலுள்ள முருகன் கோயில் படிக்கட்டுகளுக்குச் செல்ல வேண்டும். ஐநூற்று நாற்பதாவது படிக்கட்டுக்கும் நாற்பத்தொன்றாவது படிக்கட்டுக்குமிடையே உள்ள உபய மண்டபத்தில் காமராஜரின் சடலம் கிடக்கிறது. அதை உடனடியாக அப்புறப்படுத்த வேண்டும். உடனடியாக என்றால் அது காமராஜருடைய சடலம் என்பது யாருக்கும் தெரிவதற்கு முன்பாக.

ஆர்டர்லியைக் காத்திருக்கச் சொல்லிவிட்டுக் குளியலறைக்குள் நுழைந்தான். குளிப்பதற்கு முன்பாகச் சவரம் செய்துகொள்ளத் தவறவில்லை. கீழே தரைத்தளத்துக்கு வந்து சலவை செய்யப்பட்டுப் பத்திரப்படுத்தப்பட்ட தனது புனித ஆடையை அணிந்துகொண்டான். குண்டுகள் நிரப்பப்பட்டுத் தயாராக வைக்கப்பட்டிருந்த துப்பாக்கியை உறையில் செருகிக்கொண்டு மனைவியிடம் சொல்லிக் கொள்வதற்காகச் சமையலறைக்குள் நுழைந்தான். "சாப்பிடலயா?" என்பதைத் தவிர வேறு எதுவுமே கேட்காத மனைவியிடம் விடைபெற்றுக் கொண்டு வெளியே வந்தபோது கதவருகே வழியை மறித்துக் கொண்டு பத்தொன்பதே வயதான தனது செல்ல மகள் நிற்பதைப் பார்த்துத் திடுக்கிட்டுப் பின்வாங்க நினைத்தான். ஆனால் அவள் அமைதியாகவே நின்றாள். நல்லதாகவோ கெட்டதாகவோ ஒன்றுமே சொல்லவில்லை. அசைவற்றிருந்த அவளுடைய கண்களில் இன்னும்கூடப் பேதமையின் சுவடு மறைந்திருக்கவில்லை.

ஒருவேளை அவள் புரிந்துகொண்டிருக்கலாம்.

இன்ஸ்பெக்டர் அவளை நெருங்கினான். சாகசங்களுக்கான ஒவ்வொரு புறப்பாட்டின்போதும் செய்வதைப் போல அவளிடமிருந்து ஒரு முத்தத்தைப் பெற்றுக் கொள்ளும் ஆசையுடன் குனிந்து அவளுக்குத் தன் கன்னத்தைக் காட்டினான்.

அந்தச் சின்னஞ்சிறு பெண் முழு வலுவோடும் தன் தொண்டையின் ஆழத்திலிருந்து கோழையைக் காறி அவன் முகத்தில் துப்பினாள். எதையோ முனகினாள். பிறகு தடதடக்கும் ஓசையுடன் முதல் தளத்திலிருக்கும் தனது அறையை நோக்கி நடந்தாள். ஆர்டர்லியைத் தவிர வேறு யாரும் அதைப் பார்க்கவில்லை. இன்ஸ்பெக்டர் நிதானமாக நடந்து வந்து

கறுப்பு வெள்ளைக் கடவுள்

நிலைக் கண்ணாடிக்கு முன்னால் நின்றான். அவளுடைய பழியின் திரவம் வழியும் தன் முகத்தை ஒரு கணம் கூர்ந்து பார்த்தான். கைக்குட்டையை எடுத்து முகத்தை அழுந்தத் துடைத்துக்கொண்டான்.

பிறகு கண்ணாடியுள் தெரிந்த தன் பிம்பத்திடமிருந்து ரகசியமான புன்னகை ஒன்றின் மூலம் விடைபெற்றுக் கொண்டான்.

ஏழு

வெள்ளியங்கிரிப்புதூர் சுப்பிரமணியக் கவுண்டரின் உபயமண்டபம் மௌனத்தின் மூர்க்கமான பிடிக்குள் சிக்கியிருந்தது. அதுபோன்ற சூழலொன்றில் எதிர்பார்க்கக் கூடிய எண்ணிக்கையைக் காட்டிலும் மிகக் குறைவான மனிதர்களே அங்கு தென்பட்டனர். எல்லோரது பார்வைகளும் கச்சிதமாக ஒரு திசையை நோக்கிக் குவிந்திருந்தன. நாடகம் ஒன்றை நடத்திக் காட்டுவதற்கான ஆயத்தங்களில் ஈடுபட்டிருப்பவர்களைப் போன்ற ஒரேவிதமான பாவனை எல்லா முகங்களிலும் தென்பட்டது. உபயமண்டபமும் அதன் திண்ணையில் கிடந்த சடலமும் மரங்களின் அடர்ந்த கிளைகளினூடே ஊடுருவியிருந்த பிற்பகல் வெயிலும் அசைவற்ற மரங்களும் மேலே ஆறுமுகக் கடவுளின் சன்னதியிலிருந்து சீரான கால இடைவெளிகளில் ஒலித்துக்கொண்டிருந்த மணிச் சத்தமும் நாடகத்துக்குரியவையாகவே தென்பட்டன.

எனவே ஒவ்வொருவரும் அதை நாடகமாகவே கற்பனை செய்துகொள்ளலாம்.

ரத்தமும் சதையுமாக விரிந்திருக்கும் யதார்த்தத்தை நாடகம் எனக் கற்பனை செய்துகொள்வது சங்கடமூட்டு வதாகத் தோன்றும் என்றாலும் அதில் பல சௌகரியங்கள் இருக்கின்றன. யதார்த்தத்தின் முடிவின்மையும் நிச்சயமின்மை யும் உருவாக்கும் இருளுக்குள் திசைகளைப் பற்றிய குழப்பங்களால் சூழப்பட்டுத் திணறிக்கொண்டிருப்பதை விடக் கற்பனையின் சவால்களைக் கடந்துசெல்வது எளிது. யாரும் உணர்ச்சிவசப்படத் தேவையில்லை. கண்ணீர் பெருக்க வேண்டியதில்லை. யதார்த்தத்தின் அதிகாரத்தைப் பின்தொடர்ந்து சென்று அது இழுக்கும் இழுப்புக்கெல்லாம் பணிய வேண்டிய கட்டாயம் நிச்சயமாக ஒரு நாடகத்தில் இல்லை. கற்பனையின் விரிவுக்கேற்றபடி நாம் விரும்பிய தருணத்தில் விரும்பியவிதத்தில் எந்த இடத்திலும் முடித்துக் கொள்ளமுடியும். எதிர்பாராத முடிவுகளால் பார்வையாளர் களைத் திணறடிக்கக்கூடச் செய்யலாம். தவிர விளைவுகளில்

ஒரு நாடகம் ஏற்படுத்தும் தாக்கம் வசீகரமானது. உதாரணமாக மண்டபத்தினுள் சடலமாகக் கிடக்கும் காமராஜர், காமராஜரோ சடலமோ அல்ல காமராஜராக வேடம் பூண்டிருக்கும் நடிகர் தன்னைச் சடலமாகப் பாவித்துக்கொண்டிருக்கிறார் எனக் கற்பனை செய்து கொண்டால்?

அவரது சடலத்தை முதன் முதலில் பார்த்த பரதேசி ஒரு பாத்திரமென்றால் அவன் இவ்வளவு குலைந்துபோக வேண்டியதில்லை. அவன் மீது இப்போது உருவாகும் பச்சாதாபம் அந்தப் பாத்திரத்தை ஏற்று நடிக்கும் நடிகன் மீது உருவாவதற்கான வாய்ப்புகள் குறைவு. மாஸ்டரின் அந்தரங்கங்களை அறிந்துகொள்ளும் உரிமையை எவருடைய அனுமதியும் இல்லாமல் ஒருவரால் கைப்பற்றிக்கொள்ள முடியும். அவனது துக்கத்திற்கான காரணங்களை வாழ்க்கைக்கும் அவனுக்கும் உள்ள இடைவெளிகளைப் பற்றிய உரையாடல்களிலிருந்து மீட்டெடுக்க முடியும். வசனங்கள் நேர்த்தியாக அமைந்திருக்க வேண்டியது மட்டும் முக்கிய நிபந்தனை.

பிறகு அந்த இன்ஸ்பெக்டர்.

அவனுடையது முக்கியமான பாத்திரம். நாடகத்தின் நாயகனாகக்கூட அவனை உருவகித்துக் கொள்ளலாம். ஆனால் தற்போதைய சூழலைக் கொண்டு பார்த்தால் மேடையில் அவனுக்கு அதிக வேலையிருக்கும் எனத் தோன்றவில்லை. யாராலும் நேரடியாக உரிமை கொண்டாட முடியாத ஒரு சடலத்தை அப்புறப்படுத்தும் எளிய காரியமொன்றில் எவ்விதமான சாகசங்களுக்கும் வாய்ப்பில்லை. இன்ஸ்பெக்டர் எந்தப் பதற்றமும் அற்றவனாகத் தென்பட்டான். சடலம் மாமனிதர் ஒருவருடையது என்பதோ அவர் ஏற்கனவே ஒருமுறை இறந்துபோய்விட்டவர் என்பதோ அவனுக்கு எந்த ஆர்வத்தையும் ஏற்படுத்தியிருக்கவில்லை. அவன் வந்து பார்த்தபோது சடலம் பரதேசி முதன்முதலாகப் பார்த்தபோது எப்படி இருந்ததோ அப்படியேதான் இருந்தது. பரதேசி, மற்றொரு பரதேசி, மாஸ்டர், அவனது வாடிக்கையாளன் ஒருவன், வனக்காப்பாளர்கள் இருவர், சாலையைப் பயன்படுத்தாமல் படிக்கட்டுகளின் வழியே இறங்கிவந்துகொண்டிருந்த சர்க்கரை வியாதியால் பீடிக்கப்பட்ட தம்பதி என வெகு சிலர் மட்டுமே அங்கு இருந்தனர். எல்லோருமே குறைந்தபட்சம் இருபதடிகள் தள்ளி நின்று சடலத்தைப் பார்த்துக்கொண்டிருந்தனர். இன்ஸ்பெக்டர் படிக்கட்டுகளைப் பயன்படுத்தவில்லை. தனது ஜீப்பை மலைக் கோயிலுக்குச் செல்லும் தார்ச்சாலையின் ஒன்பதாவது வளைவில் நிறுத்திவிட்டுப் புதர்களினூடாக நடந்து உபய மண்டபத்தை அடைந்திருந்தான். நாயகன், மற்ற நாயகர்களைப்

போலவே குளிர்க்கண்ணாடி அணிந்திருந்தான். அப்போதுதான் முகச்சவரம் செய்து கொண்டிருந்ததால், அப்போதுதான் குளித்துவிட்டு வந்திருந்ததால் அழகாக இருந்தான். சுறுசுறுப்பாகத் தென்பட்டான். நாயகனுக்கே உரிய பாவனையில் அலட்சியமாக நடந்து சடலம் கிடத்தப்பட்டிருந்த மண்டபத்தை அடைந்தான். அப்போது சடலம் மூடப்பட்டிருக்கவில்லை. சடலத்தின் முகத்தைப் பார்த்தவுடன் தன் உடலில் அசாதாரணமான ஒரு நடுக்கம் பரவியதாக நாயகன் கற்பனை செய்துகொண்டான். உடனடியாகத் தொப்பியை அகற்றினான். குளிர்க்கண்ணாடியைக் கழற்றிப் பக்கத்திலிருந்த கான்ஸ்டபிளிடம் கொடுத்தான். பூட்சுகளைக் கழற்றிவிட்டு விறைப்பாக நின்று ஒரு சல்யூட் அடித்தான். என்ன காரணத்தாலோ நெற்றியிலிருந்து கையை எடுக்காமலும் விறைப்பைத் தளர்த்திக்கொள்ளாமலும் கொஞ்ச நேரம் அப்படியே நின்றுகொண்டிருந்தான். சப் இன்ஸ்பெக்டர் ஒருவரும் தலைமைக்காவலரும் இரண்டு கான்ஸ்டபிள்களும் அவனுடன் வந்திருந்தனர்.

தன்னைப் போலவே அம்மாமனிதரைத் தீண்டிப் பார்ப்பதற்கு இன்ஸ்பெக்டர் விரும்பலாம் என இருபதடி தொலைவிலிருந்து அவனைக் கவனித்துக்கொண்டிருந்த பரதேசி நினைத்தான். ஆனால் அப்படி எதுவும் நடக்கவில்லை. எந்தவொரு தருணத்திலும் அவன் அதற்கு முற்படவில்லை. ஒரு சடலம் என்பதை உறுதிப்படுத்திக்கொண்டுவிட்ட பிறகு அவனுக்குச் செய்வதற்கு அநேகமாக ஒன்றும் இருக்கவில்லை. அவனுடைய மேலதிகாரிகளின் உத்தரவை எந்தச் சிரமமுமில்லாமல் அவனால் நிறைவேற்றிவிட முடியும். செய்ய வேண்டியவை வெறும் சடங்குகள்தாம். முதல் காரியமாகத் தான் பார்த்ததைப் பற்றி மேலதிகாரிகளுக்குத் தகவல் கொடுக்க வேண்டும். பிறகு மருத்துவரைக்கொண்டு அது சடலம்தான் என்பதை உறுதிப்படுத்திக்கொள்வது, அப்புறப்படுத்தி சவக்கிடங்குக்குக் கொண்டுசெல்வது, சவப் பரிசோதனைக்கான ஏற்பாடுகளைச் செய்வது, அறிக்கையைப் பெற்று நீதிமன்றத்தில் சமர்ப்பிப்பது என ஒவ்வொன்றும் அவனுக்குப் பழக்கமான நடைமுறைகள்தாம். முன்னதாக அங்கிருப்பவர்களிடம் சிறிய அளவில் ஒரு விசாரணை நடத்த வேண்டும். அவர்களது வாக்குமூலங்களைப் பதிவுசெய்துகொள்ள வேண்டும். அது மிகச் சுலபமான காரியம். பேச வேண்டிய வசனங்களும் தயாராக இருக்கின்றன. சடலத்தை முதன்முதலில பார்த்தது யார், எப்போது? சம்பந்தப்பட்ட நபர் அங்கு எதற்காக வந்தார்? சடலமாகக் கிடப்பவரை அங்கிருப்பவர்களில் யாருக்காவது அடையாளம் தெரியுமா? அதிகபட்சம் ஒரு மணி நேரத்திற்குள் எல்லாச் சடங்குகளையும் முடித்துக்கொள்ள முடியும். பொதுவாக இதைப் போன்ற

நேர்வுகளில் சடலத்தைக் கிடங்குக்குக் கொண்டுசேர்ப்பது வரை இன்ஸ்பெக்டர் வேறு எதன் மீதும் கவனம் செலுத்துவதில்லை.

தான் பார்த்ததை மேலதிகாரிகளுக்குச் சொல்லிவிட்டு முதல் காரியமாகச் சடலத்தைப் பாதுகாக்கும் பொறுப்பை இரண்டு கான்ஸ்டபிள்களிடம் ஒப்படைத்தான். பிணத்தைப் பிணம் என உறுதிப்படுத்துவதற்கு ஸ்டெதஸ்கோப்புடனும் ரத்த அழுத்தமானியுடனும் மருத்துவர் ஒருவரையும் மருத்துவ உதவியாளரையும் ஆம்புலன்ஸ் ஒன்றையும் அனுப்பிவைக்கும் படி ஏற்கனவே மருத்துவ அதிகாரியைக் கேட்டுக்கொண்டிருந் தான் இன்ஸ்பெக்டர். ஆம்புலன்ஸ் வந்துவிட்டது. மருத்துவர் பின்னால் தனது ஸ்கூட்டரில் வந்துகொண்டிருப்பதாக ஆம்புலன்சில் வந்த மருத்துவ உதவியாளன் சொன்னான். இவர்களைத் தவிர தடயவியல் நிபுணர், புகைப்படக் கலைஞர், வலிமையான தோள்களைக் கொண்ட நான்கு பிணம் தூக்கும் மனிதர்கள் என வேறு சில முக்கியப் பாத்திரங்களுக்கும் நாடகத்தில் இடமிருந்தது. மருத்துவரைத் தவிர மற்ற எல்லோரும் தத்தமக்குரிய ஒப்பனைகளுடன் ஏற்கனவே வந்துவிட்டிருந்தனர். தாமதம் தேவையற்ற நெருக்கடிகளைத் தோற்றுவிக்கக்கூடும் என்பதால் இன்ஸ்பெக்டர் பதற்றமடைந்தான். மருத்துவரின் அலைபேசி அணைத்து வைக்கப்பட்டிருந்தது. அப்போது தான் ஒரு பாத்திரம் என்பதை மறந்து தேவைக்கும் அதிகமாக அவன் கோபப்பட்டான். பொதுவாக நாடகங்களில் இது போன்ற எதிர்பாராத நெருக்கடிகளின் குறுக்கீடுகளுக்கு இடமில்லை. இருந்தாலும் அவற்றை எதிர்கொள்வதற்கான வழிமுறைகளைப் பற்றிச் சிந்திக்க வேண்டியது நாயகனின் பொறுப்பாக இருப்பதில்லை. அது சூத்திரதாரிகளின் கவலை. நாயகன் உடனடியாகத் தன்னைச் சூத்திரதாரியாகவும் மாற்றிக் கொள்ள முடிவெடுத்தான். சடலத்தைக் காவல் காத்துக் கொண்டிருந்த கான்ஸ்டபிள்களில் ஒருவனை அழைத்து மருத்துவரைக் கையோடு அழைத்துக்கொண்டு திரும்புமாறு பணித்தான். விறைப்பாக நின்று இன்ஸ்பெக்டருக்கு சல்யூட் ஒன்றை அடித்துவிட்டு அவன் புறப்பட்டான். சடலத்தைப் பாதுகாப்பதும் அதிலிருந்து துர்நாற்றம் வராமலும் பாதுகாக்க வேண்டியதும் எஞ்சியிருந்த கான்ஸ்டபிளின் தனிப்பொறுப் பானது. தன் சகா புறப்பட்டுப்போன அந்தத் தருணத்தில் அவன் அற்புதமான வசனம் ஒன்றைப் பேசியிருந்தான், "துர்நாற்றம் வராமல் மட்டுமல்ல சடலம் எழுந்து வந்துவிடாமலும்கூட என்னால் பார்த்துக்கொள்ள முடியும். நீங்கள் கவலைப்படாமல் போகலாம்."

ஒரு நாடகத்தில் மட்டுமே இடம்பெற முடிகிற வசனம் இது.

பல அர்த்தங்களை உள்ளடக்கியது. யதார்த்தத்தில் சடலங்களைப் பாதுகாக்கிற ஒருவருக்கு இதுபோன்ற கற்பனைகள் சாத்தியமேயில்லை. ஒரு சடலம் உயிர்த்தெழுவது பற்றிய சித்திரிப்புகள் புராணங்களிலும் இதிகாசங்களிலும் இடம் பெற்றிருக்கின்றன. அதன் விளைவுகள் மனிதகுல வரலாற்றில் பெரும் தாக்கங்களையும் உருவாக்கியிருக்கின்றன. இந்தக் கதையிலுங்கூட இதற்கு முன்னால் தென்படும் சித்திரிப்புகளில் இதையொத்த ஒரு வசனத்தை யாரும் – பரதேசியோ மாஸ்டரோ இன்ஸ்பெக்டரோ அவனால் சித்திரவதைக்குள்ளாக்கப்பட்டுக் கொல்லப்பட்ட இருபத்தியேழே வயதான பெண்ணோ அவனுடைய பத்தொன்பது வயதுடைய செல்ல மகளோ வேறு யாருமோ கூட – பேசியிருந்திருக்கவில்லை. அவை அறுபது எழுபதுகளின் கலைப்படங்களில் இடம்பெற்றிருந்த சித்திரிப்புகளை ஒத்தவை. யதார்த்தத்தின் வரம்புகளைச் சற்றும் மீறாதவை. ஆனால் இது நாடகம். நாடகங்களில் பாத்திரங்கள் தமக்கென சுயேச்சையான சில அதிகாரங்களைக் கைப்பற்றிக் கொண்டு விடுகின்றன. சூழலுக்கு இசைவான, அதன் அர்த்தத்தைக் குலைக்கிற, அதை முற்றாக மாற்றிவிடக்கூடிய ஒரு வசனத்தைச் சூத்திரதாரியின் ஒப்புதலின்றியே அதன் எந்தவொரு பாத்திரத்தாலும் உச்சரித்துவிட முடியும். அந்த கான்ஸ்டபிள் அப்படியொரு வசனத்தையே உச்சரித்திருந்தான். அதைக்கேட்டு அந்த மற்றொரு கான்ஸ்டபிள் குழப்பமடைந்தான். ஆனால் மருத்துவரை அழைத்து வரும்படி பணிக்கப்பட்டிருந்ததால் உடனடியாக மேடையை விட்டு வெளியேறினான். அதே சமயம் சற்றுத் தொலைவிலிருந்த இன்ஸ்பெக்டரால் அந்த வசனத்தைக் கேட்டு வாய்விட்டுச் சிரிக்க முடிந்திருந்தது. ஒரு பாத்திரமாக இருந்ததால்தான் அவனால் அப்படிச் சிரிக்க முடிந்திருந்தது. யதார்த்தத்தில் இப்படிச் சிரிக்கும்படியான சந்தர்ப்பங்கள் அநேகமாக அவனுக்கு வாய்ப்பதில்லை. தனது உத்தியோக ரீதியிலான கடமைகளின் ஒரு பகுதியாக இருபத்தேழு வயதான இளம்பெண்ணொருத்தியின் யோனியில் லத்தியைச் செருக உத்தரவிடும்போதோ அவளை வன்புணர்ச்சிக்கு உள்ளாக்கும் போதோ மரணத்தை வரவேற்கும் விதத்தில் புன்னகைக்க முற்படும் அவளது வீங்கிய உதடுகளின் மீது மூத்திரத்தைப் பீய்ச்சியடிக்கும்போதோ ஒருவரால் சிரிக்க முடிவதில்லை. அதே போன்றதுதான் ஒருவருடைய செல்ல மகள் அவரது முகத்தின் மீது காறித் துப்பும்போது, கோழையும் எச்சிலும் பரவி வழியும் முகத்தை நிலைக்கண்ணாடி ஒன்றின் முன் நின்று பார்த்துக்கொண்டிருக்கும்போது, பிறகு கைக்குட்டையால் துடைத்துக் கொள்ளும்போது சிரிக்க முடியாமல் போவதும்.

எட்டு

நாடகமாகக் கற்பனை செய்துகொண்டிருந்ததால்தான் மிகத் தாமதமாக வந்து சேர்ந்திருந்த அந்த இளம் மருத்துவர் வெள்ளை நிற கோட், டை சகிதமாக வந்து நின்றதைப் பார்த்துச் சிரிக்காமல் இருக்க எல்லோருக்கும் முடிந்திருக்கிறது. சூத்திரதாரியாக மாறிவிட்டிருந்த இன்ஸ்பெக்டர் புகைப்படக் கலைஞரைத் தவிர மற்ற எல்லோரையும் உடனடியாகப் பணியைத் தொடங்கி முடிக்கும்படி உத்தரவிட்டான். மறு உத்தரவு வரும்வரை காமிராவை வெளியே எடுக்கக் கூடாது என்பது புகைப்படக் கலைஞனுக்கு இடப்பட்டிருந்த கட்டளை. அவனுக்கு அது பெரும் ஏமாற்றமாக இருந்தது. அழத் தயாராகிக்கொண்டிருந்தான். சடலத்தைப் புகைப்படமெடுப்பதற்காக இல்லாவிட்டாலும் மரங்களையும் குரங்குகளையும் படம் பிடிப்பதற்காகவாவது காமிராவை வெளியே எடுப்பதற்கு அனுமதிக்க வேண்டும் என அங்கிருந்த எல்லோரிடமும் மன்றாடிக்கொண்டிருந்தான். யாரும் அதைப் பொருட்படுத்தவில்லை. தடயவியல் நிபுணர் சடலத்தை மையப் புள்ளியாகக் கொண்டு சாக்குக் கட்டியால் ஆறடி ஆரமுடைய வட்டமொன்றை வரைந்தார். பிறகு ஒரு டப்பாவிலிருந்த பவுடரை அதற்குள் தூவினார். காந்தியின் படம் அச்சிடப்பட்ட அழுக்கடைந்த துணிப்பை கைப்பற்றப்பட்டு நாயகனிடம் ஒப்படைக்கப்பட்டது. நாயகன் சப் இன்ஸ்பெக்டரின் உதவியுடன் அதைக் கவனமாகச் சோதனையிட்டான். பழைய கதர் வேட்டி ஒன்றும் சட்டையும் துண்டும். அவை தவிர சத்தியசோதனையின் பிரதி ஒன்று இருந்தது. மிகப் பழைய பதிப்பு. தாள்கள் மஞ்சள்பாரித்துப் போயிருந்தன. உடைகளிலிருந்து மட்கிய வியர்வை நெடி வீசிக் கொண்டிருந்தது. சோதனைக்குப் பிறகு அவற்றை பாலிதீன் பை ஒன்றில் பொதிந்து எடுத்துக் கொண்டார் தடயவியல் நிபுணர். கைரேகைப் பதிவுகளை அவசர அவசரமாகச் சேகரித்துக்கொண்டு மருத்துவருக்கு வழிவிட்டார். தாமதமாக வந்ததற்காக ஏற்கனவே தனது வருத்தத்தைத் தெரிவித்துக்கொண்டிருந்த மருத்துவர் மிகமிகக் கவனமாகச் சடலத்தைச் சோதித்தார். சடலம் விறைத்துப் போயிருந்ததால் அதைச் சடலம் என முடிவு செய்வதற்கு வேறு சோதனைகள் தேவைப்பட்டிருக்கவில்லை. எச்சரிக்கையோடு அதன் இடப்புற மார்பில் ஸ்டெதஸ்கோப்பை வைத்து இரண்டு விரல்களால் மெதுவாக அழுத்தினார். தீண்ட வேண்டியிருக்கும் என்பதால் ரத்த அழுத்தத்தைச் சோதிக்கும் கருவியைப் பயன்படுத்தவேயில்லை. பிறகு உடனடியாக அது சடலம்தான் என உத்தரவாதமளிக்கும் சான்றைப் பூர்த்திசெய்து இன்ஸ்பெக்டரிடம் அளித்தார். சடலம் இன்னும் அழுகத் தொடங்கியிருக்கவில்லை. துர்நாற்றம் எதுவும்

அதனிடமிருந்து வீசவில்லை என்றாலும் மேலும் கொஞ்சம் யூடிக்கோலன் தெளிக்கச் சொல்லிக் கட்டளையிட்டிருந்தான் இன்ஸ்பெக்டர். சடலத்தைக் கொண்டுசெல்வதற்கான ஆம்புலன்ஸ் தேவைப்படும் எல்லா உபகரணங்களுடனும் தார்ச்சாலையின் ஒன்பதாவது வளைவில் நின்றது.

சில சடங்குகள் எஞ்சியிருந்தன.

அது காமராஜருடைய சடலம் அல்ல என யாராவது இரண்டு நபர்களிடம் ஸ்டேட்மென்ட் வாங்க வேண்டும். பிறகு யாராலும் பார்க்க முடியாதபடி அதைப் போர்த்தி மூடிவிட வேண்டும். அதற்காகக் கித்தான் ஒன்றைத் தயாராக வைத்திருக்கும்படி உத்தரவிட்டான் இன்ஸ்பெக்டர். செய்ய வேண்டியவற்றைப் பதற்றமின்றியும் ஒன்றன்பின் ஒன்றாகவும் வரிசைக்கிரமமாகவும் செய்ய முடிவெடுத்தான். படிக்கட்டு ஒன்றில் அருகருகே உட்கார்ந்திருந்த பரதேசியையும் மாஸ்டரையும் விசாரணைக்காக அழைத்துவரச் சொன்னான்.

சடலத்தை முதலில் பார்த்தவன் எனச் சொல்லப்பட்ட பரதேசியை விசாரித்தான். மாஸ்டர் உள்ளிட்ட மற்ற ஆள்களிடமிருந்தும் வாக்குமூலங்களைப் பெற்றுக்கொண்டான். எல்லாமே சீராக நடந்தபோதும் பரதேசியும் மாஸ்டரும் கொஞ்சம் தொந்தரவு கொடுத்துவிட்டனர். சடலமாகக் கிடக்கும் நபர் யாரெனத் தெரியுமா எனக் கேட்டபோது இருவரும் ஒரே குரலில் அது காமராஜர் எனச் சொல்லியிருந்தனர். மேலதிகாரிக்கு விருப்பமான, கட்டாயமாகத் தேவைப்பட்ட பதில் அது காமராஜர் அல்ல, அடையாளம் தெரியாத நபர் என்பது. அதைச் சொல்ல வைப்பதற்குத் திணற வேண்டியிருந்தது,

“அது காமராஜர்தானா? நல்லாத் தெரியுமா?”

“நல்லாத் தெரியும் சார், அது காமராஜர்தான். பெருந்தலைவர் காமராஜர்”

“சியெம்மா இருந்தாரே அவரா?”

“அவரேதான் சார். கல்விக் கண் கொடுத்த கடவுள்”

“நீங்க அவரப் பாத்திருக்கீங்களா?”

“பாத்திருக்கோம் சார்”

“நாங் கேக்கறது நேர்ல, நேர்ல அவர உயிரோட பாத்திருக் கீங்களான்னுதான்”

மாஸ்டர் பதற்றமில்லாமல் அதற்குப் பதிலளித்தான், “சார் அவர் எனக்குக் கடவுள். கடவுள நேர்ல பாத்துத்தான் நம்போணும்னு இல்லீங்களே சார்” என்றான். குரல் தழுதழுத்தது.

இன்ஸ்பெக்டர் அது நாடகம் என்பதையும் தான் அதில் ஒரு பாத்திரத்தை ஏற்று நடிக்கும் நடிகர் என்பதையும் சிரமப்பட்டு நினைவூட்டிக்கொண்டான்,

"ஆனா உன்னோட கடவுள் செத்துக் கிட்டத்தட்ட நாப்பது வருஷமாச்சு. சரியாச் சொல்லணும்னா முப்பத்தொன்பது வருஷம். ஆயிரத்துத் தொள்ளாயிரத்து எழுபத்தஞ்சு இல்ல எழுபத்தாறு அக்டோபர் மாசம் ரண்டாந் தேதி. அண்ணைக்குக் காந்தி ஜெயந்திங்கறது ஞாபகமிருக்குது"

"ஆனா அது காமராஜர்தான் சார், பெருந்தலைவர் காமராஜர்"

இன்ஸ்பெக்டர் பொறுமையை இழந்துகொண்டிருந்தான்.

"பாருங்க சாமியார், அந்த ஒடம்பப் பாத்தா டெத் இப்பத் தான் நடந்துருக்குங்கறது தெரியுது. ஆனா முப்பத்தொன்பது வருஷத்துக்கு முன்னாலயே அவர எரிச்சுட்டாங்க. வருஷா வருஷம் அக்டோபர் ரெண்டாந்தேதி அவருக்கு வருஷாந்திரம் கொண்டாடுறாங்க. நீங்க சொல்றதப் பாத்தா அவரு மறுபடியும் பொளச்சு வந்திருக்கணும். இது சயின்டிபிக்காத் தெரியல" என்றான். தனது இந்த விளக்கம் பரதேசியின் பதிலில் நிச்சயமாக மாற்றத்தை ஏற்படுத்தும் என நினைத்தான்.

பரதேசி அமைதியாகப் புன்னகைத்தான்,

"ஆனா இங்க நான் பாத்தது காமராஜரத்தான் சார், வேற யாரையுமில்ல"

இன்ஸ்பெக்டருக்கு இப்போது கட்டுப்படுத்திக்கொள்ள முடியவில்லை.

"முட்டாள்" என்றான்.

தன் வலுவான கரங்களிலொன்றை உயர்த்திப் பரதேசியின் எலும்புகள் துருத்திய கன்னத்தில் பளீரென அறைந்தான். தடுமாறிக் கீழே விழப்போன பரதேசி சுதாரித்துக்கொண்டு மறுகன்னத்தைக் காட்டினான். இன்ஸ்பெக்டர் அதிலும் அறைந்தான். பரதேசி படிகளில் மல்லார்ந்து விழுந்தான். சுயகட்டுப்பாட்டை முற்றாக இழந்திருந்த இன்ஸ்பெக்டர் பூட்ஸ் அணிந்த தன் கால்களில் ஒன்றைத் தூக்கி அவனது மார்பின் மீது வைத்து நசுக்க முற்பட்டான். பதற்றத்துடன் எழுந்த மாஸ்டர் இன்ஸ்பெக்டரின் காலைப் பற்றிக்கொண்டான்.

"சார் விட்டுருங்க, பாவம் பெருசு. அதுக்குக் கொஞ்சம் மூளக் கோளாறு. அது காமராஜரில்ல. நா அதுக்கு எடுத்துச் சொல்லிப் புரிய வெக்கறேன்"

பரதேசி விடுவிக்கப்பட்டான்.

"அப்ப அது யாருடைய பிணம்?"

"யாரோ, அடையாளந் தெரியாத யாரோ. ஒரு வேள அனாதப் பொணமா இருக்கும்"

இன்ஸ்பெக்டர் சப் இன்ஸ்பெக்டரை அழைத்தான்.

"இவுங்க ரண்டு பேருத்துகிட்டயும் ஒரு ஸ்டேட்மென்ட் எழுதி வாங்குய்யா"

"அது காமராஜரோட பாடி இல்லேன்னுதானுங்கய்யா? தெளிவா எழுதி வாங்கீடறேன்"

"முட்டாள்" என அந்த சப் இன்ஸ்பெக்டருக்கும் அதே வசை.

"அடையாளந் தெரியாத பொணம்னு ஆனதுக்கப்புறம் காமராஜர எதுக்குய்யா வம்புக்கிழுக்கறே?"

"ஆனா அது காமராஜர்தானேங்கய்யா?" எனப் பணிவாகக் கேட்டான் சப் இன்ஸ்பெக்டர்.

"நம்ம ஜீப்புல அவரோட படங்கூட ஒண்ணு இருக்கு துங்கய்யா? பாக்கறீங்களா?"

ஏதோ நினைவில் தலையசைத்தான் இன்ஸ்பெக்டர். நடுத்தர வயதைக் கடந்துகொண்டிருந்த அந்த சப் இன்ஸ்பெக்டர் குதூகலத்துடன் ஒன்பதாவது வளைவை நோக்கி ஓடினான். திரும்பிவந்தபோது மூச்சிரைத்தது. கையில் சட்டமிடப்பட்டதொரு காமராஜரின் கறுப்பு வெள்ளைப் புகைப்படம். கூர்ந்த மேல் நோக்கிய பார்வை, விடைத்த நாசி, தடித்த உதடுகளில் உறைந்த சிறு புன்னகை. இவரைத்தான் கடவுள் என்கிறார்கள். கறுப்பு வெள்ளைக் கடவுள்.

"இவரும் மண்டபத்துல சடலமாக் கெடந்துக்கிட்டிருக் கறவரும் ஒருத்தர்தானேங்கய்யா?"

இன்ஸ்பெக்டர் படத்தைத் தன்னிடமே வைத்துக் கொண்டான்.

"ஏதுய்யா இந்தப் படம்?"

"அந்த டீச்சர் வீட்டுல இருந்து எடுத்துக்கிட்டு வந்ததுங்கய்யா. சீஸ் பண்ணிக் கொண்டாந்த மத்த ஐட்டங்களோட தவறிப் போயி இதையும் கொண்டாந்துட்டாங்க. நாந்தான் எதுக்கும் இருக்குட்டும்னு எடுத்து வெச்சிருந்தேன்"

"செரி, இருக்கட்டும். அத அப்புறம் பாத்துக்கலாம். மொதல்ல இவங்க ரண்டு பேருத்துகிட்ட இருந்தும் ஸ்டேட்மென்ட் எழுதி

வாங்கு, டயமாகிக்கிட்டிருக்கு" எனத் தன் கைக்கடிகாரத்தைப் பார்த்தான்.

சப் இன்ஸ்பெக்டர் பரதேசியையும் மாஸ்டரையும் தனியே அழைத்துக்கொண்டு போனான். இன்ஸ்பெக்டர் கான்ஸ்டபிள் ஒருவனை அழைத்துப் பிணத்தை அப்புறப்படுத்துவதற்கான ஆள்கள் வந்துவிட்டார்களா எனக் கேட்டான். நான்கு பேர் அதற்குத் தயாராக இருந்தார்கள். ஸ்ட்ரெச்சர் இருக்கிறது. ஆம்புலன்ஸ் ஒன்பதாவது வளைவில் நிறுத்தப்பட்டிருக்கிறது. இனி மிஞ்சிப் போனால் அரை மணி நேரம். நாடகம் தனது இறுதிக் கட்டத்தை நோக்கி வேகமாக நகரத் தொடங்கியிருந்தது. பிணத்தை அப்புறப்படுத்துவதற்காக வந்திருந்த நான்கு பேரும் காமராஜரின் சடலம் கிடந்த உபயமண்டபத்தை நோக்கிச் சென்றதைப் பார்த்த பரதேசி, மாஸ்டர், வனக்காவலர்கள், மலையிலிருந்து இறங்கிவந்திருந்த சர்க்கரை வியாதியால் பீடிக்கப்பட்ட தம்பதிகள் உள்ளிட்ட பன்னிரண்டு பேரும் அதை அருகிலிருந்து பார்க்கும் ஆவலில் சற்று நெருங்கி வந்து நின்றுகொண்டனர். சடலத்திலிருந்து துர்நாற்றம் எதுவும் வீசாதபோதும் நான்கு பேரும் முகத்தில் மாஸ்குகளைக் கட்டிக்கொண்டனர். ஒருவன் சிரசை அடைந்தான். மற்றொருவன் இரண்டு கால்களையும் சேர்த்துப் பற்றினான். மற்ற இரண்டுபேரும் வலமும் இடமுமாக நின்று முதுகுக்குக் கீழே கைகளை நுழைக்க முயன்றுகொண்டிருந்தனர். இன்ஸ்பெக்டர் ஐந்தடி தொலைவில் நின்றான், "டயமாச்சு, தூக்குங்க" எனக் கடுமையான குரலில் உத்தரவிட்டான். நான்கு பேரும் ஒருவரையொருவர் பார்த்துக்கொண்டார்கள். புன்னகைத்துக் கொண்டார்கள். பெருமூச்சு விட்டார்கள். பிறகு ஆகட்டும் என்பது போல் அவர்களில் ஒருவன் தலையசைத்தான்.

ஒன்பது

நான்கு பேரும் வலுவான தேகக்கட்டுடையவர்களாக இருந்தனர். அசாதாரண மனஉறுதி படைத்தவர்களாகத் தென்பட்டனர். நான்கு பேருமே பிணங்களை அப்புறப்படுத்துவதைச் சாகசம் நிரம்பிய தொழிலாகக் கருதுபவர்கள். பற்றற்றவர்கள். பிணம் என்பது யாருடையதாக இருந்தாலும் பிணம்தான் எனக் கருதுபவர்கள். பிணங்களைக் கைப்பற்றுவதில், கிடக்கும் இடத்திலிருந்து அவற்றைத் தூக்குவதில், சவக்கிடங்கு அல்லது இடுகாட்டில் கிடத்துவதில் பல நுட்பங்களைக் கையாளத் தெரிந்தவர்கள். இந்தத் தொழிலில் பலவருட அனுபவம் பெற்றவர்கள். ஒரு பிணத்தைப் பார்த்த உடனேயே அது பிணமா இல்லையா என்பதைச் சொல்லிவிடும் தேர்ந்த அறிவு அவர்கள் நால்வருக்குமே உண்டு. பயங்கரமாகக் குடிப்பவர்கள்

என்பதுதான் அவர்களைப் பற்றி நிலவும் பொதுவான குற்றச் சாட்டு. ஆனால் அது தவிர்க்கப்பட முடியாதது, தேவையானது என்பது அவர்களுக்கு ஆதரவான சிலரது வாதம். அவர்கள் போதையில் இருந்ததை இன்ஸ்பெக்டர் ஏற்கனவே கவனித் திருந்தான். அவர்கள் வந்து சேர்ந்த உடனேயே அந்த இடத்தை ஆல்ஹகால் நெடி சூழத்தொடங்கியிருந்தது. எந்தக் கவலையுமற்றவர்களாகத் தென்பட்டார்கள். சிரித்துக் கொண்டே இருந்தார்கள். என்னதான் மறைத்துக்கொள்ள முயன்றாலும் தாங்கள் அப்புறப்படுத்த வேண்டியிருந்த சடலம் மகத்தான மனிதர் ஒருவருடையது என்பது பற்றிய பெருமிதம் அவர்கள் ஒவ்வொருவருக்கும் இருந்திருக்க வேண்டும்.

ஆனால் பிணத்தைத் தூக்குவதற்கு அவர்கள் தேவைக் கதிகமாக நேரம் எடுத்துக்கொள்வதாக இன்ஸ்பெக்டர் கருதினான். அங்கே என்ன நடந்துகொண்டிருக்கிறது என்பதே தெரியவில்லை. ஒருவருக்கொருவர் கண்களைச் சிமிட்டிக்கொள்கிறார்கள். மூச்சை ஆழ்ந்து உள்ளிழுக்கிறார்கள். நாக்கைத் கடித்துக்கொள்கிறார்கள். நான்கு உடல்களிலிருந்தும் வியர்வை ஊற்றெடுத்துப் பெருகுகிறது. தணிந்த குரலில் தமக்குள் எதையோ விவாதிக்கிறார்கள். திடீரெனத் தம் நிலைகளை மாற்றிக்கொள்கிறார்கள். கால்மாட்டில் இருந்தவன் தலைமாட்டுக்குப் போகிறான். தலைமாட்டில் இருந்தவன் பக்கவாட்டில் நின்றுகொள்கிறான். சில தருணங்களில் அஞ்சலி செலுத்துபவர்களைப் போல் குனிந்த தலையுடன் மௌனமாக நின்றுவிடுகிறார்கள். பிறகு மீண்டும் குனிகிறார்கள். அவரவருக்குமுரிய பாகங்களைப் பற்றிக்கொள்கிறார்கள். தலையை, கால்களை, கைகளை, தோள்களை. தாம் அங்கு நடைபெற்றுக்கொண்டிருக்கும் நாடகத்தின் பாத்திரங்கள் என்பது அவர்களுக்கும் கூடப் புரிந்துவிட்டது போல் தோன்றுகிறது. அதற்கேற்றார்போல் ஏதாவது சத்தமெழுப்ப முற்படுகிறார்கள்.

“ஏலேலோ”

“ஐலசா”

“ஏலேலோ”

“ஐலசா”

“ஏலேலோ”

“ஐலசா”

இன்ஸ்பெக்டர் அதை ஒழுங்கீனத்தின் அடையாளமாகக் கருதினான். நால்வருக்கும் ஒரேநேரத்தில் பைத்தியம் பிடித் திருக்க வேண்டும். இன்ஸ்பெக்டர் அதைப் பற்றி யோசித்துக்

கொண்டிருக்கும்போதே நால்வரும் திடீரென மௌனமாகி விடுகிறார்கள். சடலத்தைச் சுற்றி ஆளுக்கொரு மூலையில் மண்டியிட்டு உட்கார்ந்துகொள்கிறார்கள். கண்களை மூடிக் கொள்கிறார்கள். எதையோ முணுமுணுத்துக் கொண்டிருக் கிறார்கள். உதடுகள் நம்ப முடியாத வேகத்துடன் அசைந்து கொண்டிருக்கின்றன. தொலைவிலிருந்து பார்ப்பதற்கு அது பிரார்த்தனை போல் தென்படுகிறது. இன்ஸ்பெக்டர் அவர்களைப் பார்த்து, “ஹேய்ய் . . .” என உரத்த குரலில் கத்துகிறான். நால்வரும் மிகச் சோர்வுற்றவர்களாகவும் தோல்வியுற்றவர்களாகவும் அவமானப்படுத்தப்பட்டவர்களாகவும் திரும்பி வருகிறார்கள். இன்ஸ்பெக்டரின் முன் குனிந்த தலையுடன் நிற்கிறார்கள். எல்லோருக்காகவும் அவர்களில் ஒருவன் பேசத் தொடங்குகிறான். எவ்வளவு முயன்றும் அவர்களால் விறைத்துப்போன அந்தச் சடலத்தை அகற்ற முடியவில்லை. ஒரு அங்குலம் கூட நகர்த்த முடியவில்லை. சடலம் ஒரு மரத்தைப் போல அந்த இடத்தில் வேர்கொண்டுவிட்டது. இன்ஸ்பெக்டர் முட்டாள் என மற்றொருமுறையும் கத்துகிறான். பரதேசிக்குக் கொடுத்தது போல அவர்களில் ஒருவனைத் தேர்ந்தெடுத்து அவனுடைய கன்னத்திலும் ஓர் அறை கொடுக்கிறான்.

புகழ் பெற்ற அந்த என்கௌன்டர் ஸ்பெஷலிஸ்டுக்கு உடல் நடுங்குகிறது, வியர்த்துவிடுகிறது. நான்கு பிணந்தூக்கி களும் தமது பலம் முழுவதையும் இழந்து விட்டவர்களைப் போல் தட்டுத் தடுமாறி நடந்துசென்று பரதேசியும் மாஸ்டரும் மற்ற பத்து நபர்களும் நின்றுகொண்டிருக்கும் இடத்தை அடைகிறார்கள். பிறகு மற்றவர்களுடன் சேர்த்துத் தங்களையும் பார்வையாளர்களாக மாற்றிக்கொண்டு விடுகிறார்கள்.

இன்ஸ்பெக்டர் குழம்பினான். இடிந்துபோனவனாகத் தென்பட்டான். படிக்கட்டொன்றில் உட்கார்ந்தான். யோசித் தான். பெருமூச்செறிந்தான். தன் மேலதிகாரிகளைத் தொடர்பு கொண்டான்.

நிலைமை மோசமாக இருக்கிறது. மிக மோசம்.

எல்லாக் கதைகளையும் அவர்களுக்குச் சொன்னான்.

நீண்ட நேரம் மறுமுனையிலிருந்து வந்த உத்தரவுகளைக் கேட்டுக்கொண்டிருந்தான். எரிச்சலடைந்தான். அடிக்கடி தலையைப் பக்கவாட்டில் அசைத்தான். பிறகு சட்டென இணைப்புத் துண்டிக்கப்பட்டது. இணைப்பை அவர்கள் துண்டித்தார்களா இன்ஸ்பெக்டர் தானே துண்டித்துக் கொண்டானா எனத் தெரியவில்லை. தனியாக நடந்துசென்று

படிக்கட்டு ஒன்றில் உட்கார்ந்தான். சிகரெட் ஒன்றைக் கொளுத்தி உதடுகளிடையே பொருத்திக்கொண்டு மீண்டும் யோசனையிலாழ்ந்தான்.

அவனது முகம் இருள்கிறது. பிறகு மெதுவாக ஒளிரத் தொடங்குகிறது. இன்ஸ்பெக்டர் சீக்கிரத்திலேயே பரவசத்தில் மூழ்கத் தொடங்கியிருந்தான். அசாதாரணமான ஏதோ ஒன்றைக் கண்டுபிடித்துவிட்டதைப் போல் எழுந்து நின்றான். மண்டபத்தை அடைந்து தட்டுமுட்டுச் சாமான்களின் ஒரு மூட்டையைப் போல தார்பாலின் ஒன்றிற்குள் பொதிந்து வைக்கப்பட்டிருந்த சடலத்தைப் பார்த்துவிட்டுத் திரும்பி வந்து சப் இன்ஸ்பெக்டரை அழைத்து பொக்லைன் இயந்திரமொன்றை உடனடியாகத் தருவிக்குமாறு உத்தரவிடுகிறான். சப் இன்ஸ்பெக்டர் அதிர்ச்சியால் உறைந்துபோகிறான்,

“பொக்லீனாங்கய்யா?”

“ஆமா, பொக்லைன்”

பரதேசி, மாஸ்டர், சர்க்கரை வியாதியஸ்தர்களான தம்பதி உள்ளிட்ட மற்ற எல்லோருடனும் சடலத்தை அகற்றும் முயற்சியில் தோல்வியடைந்து அவர்களோடு சேர்ந்துகொண்டிருந்த நான்கு பிணம் தூக்குபவர்களும்கூடக் கடும் அதிர்ச்சிக்குள்ளானவர்களைப் போல் தென்பட்டனர்.

பத்து

பொக்லைன் எந்திரம் மலைப்பாதையின் ஒன்பதாவது வளைவை வந்தடைவதற்குக் கிட்டத்தட்ட ஒருமணி நேரத்தை எடுத்துக்கொண்டது. இயந்திரத்தை ஓட்டி வந்தவன் பதினெட்டு வயதுகூடப் பூர்த்தியாகியிருக்காத சிறுவன். மிஞ்சிப்போனால் பதினாறு பதினேழு வயதுக்கு மேல் இருக்க வாய்ப்பில்லை. இயந்திரத்தின் உரிமையாளனான தன் தந்தை ஏதோ வேலையாக வெளியூர் போய்விட்டதாகச் சொன்னான். இன்னும் குரல் முதிர்ந்திருக்கவில்லை. தோற்றத்திலும் பெண்மையின் சாயல். அவனுக்குத் தன் மகளின் ஞாபகம் வந்தது. மற்றொரு சாயலில் இருபத்தியேழு வயதான அந்தப் பள்ளி ஆசிரியையும் நினைவூட்டுபவனாய் இருந்தான். முதன்முதலாக அவள் அவனிடம் கொண்டு வந்து நிறுத்தப்பட்டபோது அவள் ஒரு குழந்தையைப் போல் சிரித்ததை நினைவூட்டிக்கொண்டான் இன்ஸ்பெக்டர். காட்டன் சேலை ஒன்றை உடுத்திக்கொண்டிருந்தாள். சரிந்து விடாமலிருப்பதற்காக முந்தானையை இழுத்து விரல் நுனியில் சுற்றிக்கொண்டிருந்த விதம் ஜானி படத்தில் வரும் ஸ்ரீதேவியை நினைவூட்டுவதாயிருந்தது. அவனிடம் பெரும்

நம்பிக்கை வைத்திருந்தவளாகத் தென்பட்டாள். கேள்விகளுக்குத் தயக்கமில்லாமல் பதிலளித்தாள். கண்களில் சிறிதுகூடப் பயம் தென்படவில்லை. அவன் அவளது உதட்டுக்கு மேல் லேசாக அரும்பியிருந்த பூனைமுடிகளைப் பார்த்துக்கொண்டிருந்தான்.

சிறுவனிடமும்கூட ஸ்ரீதேவியின் சாயலே அதிகமாக இருந்தது. சிறுமியாக இருந்தபோது ஸ்ரீதேவி இந்தச் சிறுவனைப் போலவே இருந்திருக்கக்கூடும். ஒரு பழைய சினிமாவில் முருகன் வேடத்தில் அந்த வயதுள்ள ஸ்ரீதேவியைப் பார்த்தது நினைவுக்கு வந்தது அவனுக்கு. அது என்ன படம்? கந்தன் கருணையா? திருவிளையாடலா? அதைப்பற்றி யோசித்துக்கொண்டிருந்தபோது திடீரென அந்தச் சிறுவன் முருகனாக இருக்கக்கூடுமோ என்னும் சந்தேகம் தோன்றியது. காமராஜரைப் பார்ப்பதற்காக மலை மீதிருந்து அவனும்கூட இறங்கி வந்துவிட்டானோ என்னவோ? வந்திறங்கியிருப்பது மயில் வாகனத்திலா? பொக்லைன் இயந்திரத்திலா?

அதற்கு மேல் கற்பனை செய்ய அவனுக்கு முடியவில்லை.

அவனால் அந்த இயந்திரத்தைத் திறமையாகக் கையாள முடியுமா எனச் சிறுவனிடம் கறாராக ஒரு கேள்வியைக் கேட்டுத் தன்னை அக்கற்பனைகளிடமிருந்து மீட்டுக்கொள்ள எத்தனித்தான் இன்ஸ்பெக்டர். சிறுவன் தன்னம்பிக்கையோடு அதற்குப் பதிலளித்தான். எப்போதுமே இந்த இயந்திரத்தை இயக்குபவன் தான்தான் என்றான்.

ஆனால் அவனிடம் கனரக வாகனங்களை இயக்குவதற்கான ஓட்டுநர் உரிமம் இருக்கிறதா?

சிறுவன் அவனது கேள்வியைப் பொருட்படுத்தாமல் காட்டை ஆராய்ந்து கொண்டிருந்தான்.

வண்டி ஒன்பதாவது வளைவின் விளிம்பில் நின்று கொண்டிருந்தது. அதை உபயமண்டபத்திற்குப் பக்கத்தில் கொண்டுவந்து நிறுத்துவதற்கு வழியில் இருந்த சில மரங்களை அப்புறப்படுத்த வேண்டியிருக்கும் என்றான் சிறுவன். இன்ஸ்பெக்டர் சடலத்தை அப்புறப்படுத்துவதில் தோல்வியுற்றுத் தம்மைப் பார்வையாளர்களாக மாற்றிக் கொண்டிருந்த பிணந்தூக்குபவர்களை அழைத்து அதைச் செய்ய உத்தரவிட்டான். ஏற்கனவே அவமானத்தால் குன்றியிருந்த அவர்கள் திடீரெனத் தாங்கள் குற்றேவலர்களாக மாற்றப்பட்டிருப்பதைக் குறித்த துக்கத்துடன் தாங்கள் வந்த ஆம்புலன்ஸ் வண்டியிலிருந்து கடப்பாரைகளையும் அரிவாள்களையும் மரங்களை அறுப்பதற்கான ரம்பங்களையும் எடுத்துக்கொண்டு வந்தனர்.

சிறுவன் நான்கு பேருக்கும் வழிகாட்டினான். சில மரங்களை அடியோடு அப்புறப்படுத்த வேண்டும். அந்தக் காரியத்தைப் பொக்லைன் பார்த்துக்கொள்ளும். வேறு சில மரங்களின் கிளைகளை அவர்கள் நறுக்கிவிட்டால் போதும். வழியை அடைத்துக் கொண்டு கிடக்கும் பாறைகளைக்கூடத் தன் இயந்திரத்தைக் கொண்டு அவனே அகற்றிவிடுவான். தேவையான உத்தரவு களைக் கொடுத்துவிட்டு இன்ஸ்பெக்டரிடம் வந்தவன் தனது இயந்திரத்தைக் கொண்டு செய்ய வேண்டிய வேலை என்ன என்று கேட்டான். இன்ஸ்பெக்டர் குழம்பினான். ஒரு சடலத்தை அப்புறப்படுத்துவதற்காக அது போன்ற ராட்சத இயந்திரமொன்றை வரவழைக்க நேர்ந்த அபத்தத்தைப் பற்றி அப்போதுதான் அவனால் யோசிக்க முடிந்திருந்தது. உண்மையில் அது முட்டாள்தனமான, கேலிக்கிடமான நடவடிக்கை. நாயகன் ஒரு பிணத்திடம் தோற்றிருப்பதாகவே அவனது இந்த நடவடிக்கை அர்த்தப்படுத்திக் கொள்ளப்படும். அப்போதுதான் சடலத்தை அப்புறத்தப்படுத்துவதில் அந்த நான்கு பேரும் அடைந்த தோல்வி போலியானதாக ஏன் இருந்திருக்கக் கூடாது என யோசிக்கத் தொடங்கினான்.

சிறுவன் தன் ஒரு கேள்வியில் அவனது கண்களைத் திறந்து விட்டிருக்கிறான்.

அவர்களுடைய எல்லா முயற்சிகளும் எல்லாப் பெருமூச்சு களும் அவர்களது உடல்களில் ஊற்றெடுத்துப் பெருகிய வியர்வையும் தோல்வியை ஒப்புக்கொண்டபோது முகங்களில் தென்பட்ட சோர்வும் அவமானமும் வெறும் பாவனைகளாக ஏன் இருந்திருக்கக் கூடாது? சடலம் காமராஜருடையது என்பதை அங்கு வந்து சேர்வதற்கு முன்பேகூட அவர்கள் தெரிந்துகொண்டிருக்கலாம். அப்புறப்படுத்தும் விருப்பம் இல்லாமலும் அது ஒரு நினைவுச் சின்னமாக என்றென்றைக்குமாக இருந்துவிடட்டும் எனத் தீர்மானித்துக்கொண்டும் வந்திருக்கக்கூடும். உண்மையில் சடலத்தை அப்புறப்படுத்துவதையே தொழிலாகக் கொண்ட நான்கு அற்பப் பிறவிகளால் அவன் வெகுசுலபமாக ஏமாற்றப்பட்டிருக்கிறான் என்பதுதான் அதற்குப் பொருள். எதையும் வெளியே காட்டிக் கொள்ளாமலிருப்பது என முடிவு செய்தான் இன்ஸ்பெக்டர். அவர்கள் தன்னை முட்டாள் என நினைத்தால் அப்படியே நினைத்துக்கொள்ளட்டும். அந்த நான்கு பேரையும் சடலத்தை முதலில் பார்த்து அது காமராஜருடைய சடலம் எனச் சொன்ன பரதேசியையும் அவனுக்குத் துணையாக வந்து தனது தோல்வியின் பார்வையாளர்களாக இருந்துகொண்டிருக்கும் மற்ற எல்லோரையும் அவமானப்படுத்துவதென முடிவுசெய்தான் அந்த என்கௌன்டர் ஸ்பெஷலிஸ்ட்.

பொக்லைன் இயந்திரத்தின் உலோகத்தாலான கரங்களைக் கொண்டு இழுத்து வந்து அவர்களுடைய காலடியில் அந்தச் சடலத்தைப் போட வேண்டும். இது அவர்கள் எல்லோருடனும் கூடவே தன்னை அவமானத்துக்குள்ளாக்கிய சடலத்தையும் சேர்த்தே தண்டிக்கும் செயலாக இருக்கும். பிறகு அவர்களால் குற்ற உணர்வைச் சகித்துக்கொள்ள முடியாமல் போகலாம்.

சிறுவன் பொறுமையிழந்துகொண்டிருந்ததைக் கவனித்த இன்ஸ்பெக்டர் அவனைத் தானே நேரடியாகச் சடலம் கிடத்தப் பட்டிருந்த இடத்துக்கு அழைத்துச் சென்றான். சடலம் தார்பாலினால் மறைக்கப்பட்டிருந்தது.

இது சிறுவனுக்குக் கேலியாகத் தென்படக்கூடும். ஆனால் குற்றம் தன்னுடையதல்ல. சடலத்துக்குப் போர்த்த கித்தான் ஒன்றைக் கொண்டுவரச் சொன்னால் அது கிடைக்கவில்லை யென்று தார்ப்பாலினைக் கொண்டுவந்திருந்த சுகாதாரத் துறை ஆள்களின் குற்றம். தருணம் வாய்க்கும்போது இதைச் சிறுவனுக்குச் சொல்லிவிட வேண்டும். ஆனால் முதல் பார்வையிலேயே அது சடலம் என்பதைக் கண்டுபிடித்திருந்தான் சிறுவன்.

"இது ஒரு சடலமாக இருக்க வேண்டுமென நினைக்கிறேன்" எனத் தன் வயதுக்குப் பொருத்தமற்ற தோரணையில் இன்ஸ்பெக்டரின் கண்களை நேருக்கு நேர் பார்த்துக்கொண்டு சொன்னான்.

"ஒரு சடலத்தை அப்புறப்படுத்துவதற்காகப் பொக்லைனைப் பயன்படுத்தும் அதிசயத்தை நான் இப்போதுதான் முதல் முறையாகக் கேள்விப்படுகிறேன்" என்றான்.

இன்ஸ்பெக்டர் கண்களைத் தாழ்த்திக்கொண்டான்.

"உண்மைதான். ஆனால் இது மற்ற சடலங்களைப் போன்றதல்ல" எனப் பதிலளிப்பதைத் தவிர அப்போது அவனுக்கு வேறு வழியிருந்திருக்கவில்லை. சிறுவன் அதற்கு மேல் எதுவும் சொல்ல விரும்பாதவனாக வெளியே வந்தான். கிளைகள் வெட்டப்படுவதை ஒரு பார்வை பார்த்தவன் புகைபிடித்துக்கொண்டிருந்த இன்ஸ்பெக்டரின் அருகில் வந்து தனக்கும் ஒரு சிகரெட் தேவைப்படுவதாகச் சொன்னான்,

"எடுத்துக் கொண்டு வர மறந்துவிட்டேன்" என வருத்தப்படும் தோரணையில் புன்னகைத்தான்.

இன்ஸ்பெக்டர் ஒன்றுமே சொல்லாமல் சிகரெட் பாக்கெட்டை நீட்டினான். சிறுவன் ஒன்றை உருவியெடுத்து உதடுகளுக்கிடையே பொருத்திக்கொண்டு தீப்பெட்டிக்காகக் கை நீட்டினான்.

கறுப்பு வெள்ளைக் கடவுள்

“நீங்கள் எனக்கொரு உதவி செய்ய வேண்டும்” எனத் தணிந்த குரலில் அவனிடம் கேட்டான் இன்ஸ்பெக்டர்.

சிறுவன் என்ன என்பது போல் பார்த்தான். அவனது உடுகளிலிருந்து கசிந்து வெளியேறிக்கொண்டிருந்த புகை, தடிமனான படலமாக இன்ஸ்பெக்டரின் முன்னால் மிதக்கத் தொடங்கியிருந்தது,

“சடலத்தை மீட்டு நீங்கள் அதை அதோ அவர்களுடைய காலடியில் வைக்க வேண்டும்” எனச் சற்றுத்தள்ளி வரிசையாக நின்றுகொண்டிருந்தவர்களைச் சுட்டிக்காட்டிச் சொன்னான். பொக்லைன் அங்கு வருவதற்கான பாதையைச் செப்பனிட்டுவிட்டு வந்திருந்த நான்கு பிணந்தூக்குபவர்களையும் தம்முடன் சேர்த்துக்கொண்டு யாரும் கேட்டுக் கொள்ளாமலேயே ஓர் ஒழுங்கு வரிசையை அமைத்துக் கொண்டிருந்தார்கள் மற்றவர்கள். சிறுவன் அவர்களைக் கூர்ந்து பார்த்தான்,

“ஒரு சமர்ப்பணம் போலவா?”

“ஆமாம், சமர்ப்பணம் போல”

இன்ஸ்பெக்டர் அச்சிறுவனை வியந்தான்.

சிறுவன் குதூகலமுற்றவனைப் போல் தென்பட்டான். சிகரெட்டின் கரிந்த துண்டைச் சுண்டியெறிந்துவிட்டுத் தன் இயந்திரத்தை நோக்கி நடந்தான். இன்ஸ்பெக்டர் தான் எந்த இடத்தில் நிற்பது என யோசிக்கத் தொடங்கியிருந்தான். அதற்குள் அந்த பொக்லைன் இயந்திரத்தின் ஓசை மூர்க்க மாகப் பரவத் தொடங்கியிருந்தது. முதலில் வெட்டப்பட்டுப் பாதையில் சாய்க்கப்பட்டிருந்த மரங்களையும் சில பாறைத் துண்டுகளையும் அகற்ற வேண்டியிருந்தது. அதற்கு அதிகபட்சம் பத்து நிமிடங்களுக்கு மேல் ஆகவில்லை. இயந்திரத்தின் பிரும்மாண்டமான உருக்குக்கரம் எல்லாவற்றையும் அநாயாச மாகப் பற்றி இழுத்துப் புரட்டிச் சரிவுகளில் தள்ளியது. பிறகு சடச்சடவென ஓசையெழுப்பிக்கொண்டு மண்டபத்தை நோக்கி வந்தபோது வழியில் காமராஜரின் சட்டமிடப்பட்ட அந்தக் கறுப்பு வெள்ளைப் புகைப்படம் கிடந்ததைப் பார்த்தான் இன்ஸ்பெக்டர். அதை அங்கே நழுவவிட்டிருந்தது தானாகவே இருக்க வேண்டும் எனக் கருதியவன் அதுகுறித்துச் சிறுவனை எச்சரிக்க விரும்பினான். அதற்கு அவகாசம் தராமல் இயந்திரத் தின் பற்சக்கரங்களிலொன்று அந்தப் புகைப்படத்தை நசுக்கிக் கொண்டு கடந்து சென்றது. அதன் மூர்க்கத்துக்குச் சட்டமிடப் பட்ட ஒரு கறுப்பு வெள்ளைப் புகைப்படம் அற்பம், அது கடவுளுடையதே என்றாலும். இயந்திரம் உறுமியது. சிரித்துக்

கொண்டே இயந்திரத்தின் உருக்குக்கரத்தைச் சடலம் கிடத்தப் பட்டிருந்த மண்டபத்திற்குள் ஒரு பொறியாளனின் துல்லியத் தோடு லாவகமாகச் செலுத்தினான் அந்தச் சிறுவன். சடலத்தை எட்டியதும் மூர்க்கத்தைச் சிறிது தணித்துக்கொண்டது அந்தக் கரம். வழிபடுவதைப் போலச் சடலத்தின் சிரசிலிருந்து தொடங்கி பாதம்வரை வருடிக்கொடுத்துக்கொண்டே மெதுவாக ஊர்ந்தது. பிறகு இன்ஸ்பெக்டர் உள்ளிட்ட மற்ற எல்லோரும் மூச்சு விடாமல் பார்த்துக்கொண்டிருந்தபோது தனது இரையைப் பற்ற முனையும் ஒரு மிருகம் போல் சரேலென ஒரு பாய்ச்சல். குஷ்டரோகியினுடையதைப் போன்ற தன் மழுங்கிய விரல்களால் சடலத்தைப் பற்றி மூர்க்கமாக இழுத்தது. சடக்கெனப் பேரோசையுடன் சடலம் முறிவதைக் கவனித்தான் இன்ஸ்பெக்டர். மேலெழும்பியபோது அதன் பிடியில் தாறுமாறாகப் பிய்த் தெடுக்கப்பட்ட தார்ப்பாலினோடு தொங்கிக்கொண்டிருந்தது சடத்தின் முறிந்த ஒற்றைக் கால். என்ன நடந்தது என்பதைப் புரிந்துகொள்வதற்கு முயன்றுகொண்டிருந்தபோதே அந்த ஒற்றைக் காலை மற்ற எல்லோரிடமிருந்தும் விலகித் தனியாக நின்றுகொண்டிருந்த இன்ஸ்பெக்டரின் காலடியில் அவன் கேட்டுக்கொண்டதைப் போலவே ஒரு சமர்ப்பணமாக வைத்தது இயந்திரத்தின் அந்த உருக்குக் கரம். தனது வேண்டுகோள் தவறாகப் புரிந்துகொள்ளப்பட்டிருப்பதைப் பற்றிய பிரக்ஞையின்றி பரிதவிப்புடன் குனிந்து அதைக் கையிலெடுக்க முயன்றான் இன்ஸ்பெக்டர். நம்ப முடியாத கனம். தன் உரமேறிய கைகளால் கூட அதைப் பற்றவோ தூக்கவோ அவனுக்கு முடிந்திருக்கவில்லை.

அது கல்.

அவனது காலடியில் சமர்ப்பணமாக வைக்கப்பட்டது தசையோ எலும்புகளோ அற்ற, நிணத்தின் பிசுபிசுப்பும் மரணத்தின் நெடியும் படிந்திராத வெறும் பாறை. தேர்ந்த சிற்பி ஒருவனால் நேர்த்தியாக வடிக்கப்பட்டு எதற்காகவோ கிடத்திவைக்கப்பட்டிருந்த கற்சிலையொன்றின் முறிந்த பகுதி. ஆழ்ந்த பெருமூச்சுடன் நிமிர்ந்து பார்த்தபோது சிறிதும் கருணையற்ற அந்த பொக்லைன் இயந்திரத்தின் முரட்டுக் கரம் சடலத்தின் எஞ்சிய பகுதியை மீட்பதற்காக வெள்ளியங்கிரிப்புதூர் சுப்பிரமணியக் கவுண்டரின் உபய மண்டபத்திற்குள் நுழைந் திருந்தது.

அடவி, **பிப்ரவரி 2014**

பரமனின் பட்டுப் பாவாடை உடுத்திய நான்காவது மகள்

ஒன்று

ஊர் நாவிதன் பரமனுக்கு நான்கு மகள்கள். நான்காவது மகள் மஞ்சு. பட்டுப் பாவாடைகளை உடுத்திக்கொள்வதில் விருப்பம் கொண்டவளாக இருந்தவள் அவனுடைய அந்த நான்காவது மகள்தான். மஞ்சு பரமனின் மற்ற மூன்று மகள்களைவிட அழகாக இருந்தாள். சிவப்பாக இருந்தாள். சூட்டிகையான பெண்ணாக இருந்தாள். படிப்பில் கெட்டிக்காரியாக இருந்தாள். தன் மற்ற மூன்று மகள்களைவிட அவளிடமே அதிகப் பிரியம் கொண்டவனாக இருந்தான் பரமன். அவளைக் குறித்தே அதிகம் கவலைப்பட்டான். அவளைப் பற்றிய குடிநாவிதனொருவனுக்குச் சாத்தியமே இல்லாத பல கனவுகளைக் கண்டான். அவளைக் குறித்த நல்லதும் கெட்டதுமான பல கற்பனைகள் அவனுக்குத் தோன்றின. பரமனை ஓயாது அலைக்கழித்துக்கொண்டிருந்தவை அந்தக் கற்பனைகள்தாம்.

இரண்டு

பரமனின் மற்ற மூன்று மகள்களும் குடிநாவிதனொருவனுடைய மகள்கள் எப்படி வளர வேண்டுமோ அப்படி வளர்ந்தார்கள். மூன்று பேரும் பரமனின் சாயலையே கொண்டிருந்தார்கள். மூவருக்கும் அவனைப் போன்றே கரிய நிறம். அவனைப் போலவே அடக்க ஒடுக்கமாக இருந்தார்கள். மட்டுமரியாதை தெரிந்தவர்களாக இருந்தார்கள். தகப்பன்

அவர்களுக்காக உள்ளூர்ச் சந்தையிலிருந்து மலிவான விலையில் எடுத்துக்கொண்டு வந்த துணிகளை உடுத்திக்கொண்டார்கள். பண்ணையக்காரர்களின் வீட்டுப் பெண்களிடமிருந்து அவர்களால் கழித்துக்கட்டப்பட்ட பழைய துணிமணிகளைத் தன் மகள்களுக்காகக் கேட்டுப் பெற்றுக்கொண்டு வந்தாள் பரமனின் மனைவி. பண்ணையக்காரர் வீட்டுப் பெண்கள் இடும் குற்றேவல்களைப் பரமனின் மூன்று மகள்களும் முகங்கோணாமல் செய்யப் பழகிக்கொண்டிருந்தார்கள். அவர்களுக்கு மாவரைத்துக்கொடுத்தார்கள். கம்பும் சோளமும் குத்திக்கொடுத்தார்கள். ஈரும் பேனும் பார்த்தார்கள். முதுகு தேய்த்துவிட்டார்கள். கை, கால்களைப் பிடித்துவிட்டார்கள். வாய்ப்புக் கிடைத்த எல்லா நாள்களிலும் காடுகரைகளுக்கு வேலைக்குப் போனார்கள். கிடைக்கும் காசிலிருந்து தங்களுக்கென்று ஒரு பைசாவைக்கூட எடுத்துக்கொள்ளாமல் பரமனிடம் தந்தார்கள். பரமன் அதை அவர்களுடைய கல்யாணத்திற்காகச் சேர்த்து வைத்தான். அதைக்கொண்டு அவர்கள் ஒவ்வொருவர் பெயரிலும் ஒரு சீட்டுக் கட்டி அது முதிரும்போது எடுத்துக் கால் பவுனில் தோடு, மூக்குத்தி, கொலுசு என ஏதாவது வாங்கித் தந்தான். கோடைக்காலங்களில் மூன்று பேரும் வேப்பம்பழம் பொறுக்கப் போனார்கள். வேப்பமுத்துக்களை விற்று அதிலிருந்து கிடைக்கும் காசில் கண்ணாடி வளையல்களும் ஸ்டிக்கர் பொட்டுக்களும் வாங்கிக்கொண்டார்கள். ஞாயிற்றுக் கிழமைகளில் பக்கத்து டென்ட் கொட்டகையில் பகல் காட்சி பார்ப்பதற்கும் அந்தக் காசைத்தான் பயன்படுத்திக்கொண்டார்கள். பண்ணையக்காரர்களின் வாசல்களில் எடுப்புச் சோறு வாங்குவதற்காகக் காத்திருக்கும்போது அவர்கள் யாரும் அதை அவமானமாகக் கருதியதில்லை. நாளில் இருவேளை பழைய சோறு சாப்பிட்டார்கள். தங்களை யாராவது குற்றம் சொல்லும்போது வெறுமனே உதட்டைக் கடித்துக்கொண்டு நிற்பதற்கு மூவரும் மிகச் சிறுவயதிலேயே கற்றுக்கொண்டிருந்தார்கள். தங்கள் தாய் தகப்பனைப் போல் பண்ணையக்காரர்களிடம் பணிவாக இருக்கப் பழகிக்கொண்டிருந்தார்கள். குடிநாவிதனொருவனின் பிள்ளைகளுக்கு எவ்வளவு பணிவு வேண்டுமோ அவ்வளவு பணிவு.

ஆனால் மஞ்சு அவற்றில் எதையும் கற்றுக்கொள்ளாத வளாக இருந்தாள். பரமனின் மற்ற மூன்று மகள்களைப் போலல்லாமல் மஞ்சு படிப்பின் மீது ஆர்வம் கொண்டவளாக இருந்தாள். பள்ளிக்கூடத்திற்கு ஒழுங்காகப் போனாள். வீட்டை விட்டால் பள்ளிக்கூடம் பள்ளிக்கூடத்தை விட்டால் வீடு என்றிருந்தாள். தன் மற்ற மூன்று சகோதரிகளையும் போலல்லாமல் பண்ணையக்காரர்களின் தன் வயதொத்த பிள்ளைகளைப் பெயர் சொல்லி அழைத்தாள். வகுப்பில் முதல்

மாணவியாக விளங்கினாள். விளையாட்டுப் போட்டிகளிலும் பேச்சுப் போட்டிகளிலும் கலந்துகொண்டு பரிசு வாங்கினாள். மற்ற மகள்களுக்கு உள்ளூர்ச் சந்தையிலிருந்து மலிவான விலையில் துணியெடுத்துக் கொடுத்த பரமன் அவளுக்காகப் பக்கத்து நகரத்திலிருந்த பெரிய துணிக்கடையொன்றிலிருந்து கொஞ்சம் அதிக விலையில் கௌன்களும் பாவாடை சட்டைகளும் எடுத்து வந்தான். தன் நான்காவது மகளை ஊரிலிருந்து ஆறு கிலோ மீட்டர் தொலைவிலிருந்த ஆங்கிலப் பள்ளியொன்றில் சேர்த்தான். மற்ற பண்ணையக்காரர்களின் பிள்ளைகளுடன் வேனில் போய் வந்தாள் மஞ்சு.

தன்னோடு படிக்கும் பண்ணையக்காரர்களின் பிள்ளைகளை அவள் பெயர் சொல்லி அழைப்பதைக் கேட்க நேர்ந்தபோது ஒரு குடிநாவிதனுடைய மகளுக்கு அதற்கான உரிமை இல்லாத தால் பரமன் பதற்றமடைந்தான். மகளைத் தனியே அழைத்து அதனால் ஏற்படக்கூடிய விளைவுகளைப் பற்றி எச்சரித்தான், “அப்பறொ கவண்டைகொ நம்பள ஊருக்குள்ள குடியிருக்கறதுக்கு உடமாண்டாங்கொ” என்றான். பரமனின் மனைவியும் அது குறித்து மிகக் கவலைப்பட்டாள், “மொதல்ல படிமானத்தக் கத்துக்கோ” எனத் தன் நான்காவது மகளுக்குச் சொன்னாள் அவள்.

மஞ்சு எல்லாவற்றையும் மௌனமாகக் கேட்டுக்கொண்டாள்.

மூன்று

ஐந்து வயது முடிந்து ஆறு வயது தொடங்கியபோது மஞ்சுவின் பிறந்தநாளைக் கொண்டாடினான் பரமன். அவ் வகையான கொண்டாட்டங்களுக்கு ஊர் அப்போதுதான் பழகிக்கொண்டிருந்தது. புத்தாடை உடுத்துவது, கேக் வெட்டுவது, அண்டை வீட்டாருக்குச் சாக்லேட்டுக்கள் தருவது எனப் பண்ணையக்காரர்கள் சிலரது வீடுகளில் நடைபெற்ற பிறந்தநாள் கொண்டாட்டங்களைப் பார்த்திருந்த பரமனின் மற்ற மகள்கள் தங்கள் வீட்டிலும் அப்படியொரு கொண்டாட்டத்தை நடத்திப் பார்க்க ஆசைப்பட்டார்கள். மஞ்சு கடைக்குட்டி என்பதால், அவள் குழந்தையாக இருந்ததால், அவளுடைய பிறந்த நாள் நெருங்கி வந்திருந்ததால் முதலில் அவளுடைய பிறந்த நாளைக் கொண்டாடுவது எனத் தீர்மானித்தார்கள். தங்களிடமிருந்த சேமிப்பைக் கொண்டு கேக்கும் சாக்லேட்டுக்களும் புத்தாடையும் வாங்குவதற்காகப் பெற்றவர்களை அழைத்துக்கொண்டு புறப்பட்டபோது பரமனின் வயதான தாயும் கிளம்பி நின்றாள். எல்லோரையும் அழைத்துக்கொண்டு அருகிலிருந்த சிறு நகரமொன்றுக்குப் போன பரமனின் மூன்று மகள்களும்

முதலில் கேக் வாங்க முடிவெடுத்தார்கள். பேக்கரியொன்றின் ஷோ கேஸில் அரைக் கிலோ எடை கொண்ட இரண்டு கேக்குகள் காட்சிக்கு வைக்கப்பட்டிருந்தன. ஒன்று இளஞ் சிவப்பு நிற க்ரீம் பூசப்பட்டது. மற்றொன்றுக்குப் பச்சைநிற க்ரீம். இரண்டின் நெற்றியிலும் அந்தந்த நிறத்தில் சூட்டப்பட்டிருந்த ரோஜாக்களைப் பார்த்த பரமனின் வயதான தாய் ரோஜா பச்சை நிறத்தில் இருக்குமா எனப் பேக்கரியில் இருந்த இளைஞனிடம் கேட்டாள். அவன் சொல்லித்தான் அது மிட்டாய் என்பது மற்ற எல்லோருக்கும் தெரிந்தது. ரோஜா மிட்டாய் அல்லது மிட்டாய் ரோஜா. பரமனின் மூன்று மகள்களும் தங்களுக்குள் பேசி பச்சைநிற கேக்கைத் தேர்ந்தெடுத்தார்கள். பச்சை ரோஜாவைச் சூடிக்கொண்டிருக்கும் பச்சைநிற கேக். நாற்பது ரூபாய் விலை. பணத்தைக் கொடுத்ததும் Happy Birth Day to Manju என்னும் ஆங்கில வாக்கியத்தை சாக்லேட் பென்சிலால் பொறித்து அட்டைப்பெட்டியில் பொதிந்துக் கொடுத்தான் பேக்கரியில் இருந்த இளைஞன். பிறகு சாக்லேட்டுக்களும் மெழுகுவர்த்திகளும் கண்ணாடி வளையல்களும் ஸ்டிக்கர் பொட்டுக்களும் புத்தம்புதிதாக ஒரு ஜோடி காலணியும் வாங்கிக்கொண்டார்கள். பிறந்தநாளுக்காகத் தங்களுடைய கடைக்குட்டிக்கு நடுத்தர விலையில் பாவாடை, சட்டை எடுப்பதுதான் அவர்களுடைய திட்டம். அதற்கு மட்டுமே அவர்களிடம் பணம் இருந்தது. அதற்காக நகரின் பெரிய துணிக்கடையொன்றுக்குள் நுழைந்தார்கள். அப்போதுதான் பரமன் தன் நான்காவது மகளுக்குப் பட்டுப் பாவாடையொன்றை உடுத்திப்பார்க்க வேண்டுமென்னும் தன் நீண்டநாள் ஆசையைப் பற்றிச் சொன்னான். பணத்தைக் கட்டாகக் கட்டி மடியில் வைத்து எடுத்துக்கொண்டு அதற்குத் தயாராக வந்திருந்தான், "பாத்தையா அப்பாவுக்கு அவ மேல இருக்கற பாசத்த, பட்டுப் பாவாடையெடுக்கறெ, பணங்கொண்டாந்திருக்கறென்னு மூச்சுடோணுமே, இப்பவே இப்பிடி, நாளைக்கு நாம மூணு பேரும்போயிட்டா அவ்வளவுதே, தலைல தூக்கி வெச்சுக்குவாங்க" என அப்போது தன்னுடைய மூன்றாவது மகள் சொன்னதைப் பரமன் விளையாட்டாக எடுத்துக்கொண்டிருந்தான். பாவாடையின் நிறத்தைத் தேர்ந்தெடுப்பதில் நிலவிய நீண்ட நேரக் குழப்பத்தைப் பரமனின் வயதான தாய் தீர்த்து வைத்தாள். கேக்கின் நிறத்துக்குப் பொருத்தமான பச்சை நிறம். கேக்கின் பச்சையைவிடப் பாவாடையின் பச்சை சற்று அடர்த்தி. மஞ்சுவுக்கு அது பிடித்துப்போனது குறித்துப் பரமனின் தாய் பல நாள்களுக்குப் பெருமைபேசித் திரிந்தாள்.

சிறிய உணவகமொன்றில் அன்றைய பகல் உணவை முடித்துக்கொண்டு வீட்டுக்குத் திரும்பிய பிறகு உதட்டுச் சாயமும்

நகப்பூச்சும் வாங்க மறந்துவிட்டது தெரிந்தது. “அதெல்லா எதுக்கு? வேணும்னா மருதாணி அரச்சு வெச்சுட்டுட்டாப் போவுது” எனப் பரமனின் மனைவி சொன்னதை யாரும் ஏற்கவில்லை. பிறந்தநாள் கொண்டாடும் ஒரு பெண்ணுக்கு அவையெல்லாம் அவசியம் என அப்போது ஆறாம்வகுப்பில் படித்துக்கொண்டிருந்த அவனுடைய இரண்டாவது மகள் சொன்னதை மற்ற இரண்டு சகோதரிகளும் ஆமோதித்ததால் பரமனுக்குத் தன் மகள்களில் ஒருத்தியை அழைத்துக்கொண்டு மற்றொருமுறையும் அந்த நகரத்திற்குப் போய்வர வேண்டியிருந்தது. பரமன் அதற்காகச் சந்தோஷப்பட்டான். பண்ணையக்காரர்களுக்கு இணையாகத் தானும் ஒரு கொண்டாட்டத்தை நடத்திக்காட்டுவதற்குத் தயாராகிக்கொண்டிருந்ததால் அவன் திளைத்துக் கிடந்தான்.

தங்கையின் பிறந்தநாள் கொண்டாட்டங்களைப் பற்றிய அற்புதமான அந்தச் செய்தியைப் பரமனின் மற்ற மூன்று மகள்களும் காடுகரையெங்கும் பரப்பிவிட்டிருந்தார்கள். பரமன் ஏழு கிலோமீட்டர் தொலைவிலிருக்கும் தன் தங்கையின் குடும்பத்தை அழைத்தான். கொண்டாட்டங்கள் தொடங்குவதற்கு அரைமணி நேரத்திற்கு முன்பாகப் பரமனின் மனைவி தன் அண்டை வீட்டுக்காரர்களுக்குச் சொன்னாள். மூன்று பெண்களும் அதிகாலை மூன்று மணிக்கே எழுந்து வேலைகளைக் கவனிக்கத் தொடங்கியிருந்தார்கள். குறைந்தபட்சம் இருபது பேராவது கலந்து கொள்வார்கள் என்னும் எதிர்பார்ப்பு இருந்ததால் அவர்களுக்காக ஏதாவது பலகாரம் செய்ய வேண்டியிருந்தது. முந்தைய நாளே இட்லிக்கு மாவரைத்து வைத்திருந்தார்கள். அது தவிர பால்பாயசமும் குளோப்ஜாமூனும் செய்வதெனத் திட்டம். பரமனின் தங்கை ஒரு பித்தளைப்போசி நிறைய கச்சாயமும் முறுக்கும் சுட்டு எடுத்துக்கொண்டு வந்திருந்தாள்.

அரக்கப் பரக்க வேலைகளை முடித்துக்கொண்டு அதிகாலையில் மஞ்சுவை எழுப்பினார்கள். தலைக்கு ஷாம்பு தேய்த்துக் குளிக்க வைத்து இரட்டை ஜடை பின்னி, உதடுகளுக்குச் சாயமிட்டு, நகச்சாயம் பூசித் தலைநிறைய மல்லிகைப் பூவைச் சூடிக்கொண்டு பச்சைப் பட்டுப் பாவாடையுடனும் அரக்குநிறப் பட்டுச் சட்டையுடனும் திண்ணையில் வந்து நின்றபோது எல்லோரும் வைத்த கண் வாங்காமல் மஞ்சுவைப் பார்த்தார்கள். கேக் வெட்டும்போது கைகளைத் தட்டிக்கொண்டு, “ஹேப்பீ பர்த் டே டூ யூ” என ராகமிழுத்துச் சொல்ல அங்கிருந்த எல்லோரும் எப்படியோ தெரிந்துகொண்டிருந்தார்கள். மஞ்சு வெட்கப்பட்டாள். பெருமிதத்துடன் சிரித்தாள். கேக்கின் மீது செருகி வைக்கப்பட்டிருந்த மெழுகுவர்த்திகளின் மிக மெலிந்த சுடரைத் தன் சிறிய, அழகிய உதடுகளைக் குவித்து ஊதி

அணைத்தபோது எல்லோருக்கும் பின்னால் நின்று அதைப் பார்த்துக்கொண்டிருந்த பரமனின் கண்களில் நீர் துளிர்த்திருந்தது.

புத்தம் புதிய எவர்சில்வர் தட்டொன்றில் சாக்லேட்டுக் களை நிரப்பி மற்றவர்களுக்குக் கொடுப்பதற்காக ஊரின் குறுகலான தெருக்களின் வழியே அவள் நடந்தபோதுதான் பிரச்சினை தொடங்கியது.

“என்னுலே விசுவேசொ? இப்பிடிச் சோடிச்சுக் கூட்டி யாறீங்கொ?” எனத் தெருமுனையில் அவர்களை எதிர்கொண்ட பண்ணையக்காரிச்சியொருத்தி துணைக்கு வந்திருந்த பரமனின் மற்ற மூன்று மகள்களைக் கேட்டாள்.

“எனக்கு ஹேப்பீ பர்த் டே” எனத் தன் பிஞ்சு மொழியில் மஞ்சுவே அதற்குப் பதிலளித்தாள்.

“கேப்பி பர்த்டேயா? அப்படீன்னா என்னொ?”

“ஹேப்பி பர்த் டேன்னா எனக்கு ஹேப்பி பர்த்டேன்னு அர்த்தம்” என்றாள் மஞ்சு.

“நாசுவப் புள்ளையா இருந்தாலு எப்பிடிப் பேசறான்னு பாரு. நம்ப புள்ளைகளுக்கு இந்தக்கூறு இருக்குதா?” எனச் சலித்துக்கொண்டு போனாள் அவள். மூவரும் அவளைத் தலைவாசலுக்கு நடத்திக்கொண்டு போனார்கள். பரமனின் மனைவியும் அப்போது அவர்களுடன் சேர்ந்துகொண்டாள். கல்கட்டில் கால்களைத் தொங்கவிட்டுக்கொண்டு உட்கார்ந்தி ருந்த பரமனின் பண்ணையக்காரர்கள் இருவர் வெறுமனே அவர்களை ஒரு பார்வை பார்த்துவிட்டு முகத்தைத் திருப்பிக் கொண்டனர். மஞ்சு மட்டும் அவர்களைப் பார்த்துச் சிரித்தாள், “எனக்கு ஹேப்பீ பர்த் டே” எனச் சொல்லிவிட்டு அவர்களிடமிருந்து வாழ்த்துக்களை எதிர்பார்த்துக்கொண்டு அங்கேயே நின்றாள். சைக்கிள்களுடன் நின்றுகொண்டிருந்த பள்ளி மாணவர்கள் சிலர் தட்டிலிருந்து சாக்லேட்டுக்களை எடுத்துக்கொண்டு அவளுக்கு வாழ்த்துச் சொல்லிவிட்டுப் போனார்கள். ஒருவன் அவளது கையைப் பற்றிக் குலுக்கி னான். சிறுமியொருத்திப் பூவரச இலையிலான பீப்பி ஒன்றை ஊதிக்கொண்டிருந்தாள். அவள்தான் மஞ்சுவின் வருகையை அதிசயமாகப் பார்த்தவள். மஞ்சு அவளுக்குக் கூடுதலாக இரண்டு சாக்லேட்டுக்களைக் கொடுத்தபோது பூரித்துப் போனாள். எதற்காகவோ தலைவாசலுக்கு வந்திருந்த மூப்பனொருவனின் மனைவி மஞ்சுவின் கன்னத்தைக் கிள்ளி அவள் உடுத்தியிருந்த பட்டுப் பாவாடையைத் தொட்டுப் பார்த்துவிட்டு, “புதுசா எடுத்துதாக்கு? என்ன வெலயாவுது?” எனக் கேட்டாள். அங்கிருந்து நகர்ந்தபோது, “பரமனுக்குக் கை மீறிக்கிச்சாட்ட இருக்குது, நம்பத்

துள்றே" என யாரோ உரத்த குரலில் சொன்னதைக்கேட்டுப் பரமனின் மனைவி பதற்றமடைந்தாள். பிறகு வேறெங்கும் போக விரும்பாமல் மகளை இழுத்துக்கொண்டு கிட்டத்தட்ட ஓடினாள். தட்டில் இன்னும் சாக்லேட்டுக்கள் மீதமிருந்தன. படலை இழுத்துச் சாத்திக்கொண்டு கொண்டாட்டங்களைத் தொடர முற்பட்டபோது சவரம் செய்ய வேண்டுமென்று மரக்கடைக்காரனின் வீட்டிலிருந்து ஆள் வந்தது. எதையும் சாப்பிடாமல் அடப்பத்தை எடுத்துக்கொண்டு ஓடினான் பரமன். அவனது மனைவியுங்கூட யாரோ ஒரு பண்ணையக்காரிச்சியின் ஏவலை ஏற்று இரண்டு இட்லிகளைப் பிட்டு அவசர அவசரமாக விழுங்கிக்கொண்டு ஓட வேண்டியிருந்தது.

மஞ்சு அந்த உடையில் ஒரு பொன்வண்டைப் போலிருந் தாள். பச்சை நிறமுடைய அந்தப் பட்டுப் பாவாடையை முழங்காலுக்கு மேலே உயர்த்திப் பிடித்துக்கொண்டு வாசலுக் கும் வீட்டுக்குமாக மிதந்து திரிந்தபோது குட்டித் தேவதை போல் தெரிந்தாள். அன்றைய முழுப் பகலும் இரவில் பாதியும் வரை கொண்டாட்டத்தின் சத்தங்களால் சூழப்பட்ட தங்க ளுடைய நாவிதனின் வீட்டை எல்லோரும் அதிசயமாகப் பார்த்துக்கொண்டு போனார்கள், "அற்பனுக்கு வாழ்வு வந்தா அர்த்த ராத்தீரில கொட புடிப்பான்னு தெரியாமையா சொன்னாங்கொ?" என வெகுநாட்கள்வரை குத்தலும் கேலியும் பேசித் திரிந்த ஊராரின் முகத்தை நிமிர்ந்து பார்ப்பதற்குப் பரமன் வெட்கப்பட்டான். அதைத் தனக்குத் தகுதியில்லாத கொண்டாட்டமாக நினைத்தான். பிறகு அதுபோன்ற ஒன்றைப் பற்றிப் பரமன் யோசிக்க விரும்பியதில்லை.

தந்தை எடுத்துத் தந்திருந்த பச்சைப் பட்டுப் பாவாடையை மஞ்சு விரும்பி உடுத்தினாள். பள்ளிக்கூடத்திலிருந்து வீட்டுக்கு வந்தவுடன் ஆசையுடன் அதை எடுத்து உடுத்திக் கொண்டாள். அதனுடனேயே புழுதியில் இறங்கி விளையாடினாள், அதனுட னேயே தூங்கினாள். தாய் அவளைக் கண்டித்தபோது பரமன் மகளுக்காகப் பரிந்து பேசினான், "அத்தன வெல போட்டு எடுத்து, இப்பிடிப் போட்டுக்கிட்டுத் திரிஞ்சா அது எத்தன நாளைக்கு வரு? தொவண்டு சாணித் துணியாட்டப் போயறாதாக்கு?" என மனைவி தன்னைக் கேட்ட ஒவ்வொரு தருணத்திலும், "போட்டாப் போட்டுட்டுப் போறா, உடு. தெவண்டா மறுக்கா ஒண்ணு எடுத்துக்கறது" எனச் சிரித்துக்கொண்டே பதிலளித்தான் பரமன். அவள் சொன்னது போல பச்சை நிறமுடைய அந்தப் பட்டுப் பாவாடை சீக்கிரத்திலேயே நைந்து போனது. வர்ணங்கள் வெளிறியும் சரிகைகள் சுருண்டும் பூச்சிக்கூட்டைப் போல் மாறியிருந்தது. பட்டுப் பாவாடைகளின் மீது தன்

நான்காவது மகளுக்கு இருந்த ஆசையைப் பார்த்த பரமன் மூன்றாண்டுகளுக்குப் பிறகு எந்தக் கொண்டாட்டமும் இல்லாத ஒரு நாளில் அவளை அழைத்துக்கொண்டு துணிக்கடைக்குப் போனான். மிக ரகசியமான பயணம் அது. யாரிடமும் அதைப்பற்றி மூச்சுவிடவில்லை. மஞ்சு அடம் பிடித்ததால் இரண்டாவதாகவும் பச்சை நிறத்தையே தேர்ந்தெடுக்க வேண்டியிருந்தது. அப்போது அவள் தனக்கான நிறத்தைத் தேர்ந்தெடுக்கும் முதிர்ச்சியைப் பெற்றிருந்தாள். வெவ்வேறு நிறங்களில் தன் முன் பிரித்து வைக்கப்பட்ட பட்டுப்பாவாடைகளைத் தொட்டுக்கூடப் பார்க்காமல் பச்சை நிறமுள்ள பட்டுப்பாவாடையொன்றை எடுத்துக் கொண்டாள். "அதெதுக்கு மறுக்கா மறுக்காப் பச்சக் கலரு?" எனக் கேட்டான் பரமன். அவள் அதில் பிடிவாதமாக இருந்தாள். தங்கையின் மீதான தகப்பனின் ரகசியமான அந்தப் பிரியத்தைக் கண்டு அவனுடைய மற்ற மூன்று மகள்களில் ஒருத்தி கோபம்கொண்டாள், "அதென்ன அவுளுக்கு மட்டு பட்டுல பாவாட? எங்குளுக்கில்லையா?" என விசும்பத் தொடங்கினாள். மற்ற இரு மகள்களும் முகத்தைத் தூக்கி வைத்துக்கொண்டார்கள். பரமன் தவித்துப் போனான், "அவ கொழந்த" என அவர்களைச் சமாதானப்படுத்த முயன்றான்.

"கொளந்தைன்னா அல்லாருங் கொளந்தைங்கதான். பெத்தவிய இப்பிடி ஓர வஞ்சன காட்டக் கூடாது" என ஆத்திரப் பட்ட இரண்டாவது மகள் உறவையே முறித்துக் கொள்வது போலப் பேசினாள். "அவமட்டுந்தே உங்குளுக்குப் புள்ள, எங்களயெல்லா தவுட்டுக்கு வாங்கியாந்திருப்பீங்களாட்ட இருக்குது" எனச் சொல்லிவிட்டுக் கண்ணீருடன் எழுந்து போனாள். "ஏல்லே அல்லாரு இப்பிடி எசுலி போட்டுக்கிட்டிருக்கறீங்கொ? உங்குளுக்கு எடுக்காமயா போயிருவொ? கைல கொஞ்ச காசச் சேத்திக்கிட்டு மூணு பேருத்துக்கு என்ன கலர்ல வேணுமோ அந்த கலர்ல எடுத்துத் தரச் சொல்றெ பொறுங்கொ" எனத் தாய் அவர்களது கோபத்தைத் தணிக்க முயன்றாள். எனினும் தனது மற்ற மூன்று மகள்களும் இரண்டு மூன்று நாள்கள்வரை தன்னிடம் முகங்கொடுத்துப் பேச விரும்பாததைக் கண்ட பரமன் தவித்துப் போனான். அந்தக் கோபம் பிறகு என்றென்றைக்குமாக நீடித்திருக்குமென்றோ அவள் மீதான குரோதமாக மாறும் என்றோ கற்பனை செய்துகொள்ள விரும்பாமல் ஒவ்வொருவருக்கும் ஒவ்வொரு தருணத்தில் அவரவருக்குப் பிடித்த நிறங்களில் பட்டுப் பாவாடையும் ரவிக்கையும் எடுத்துக்கொடுத்தான்.

அவன் தன் நான்காவது மகளை மற்ற மூன்று மகள்களைவிட முக்கியமானவளெனக் கற்பனை செய்துகொள்ளவில்லை.

அவள் குழந்தையாக இருந்தாள்.

அவனுடைய கடைக்குட்டியாக இருந்தாள். செல்லமாக இருந்தாள். எனினும் தன் மற்ற மூன்று மகள்களும் கல்யாணமாகி அந்த வீட்டை விட்டுப் போகும்வரை தன் நான்காவது மகளுக்கு அவளுடைய பழைய, நைந்துபோன இரண்டு பட்டுப் பாவாடை களுக்குப் பதிலாக மூன்றாவதாக ஒரு பட்டுப் பாவாடையை எடுத்துக்கொடுப்பதைப் பற்றிப் பரமன் யோசிக்கவில்லை.

நான்கு

மூன்றாம்வகுப்பு வரை படித்திருந்த தன் முதல் மகள் தெய்வானையை அவளுக்குப் பதினைந்து வயது தொடங்கி யிருந்தபோது சலூன்கடை வைத்திருக்கும் தன் தங்கை மகன் நடையனுக்குக் கல்யாணம் செய்து கொடுத்தான் பரமன்.

அதற்கு ஓராண்டுக்கு முன்பு கணவனையும் பதினேழு வயதான தன் மகன் நடையனையும் நிராதரவாக விட்டுவிட்டு இளைப்பு நோய்க்காரியான அவனுடைய தங்கை செத்துப் போயிருந்தாள். தந்தையும் மகனும் கஞ்சி காய்ச்சிக் குடிக்கக்கூட வழியில்லாமல் கஷ்டப்பட்டுக் கொண்டிருந்தார்கள். பரமனின் வயதான தாய் வாரத்தில் இரண்டு மூன்று நாள்கள் அங்கு போய் மருமகனுக்கும் பேரனுக்கும் வாய்க்கு ருசியாகச் சோறாக்கி வைத்துவிட்டுத் துணிமணி துவைத்துப் போட்டுவிட்டு வந்துகொண்டிருந்தாள். ஊர்க்காரர்கள் கொடுக்கும் பண்டம் பலகாரங்களை அவர்களுக்கென்று எடுத்து வைத்திருந்து ஏழு கிலோமீட்டர் தொலைவுகொண்ட அச்சிறு நகரத்திற்கு எடுத்துப் போனாள் அந்தக் கிழவி. பஸ் வசதி எதுவும் இல்லாததால் போக வரப் பதினான்கு கிலோமீட்டர் நடக்க வேண்டியிருந்தது. ஆனால் அவள் அதற்காகப் பின்வாங்கவில்லை. பேரனின் நிராதரவான நிலையை நினைத்தும் தாயில்லாப் பிள்ளையென்னும் குறையைப் போக்கவும் சோறு தண்ணி ஆக்கி வைக்கவும் மருமகனுக்கு இரண்டாம் தாரம் ஒன்றைக் கட்டி வைத்துவிடலாமா என அவள் பரமனைக் கேட்டாள்.

பரமன் தாயின் யோசனையை புறக்கணிக்கவில்லை. அது சரியான தீர்வாக இருக்க முடியும் எனக் கருதினான்.

ஆனால் அவனுடைய மைத்துனன் அதை விரும்பவில்லை. வருபவள் நடையனைக் கவனிக்காமல் போய்விட்டால் என்ன செய்வதென ஒரு தகப்பனாக அவன் யோசித்தான். அதற்குப் பதில் மூத்த மகள் தெய்வானையை நடையனுக்குக் கட்டி வைக்கச் சொல்லிப் பரமனைக் கேட்டான். தங்கையின் மகன் என்பதாலும் தெய்வானைக்கு நேர்முறையுள்ள மாப்பிள்ளை என்பதாலும் மறுப்புச் சொல்வதற்குப் பெரிய காரணங்கள் எதுவும் பரமனிடம் இல்லை. எனவே அவன் அதற்குச் சம்மதித்தான்.

சிறு பிள்ளை என்றாலும் தெய்வானை சூட்டிகையான பெண். ஓடியாடி உழைக்கத் தெரிந்தவள். அவனுடைய நான்கு பெண்களில் அவளைப் போலக் குடிமுறைமைகளைப் பழகிக்கொண்டிருந்தவர்கள் யாருமில்லை. ஒரு நாவிதனுக்கு மனைவியாக இருப்பது என்றால் என்னவெனத் தெய்வானைக்கு நன்றாகவே தெரியும். இருப்பதைக்கொண்டு குடும்பம் தாட்ட அவள் நாற்பது வருடங்களாகக் குடிநாசுவத்தியாக இருந்த தன் தாயிடமிருந்து நிறையவே கற்றுக்கொண்டிருந்தாள்.

தாயின் யோசனையை ஏற்றுப் பரமன் பதினேழே வயதான நடையனுக்குப் பதினைந்து வயதான மகள் தெய்வானையைக் கட்டி வைத்தான்.

கல்யாணம் முடிந்து அவள் நடையனின் வீட்டுக்குப் போன பிறகு என்னதான் சூட்டிகையான பெண்ணாக இருந்தாலும் அந்தச் சிறுமியால் குடும்பம் நடத்த முடியுமா எனக் கவலைப்பட்டான் பரமன். அவனுக்குத் தன் மகளின் வாழ்வைப் பற்றிய பல மோசமான கற்பனைகள் தோன்றின. பதினேழு வயதான அந்தச் சிறுவன் குடித்துவிட்டு வந்து தன் மகளை அடித்து உதைப்பதாகவும் சிறிய அந்த ஓட்டு வீட்டின் ஓர் இருண்ட மூலையில் கால்களைக் கட்டிக்கொண்டு உட்கார்ந்தபடி அவள் கண்ணீர் வடித்துக் கொண்டிருப்பதாகவும் திரும்பத் திரும்ப வந்துகொண்டிருந்த கனவு ஒன்று பரமனைத் தொந்தரவு செய்துகொண்டிருந்தது. அது போன்ற தருணங்களில் பரமன் உளறத் தொடங்கி விடுவான். தேம்பியழவும் முற்படுவான். சத்தம் கேட்டு விழித்தெழும் மனைவியிடம் தான் கண்ட கொடிய கனவைப் பற்றிச் சொல்வான். அதற்குப் பிறகு இருவராலும் தூங்க முடியாது. திண்ணையில் வந்து உட்கார்ந்து கொள்வார்கள். குசுகுசுவென வெகு நேரம் பேசிக்கொண்டிருப்பார்கள், "புள்ள அங்க எப்பிடியிருக்கறாளோ என்னமோ?" என ஒருவர் மாற்றி ஒருவராக முனகிக்கொண்டிருப்பார்கள். தீரத்தீர வரக்காப்பியைப் போட்டுக் குடித்தபடி அந்தத் திண்ணையிலேயே ஆளுக்கொரு திசையைப் பார்த்து உட்கார்ந்துகொண்டிருப்பார்கள். கொஞ்ச நேரம் தூங்குவார்கள். கோழி கூப்பிடுவதற்கு முன்பாக எழுந்து இருக்கிற பண்டம் பலகாரங்களை மூட்டையாகக் கட்டி எடுத்துக்கொண்டு அந்த ஏழு கிலோ மீட்டர் தொலைவையும் கால்நடையாகவே கடந்து விடிவதற்கு முன்பாக நடையனின் வீட்டை அடைவார்கள்.

மகளும் மருமகனும் தூக்கக் கலக்கம் நிரம்பிய விழிகளால் அவர்களை வரவேற்பார்கள். பரிதவித்துப்போன இதயத்துடன் வாசலில் வந்து நிற்பவர்களைக் கண்டவுடன் வாரிச் சுருட்டியெழுந்து பீழை வழியும் கண்களுடனும் கோட்டுவாயில் உறைந்த

எச்சிலுடனும் பொடக்காணிக்குள் ஓடுவாள் தெய்வானை. வெளியிலிருக்கும் தாழ்வான திண்ணையில் காலோடு தலையாக வேட்டியை இழுத்துப் போர்த்துக்கொண்டு படுத்திருக்கும் நடையனின் தகப்பன் கொட்டாவி விட்டபடியே எழுந்து பீடியொன்றைப் பற்றிக்கொண்டு சுவரில் சாய்ந்து உட்கார்ந்தபடி, “வாங்க மாப்பள, இப்பத்தே வாறீங்களா?” எனக் கேட்பான். நடையன் தூக்குப் போகாணி ஒன்றை எடுத்துக்கொண்டு பால் வாங்குவதற்காக அருகிலுள்ள தொண்டுப்பட்டிக்கு ஓடுவான். துயரத்தின் சுவடுகள் தென்படுகின்றனவா எனப் பரமன் மகளின் முகத்தைக் கூர்ந்து பார்ப்பான். நடையனும் அவனுடைய தகப்பனும் தெய்வானை போட்டுக் கொடுக்கும் காப்பியைக் குடித்துவிட்டு சலூன்கடைக்குப் புறப்பட்டுப் போன பிறகு மகளிடம் அந்தரங்கமாகப் பேச முடியும், “மாமெ நல்லா வெச்சிருக்கறாங்களா?” என மகளை அணைத்துக்கொண்டு கேட்பாள் பரமனின் மனைவி. தெய்வானை தான் அங்கே மிகத் திருப்தியாக வாழ்வதாகச் சொல்வாள்.

சில சமயங்களில் அவள் கண்ணீர் சிந்துவாள். எந்தச் சத்தமுமில்லாமல் மகளின் கண்களிலிருந்து பெருகிவரும் கண்ணீராலான அருவியைக் காண நேரும்போது இருவருக்கும் மனம் பொடிந்துபோகும்.

அச்சிறு நகரின் ஒதுக்குப்புறத்தில் மேட்டுப்பாங்கான பகுதியொன்றில் தாழ்வான கூரையைக் கொண்ட மிகச் சிறிய ஓட்டு வீட்டின் ஒற்றை அறையில் குடியிருந்த நடையன், பெண்டாட்டி வந்தவுடன் அவள் குளிப்பதற்காகத் தென்னங் கீற்றுக்களாலான தடுக்குகளைக் கொண்டு பொடக்காணி ஒன்றைக் கட்டியிருந்தான். வாசலிலிருந்த பூவரச மர நிழலில் அடுப்புக் கூட்டி அதில்தான் சோறாக்கிக்கொண்டிருந்தாள் தெய்வானை. ஈர விறகை ஊதி எரியச்செய்வதற்கு மகள் பட்ட பாட்டைக் கண்ட பரமன் ஆறு மாதங்களுக்குள் அவளுக்கு மண்ணெண்ணெய் ஸ்டவ் அடுப்பு ஒன்றை வாங்கிக்கொடுத்தான். சீக்கிரத்திலேயே அதைப் பயன்படுத்தக் கற்றுக்கொண்ட தெய்வானைக்கு ஊரிலிருந்த ரேஷன் கடையிலிருந்து மாதா மாதம் நான்கைந்து லிட்டர் மண்ணெண்ணெய் வாங்கிக் கொண்டுவந்து கொடுத்தான் தகப்பன். கூலியாகக் கிடைத்த தவச தானியங்களிலிருந்தும் காடுகரைகளிலிருந்து கொண்டு வரும் காய்கசம்புகளிலிருந்தும் பண்ணையக்காரர்களின் வீடுகளிலிருந்து கிடைக்கும் பலகாரங்களிலிருந்தும் ஒரு பங்கை எடுத்து வைத்திருந்து மகளுக்குக் கொண்டுபோய்ச் சேர்த்தாள் தாய். பேத்திக்குத் துணையாக நடையனின் வீட்டில் பாதி நாள்களைச் செலவிடத் தொடங்கியிருந்தாள் பரமனின் தாய். மற்ற

எல்லாத் தகப்பன்களையும் போலவே நோன்பு நொடிகளுக்குத் துணிமணி எடுத்துக்கொடுத்தான் பரமன். தெய்வானைக்கு முதல் குழந்தை பிறந்த போது அதன் இடுப்புக்கு வெள்ளியாலான அரைஞாண் கயிறும் கால்களுக்குக் கொலுசும் தலைநாளில் ஆண்பிள்ளையைப் பெற்றெடுத்திருந்த தன் மருமகனுக்குக் காலே அரைக்கால் பவுனில் மோதிரமும் மகளுக்கு மூக்குத்தியும் போட்டு அனுப்பிவைக்கப் பரமனுக்கு முடிந்திருந்தது.

பரமனின் வீட்டில் தவச தானியங்கள் எப்போதும் குறை வின்றி இருக்கும். அவன் தனக்கென முப்பத்தாறு குடிகளை வைத்திருந்தான். அவற்றில் இரண்டு, மூன்று குடிகள் பெரும் பண்ணையக்காரர்களினுடையவை. குடிகளிடத்தில் பரமனுக்கு நல்ல பெயர் இருந்தது. ஒவ்வொரு குடியிடமிருந்தும் வருஷ மொன்றுக்கு இரண்டு நெல் மூட்டைகளும் கம்பு, சோளம், ராகி எனக் கொஞ்சம் சிறுதானியங்களும் பரமனுக்குக் கிடைத்தன. ஒரு ஊழியக்காரனாகப் பரமன் ஓய்வின்றி உழைத்தான். கிடைத்ததை முகம் சுளிக்காமல் பெற்றுக்கொண்டான். கொண்டாட்ட நாள்களின்போது எல்லா வீடுகளிலிருந்தும் பலகாரங்களைப் பெற்றுக்கொண்டு வருவாள் அவன் மனைவி. அப்போது பரமனின் வீடு சுற்றங்களால் நிறைந்திருக்கும். சோறும் கறியும் கச்சாயமும் முறுக்கும் தின்னத் தின்னத் தீராமல் நிறைந்து கிடக்கும்.

தன் பிள்ளைகள் யாரையும் அடப்பம் தூக்குபவர் களுக்குக் கட்டிக்கொடுக்கக் கூடாதென நிச்சயித்திருந்தான் பரமன். ஆனால் தெய்வானையை சலூன் வைத்திருப்பவன் ஒருவனுக்குக் கொடுக்க நேர்ந்திருந்தது. நடையன் தங்கையின் மகனாக இல்லாமலிருந்திருந்தால், தங்கை இளைப்பு நோயால் பீடிக்கப்பட்டு அவர்களை நிராதரவாக்கிவிட்டுச் செத்துப் போகாமலிருந்திருந்தால் நிச்சயமாக வெறும் பதினைந்து வயதுச் சிறுமியான தன் மூத்த மகளை அவனுக்குக் கட்டிக் கொடுத்திருக்கும்படி நேர்ந்திருக்காது என நினைத்துக்கொண்டான் பரமன்.

ஆனால் அதற்குப் பிறகு தன் மற்ற மூன்று பெண் பிள்ளைகளையும் நன்றாகப் படிக்க வைத்துக் கௌரவமான தொழில் பார்க்கும் ஆள்களுக்குக் கட்டிக் கொடுக்க வேண்டுமென நினைத்தான் பரமன். அவர்களைப் பற்றிய நல்லவிதமான கற்பனைகளில் மூழ்கவும் விரும்பினான். தனது கற்பனைகள் சிதையும்போது பரமன் தயக்கமில்லாமல் வாழ்க்கையிடம் சமரசம் செய்துகொண்டான்.

கௌசலைக்கு ஏழாம் வகுப்புக்கு மேல் படிப்பு ஒட்டவில்லை. தன் இரண்டாவது மகள் படிப்பை உதறிவிட்டுக் காடுகரைகளுக்கு

வேலைக்குப் போக நேர்ந்ததைப் பார்த்தபோது பரமன் அவளைப் பற்றிய கற்பனைகளைக் கைவிட வேண்டியிருந்தது. கொஞ்ச காலம் களையெடுப்புக்கும் அறுப்புக்கும் போனாள் கௌசலை. சமைந்த பிறகு ஊரிலிருந்த பவர்லூம் பாக்டரி ஒன்றுக்கு நூல்போடப் போனாள். அவளது கல்யாணத்திற்குப் பரமன் அவசரப்படவில்லை. ஆனால் அவளுடைய உடலில் ஏற்படத் தொடங்கியிருந்த அசாதரணமான சில மாற்றங்களைக் கவனித்த தாய் சீக்கிரத்திலேயே அவளை ஒருவன் கையில் பிடித்துக்கொடுத்துவிடும்படி பரமனை வற்புறுத்தினாள். பவுன் விலை குறைந்த ஒவ்வொரு தருணத்திலும் அரைப் பவுனும் கால் பவுனுமாக வாங்கி அவளுக்காகச் சேர்த்து வைத்திருந்த ஒன்றரைப் பவுன் நகையோடு கொஞ்சம் கடனைப் பெற்றுக் கூடுதலாக இரண்டு பவுன் வாங்கினான் பரமன். அவளுக்குத் தறிகாரன் ஒருவன் புருஷனாக வாய்த்தான். ஊரிலிருந்து முப்பது மைல் தொலைவிலிருந்த மலைநகரம் ஒன்றுக்கு வாழ்க்கைப் பட்டுப் போனாள் கௌசலை. பரமனின் தூரத்து உறவினனான அவன் கொஞ்சம் சௌகரியமான வாடகை வீட்டில் இருந்தான். அவனுடைய தாயும் தகப்பனும் தம்பி ஒருவனும் உடனிருந்தார்கள். தம்பி ஐடிஐ படித்துக் கொண்டிருந்தான். வீட்டில் தகப்பனுக் கொன்றும் மகனுக்கொன்றுமெனச் சொந்தமாக இரண்டு கைத்தறிகளைப் போட்டிருந்தார்கள். மாப்பிள்ளை வீடு பார்க்கப் போனபோது பரமனும் அவனுடைய மனைவியும் திருப்தியாக உணர்ந்தார்கள். கல்யாணம் மாப்பிள்ளையின் ஊரிலிருந்த மலிவான வாடகையுள்ள சிறிய மண்டபமொன்றில் நடந்தது.

பத்தாம் வகுப்பு வரை படித்திருந்த பரமனின் இரண்டாவது மருமகன் நாகரிகமான நடத்தை உள்ளவனாகத் தென்பட்டான்.

கல்யாணத்திற்குப் பிறகு பரமனும் அவனுடைய மனைவியும் இரண்டு மாதங்களுக்கொரு முறை மகளைப் பார்ப்பதற்காக அந்த மலை நகரத்திற்குப் போய்விட்டு வந்தார்கள். ஒவ்வொரு முறையும் மகளையும் மருமகனையும் அழைத்துக்கொண்டு கடைத்தெருக்களுக்கோ கோயில்களுக்கோ சினிமாக்கொட்டகை களுக்கோ போனார்கள். பரமன் மருமகனுக்குக் கைக்கடிகாரம் வாங்கிக்கொடுத்தான். தலை தீபாவளிக்கு அரைப் பவுனில் மோதிரமொன்று போடுவதாக வாக்களித்தான். கௌசலைக்கு குக்கரும் மிக்சியும் வாங்கிக்கொடுத்தான். அவளைப் பார்ப்பதற் காகப் போன எல்லாத் தருணங்களிலும் இருவரும் வெகு அந்நியோன்னியமாக இருந்ததைப் பரமன் கவனித்தான். கௌசலை என்ன சொன்னாலும் அதைத் தட்டாதவனாக இருந்தான் மருமகன். மாமியார், "கௌசு, கௌசு" எனத் தங்கள் மகளோடு இழைந்திருந்ததைப் பார்த்துப் பரமனும் அவனுடைய

மனைவியும் பூரித்துப் போனார்கள். நிம்மதியாக ஊர் திரும்பிய பரமன் அவளைப் பற்றிய நல்லவிதமான கற்பனைகளில் மூழ்கத் தொடங்கினான்.

கௌசலைக்குப் போட்டது போலத் தனக்கும் மூன்று பவுன் நகை போடச்சொல்லி மூத்த மகள் தெய்வானையும் நடையனும் கேட்கத் தொடங்கியதால் பரமன் பிறகு அதைப் பற்றி யோசிக்க வேண்டியதாயிற்று. அதற்காக மனைவி வளர்த்து வந்த இரண்டு ஜோடி வெள்ளாடுகளை விற்றுக் கணிசமான தொகையொன்றைத் திரட்டிக்கொண்டான் பரமன். நகை எடுப்பதற்காக நடையனையும் தெய்வானையையும் அழைத்துக்கொண்டு போனபோது மற்ற இரண்டு மகள்களுக்கும் ஆளுக்கொரு ஜோடிக் கம்மல்களும் கொலுசும் எடுத்துக்கொடுக்க வேண்டியிருந்தது. பிறகு பரமனிடம் எதுவுமே மிஞ்சியிருக்கவில்லை. எனினும் பரமன் சோர்வடை யாமல் இருக்கக் கற்றுக்கொண்டான். அவர்களுக்குச் செய்ய வேண்டியிருந்த சீர் செனத்திகளைக் குறைவின்றிச் செய்தான். மூன்றாண்டுகளுக்குள் தெய்வானை முதலிலும் கௌசலை இரண்டாவதாகவும் ஆளுக்கொரு ஆண் குழந்தைகளைப் பெற்றுக் கொண்டிருந்தார்கள்.

மூன்றாவது மகள் வசந்தி எட்டாம் வகுப்புப் படித்துக் கொண்டிருந்தாள். கௌசலை தன் கணவனின் தம்பிக்கு வசந்தி யைக் கல்யாணம் செய்துவைக்கச் சொல்லிக் கேட்டாள். அப்போது அவன் ஐடிஐ முடித்துவிட்டு ரயில்வேயில் பிட்டராக வேலைக்குச் சேர்ந்திருந்தான். தற்காலிகப் பணி. ஆனால் சீக்கிரத்திலேயே நிரந்தரப்படுத்தி விடுவார்கள் எனக் கொழுந்தனுக்காகப் பரிந்து பேசினாள் கௌசலை. எப்பாடுபட்டாவது வசந்தியை ஆசிரியையாக ஆக்கிப் பார்த்துவிட வேண்டும் எனக் கற்பனை செய்து கொண்டிருந்த பரமன் தடுமாறினான். கொஞ்ச காலம் பொறுத்திருக்கும்படி தன் சம்பந்தியைக் கேட்டுக் கொண்டான். தன் மூன்றாவது மகளுக்கு அதைவிடச் சிறந்ததாக ஒரு வாழ்க்கை கிடைக்கும் எனக் கற்பனை செய்துகொள்ள விரும்பாத பரமனின் மனைவி அதை ஏற்கவில்லை. வசந்தி அழுதுகொண்டே இருந்தாள். இரண்டு நாள்கள் வரை பச்சைத் தண்ணீர் கூடக் குடிக்காமல் சுருண்டு கிடந்தாள். கடைசியில் வேறு வழியில்லாமல் புத்தகங்களை மூட்டை கட்டி வைத்துவிட்டு கிரீஸ் வாடை வீசும் உடலையுடைய ஒரு ரயில்வே பிட்டரின் மனைவியாக வாழச் சம்மதித்தாள் பதினைந்து வயதான அந்தச் சிறுமி. கல்யாணத்திற்கப்புறம் இரண்டு மூன்று வாரங்கள் கழித்து வசந்தி யைப் பார்க்கப் போன போது அக்கா தங்கை இருவரும் போட்டி போட்டுக்கொண்டு உபசரித்தனர். பிறகு பரமன் அவர்களைப் பற்றி எந்தக் கவலையும் பட வேண்டியிருக்கவில்லை.

பரமன் தன் நான்காவது மகளைப் பற்றிய கற்பனைகளில் மூழ்கினான்.

ஐந்து

பரமனின் மற்ற மூன்று மகள்களையும் போல் அல்லாமல் மஞ்சு சிவப்பாக இருந்தாள். அகன்ற கண்களையும் வளைந்த புருவங்களையும் அடர்ந்த கூந்தலையும் கொண்டவளாக இருந்தாள். மற்ற மூன்று பெண்களும் தம் கணவன்மார்களின் வீடுகளுக்குப் போய்விட்ட பிறகு பன்னிரெண்டு வயதுச் சிறுமியாக அவள் மட்டும் பரமனோடு இருந்தாள். கடைக்குட்டியாகவும் தகப்பனின் செல்லமாகவும் இருந்தாள். பரமன் அவளுக்குப் புத்தம் புதிய நிறங்களில் துணிமணிகள் எடுத்துக்கொடுத்தான். குதி உயர்ந்த செருப்பு வாங்கிக்கொடுத்தான். வெள்ளிக் கொலுசு வாங்கிப் போட்டான். விதவிதமான தின்பண்டங்கள் வாங்கிக்கொடுத்தான். தகப்பனைவிட்டுப் பிரிய முடியாதவளாக இருந்தாள் மஞ்சு. தகப்பன் வரும்வரை சாப்பிடாமல் காத்திருந் தாள். தகப்பனைக் கட்டிக்கொண்டு அவனது மார்பின் மீது தலைசாய்த்தே தூங்கினாள்.

பச்சைப் பட்டுப் பாவாடைகளை உடுத்திக்கொள்வதில் அவளுக்கு இருந்த பால்யத்தின் ஆசை வளர்ந்து பெரியவ ளானபோது பெருகிற்று. ஏற்கனவே தன்னிடமிருந்த நைந்து, சிலந்திக்கூடுகளைப் போலாகிவிட்ட இரண்டு பட்டுப் பாவாடை களையும் அவை தனது அளவுக்கு மிகவும் போதாதவையாகி விட்டபோதும் உடுத்திக்கொள்ள முயன்றாள் மஞ்சு. மகள் கேலிக்குள்ளாகிக்கொண்டிருப்பதைக் கண்ட பரமன் அவளுக்குப் புதிதாக ஒரு பட்டுப்பாவாடையை எடுத்துக்கொடுக்க முடிவெடுத் தான். தன் பண்ணையக்காரர் ஒருவரிடமிருந்து கொஞ்சம் கடனைப் பெற்றுக்கொண்டு மகளிடமோ மனைவியிடமோ வேறு யாரிடமுமோ சொல்லாமல் நகரத்திற்குக் கிளம்பினான். பகல் முழுவதும் அலைந்து திரிந்து ஒவ்வொரு கடையாய் ஏறி இறங்கித் தன் நான்காவது மகளுக்குப் பிடித்தமான பச்சைப் பட்டுப் பாவாடை ஒன்றையும் இலந்தைப்பழ நிற மேல் சட்டை யையும் எடுத்துக்கொண்டு வியர்வைநெடி வீசும் உடலுடன் வீடு திரும்பினான்.

தகப்பனின் பிரியத்தைக் கண்ட மகள், “ஐய் . . .” எனத் துள்ளிக் குதித்தாள். குழந்தையைப் போலத் தாவி தகப்பனின் இடுப்பில் தொற்றிக்கொண்டு அவனது சொரசொரப்பான கன்னத்துக்கு முத்தமொன்றைத் தந்தாள். அதைக் கண்ட தாய் உண்மையாகவே கோபித்துக்கொண்டாள். “இதென்னுலே இது சின்னப் புள்ளயாட்ட இடுப்புல ஏறிக் கோந்துக்கிட்டு?

118 தேவிபாரதி

நாளானைக்குச் சமையப் போறே, ஆராச்சும் பாத்தா என்ன நெனப்பாங்க?" என்றாள். பச்சை நிறமுடைய புத்தம் புதிதான அந்தப் பட்டுப் பாவாடையை எடுத்துக்கொண்டு வீட்டுக்குள் ஓடிக் கதவைத் தாளிட்டுக் கொண்டாள் மஞ்சு. தகப்பன் அவளுக்காகக் கதவின் மீது கண்களை வைத்துக் காத்திருந்தான். உடுத்திக்கொண்டு திரும்பிவந்து நின்றபோது மகளின் பேரழகை எதிர்கொள்ள முடியாமல் திணறினான். வெட்கம் தாளாதவளாக வும் பூரித்துப்போனவளாகவும் வெகுநேரம் வரை தகப்பனின் மடியில் தலை சாய்ந்து கிடந்தவள் பிறகு அண்டை வீடுகளிலுள்ள தன் தோழிகளைப் பார்ப்பதற்காகப் புறப்பட்டுப் போனாள்.

பரமன் தன் செல்ல மகளை வெளியே அனுப்புவதற்குப் பயப்பட்ட முதல் தருணம் அது.

"கூடப் போயிட்டு வந்துரு" எனத் தன் பயந்த கண்களால் மனைவிக்குச் சொன்னவன் அப்படியும் பதற்றம் தீராதவனாகக் கொஞ்சம் இடைவெளிவிட்டு இருவரையும் பின்தொடர்ந்தான். மகள் முதலில் அவர்களது வீட்டை அடுத்திருந்த சலவைத் தொழிலாளி ஒருவரது வீட்டுக்குப் போனாள். மஞ்சுவைவிட இரண்டு வயது மூத்தவளான அந்தச் சலவைத் தொழிலாளியின் மகள் பச்சை நிறமுள்ள புத்தம் புதிய பட்டுப் பாவாடையில் தோழியைப் பார்த்தவுடன் கண்களை அகல விரித்துக்கொண்டு வந்தாள். வெள்ளாவி வைத்துக்கொண்டிருந்த சலவைத் தொழிலாளியும் அவனுடைய மனைவியும், "தாரது மஞ்சுக் குட்டியாக்கு?" என முறுக்கிக்கொண்டிருந்த அழுக்குத் துணிகளை அப்படியே விட்டுவிட்டு அருகில் வந்தனர்.

"நல்லாருக்குதான்னு பாத்துச் சொல்லுங்க பெரீம்மா" என நெளிந்து நின்ற மஞ்சுவின் உடம்பிலிருந்து அப்போது பட்டுப்பூச்சிகளின் வாசனை வீசிக்கொண்டிருந்ததைப் பரமன் கவனித்தான். பச்சை நிறத்தாலான அந்தப் பட்டுப் பாவாடையிலும் இலந்தைப் பழ நிற மேல்ச் சட்டையிலும் இடுப்புவரை அடர்ந்து கிடந்த கூந்தலிலும் படபடக்கும் இமைகளுக்குள் சந்தோஷத்தின் கடலில் தத்தளித்துக் கொண்டிருந்த கண்களிலும் ததும்பிக் கொண்டிருந்த வெட்கத்தின் சிறகடிப்புக்களிலும் தென்பட்ட பேரழகைக் கண்ட பரமன் நடுங்கினான். அப்போதுதான் படலைத் தள்ளிக்கொண்டு வீட்டுக்குள் நுழைந்திருந்த சலவைத் தொழிலாளியின் பதினாறு வயது மகன், "மஞ்சூ என்ன இது? மறுக்காலும் பச்செப் பாவாடயாக்கு?" எனக் கேட்டுக்கொண்டே வந்து மிக உரிமையோடு அவளது கைகளைப் பற்றிக்கொண்டான்.

அதைப் பார்த்துத் திகைத்துப் போன பரமன் மனைவியையும் தன் செல்ல மகளையும் அழைத்துக்கொண்டு அவசரஅவசரமாக வீட்டுக்குத் திரும்பினான்.

ஆறு

மஞ்சு வளர்ந்துகொண்டிருந்தாள். அவளது மேனி செழித்துக் கொண்டிருந்தது. சருமம் மிருதுவானதாகவும் பொன்னிறம் கொண்டதாகவும் மாறிக்கொண்டிருந்தது. இரட்டைப் பின்னல் போட்டுக்கொண்டு அரக்கு நிறச் சீருடையில் அவள் பள்ளிக்கூடத்திற்குப் போகும்போது தலைவாசலில் இருக்கும் ஆண்மக்களின் பார்வைகள் விறைப்பதைப் பரமன் கவனித்தான், "என்ன மஞ்சு, பள்ளிக்கோடத்துக்குப் பொறப்பட்டாச்சாக்கு?" என அவர்களில் யாராவது வேண்டுமென்றே அவளிடம் பேச்சுக் கொடுப்பதையும் அவள் வெட்கிச் சிரித்துக்கொண்டும் தலையைத் தொங்கவிட்டுக்கொண்டும் அவர்களைக் கடந்து செல்ல முயல்வதையும் கவனிக்க நேர்ந்தபோதெல்லாம் பரமனின் பதற்றம் கூடியது. அதே வருடத்தின் ஐப்பசி மாதத்தில் மஞ்சு பூப்பெய்திய பிறகு பரமனின் வீதியில் நடமாட்டங்கள் பெருகத் தொடங்கின. யாராவதொரு ஆண் எதற்காகவாவது வீட்டுக்கு வரும்போது தன் நான்காவது மகளிடம் ஒப்புக்கு ஒரு கேள்வியைக் கேட்டுவிட்டுக் கள்ளக் கண்களால் அவளை ஊடுருவிப் பார்ப்பதைப் பரமன் கவனித்தான். பேசிக்கொண் டிருப்பதற்காகவும் சேர்ந்து படிப்பதற்காகவும் வீட்டுப் பாடங்களை எழுதுவதற்காகவும் அவள் தன் தோழிகளின் வீடுகளுக்குப் போக வேண்டியிருந்தபோது பரமன் அவளது நடமாட்டங்களைத் தீவிரமாகக் கண்காணித்தான். வீட்டுக்கு வரும் உறவினர்களில் யாராவது அவளைச் செல்லமாக இழுத்து மடியில் உட்கார்த்தி வைத்துக்கொள்ளும்போது ஒன்றுமே சொல்ல முடியாமல் பரமன் தவித்துப் போனான். அவர்கள் அவளுடைய கன்னத்தைக் கிள்ளினார்கள். சிகையை வருடினார்கள். சிலரது கைகள் அவளது பிஞ்சு உடலின் மீது ரகசியமாக ஊர்வதையும் மகள் கூச்சம் தாளாமல் நெளிவதையும் பார்த்தான் பரமன். அவளைப் பாதுகாப்பதற்காகப் பண்ணையக்காரர்களின் வீடுகளிலிருந்து சீக்கிரத்திலேயே வீட்டுக்குத் திரும்பவும் வீட்டிலிருக்கும் நேரங் களை அதிகரிக்கவும் முயன்றான் பரமன். கட்டாயமாக வெளியே செல்ல வேண்டியிருந்தபோது, "அவ மேல ஒரு கண்ணு வெச்சுரு, காலங் கெட்டுக்கெடக்குது" என மனைவியை எச்சரித்துவிட்டுப் போனான்.

இதற்கெல்லாம் பிறகுதான் பரமனுக்குத் தன் நான்காவது மகளைப் பற்றிய மோசமான கற்பனைகள் தோன்றின.

அவள் யாராலாவது சிதைக்கப்பட்டு விடுவாளோ எனப் பயந்தான். அவள் மந்தைக்குப் போகும்போது மனைவியைத் துணைக்கு அனுப்பிவைத்தான். ஆனால் குடிமுறைமை செய்து பிழைக்கும் ஒரு நாவிதனின் மனைவியால் எல்லாத் தருணங்

களிலும் மகளைப் பாதுகாக்க முடியாது என்னும் யதார்த்தம் பரமனைச் சலிப்படையச் செய்தது. மறைவிடம் எதுவுமற்றவளாய்த் தென்னங்கீற்றுக்களாலான அடைப்புக்குள் சேலைக்கிழிசல் ஒன்றைச் சுற்றிக்கொண்டு மகள் குளிப்பதைக் கண்ட பரமன் கருங்கற்களாலான குளியலறை ஒன்றைக் கட்டினான். அப்படி யிருந்தும் நேரங்கெட்ட நேரங்களில் மஞ்சு மந்தைக்குப் போய்வர நேர்ந்ததைப் பார்த்த பரமன் சீக்கிரத்திலேயே வீட்டில் ஒரு கழிப்பறை கட்ட வேண்டுமென முடிவெடுத்தான்.

அதற்கான பணத்தைத் திரட்டுவதற்குக் கணவன் மனைவி இருவரும் ஓய்வேயில்லாமல் உழைத்தார்கள். செலவில்லாமல் வயிற்றுப்பாட்டைக் கவனித்துக்கொள்வதற்காக நாள்தோறும் ஏதாவதொரு பண்ணையக்காரரின் வீட்டிலிருந்து எடுப்புச் சோறு வாங்கிக்கொண்டு வந்தாள் அவனுடைய மனைவி. தான் பார்க்கும் குற்றேவல்களுக்காகப் அவர்கள் தரும் சில்லறை களைக்கூடச் செலவு செய்யாமல் சேமித்துவைத்த பரமன் கூடக் கொஞ்சம் கடனையும் உடனையும் பெற்று ஒரே வருடத்தில் தேவையான பணத்தைத் திரட்டிக்கொண்டான். அந்த வருடத் தில் அவர்களுடைய இரண்டு பண்ணையக்காரர்களின் வீடுகளில் கல்யாணங்கள் நடந்தன. பரமனுக்கு ஒவ்வொரு வீட்டிலிருந்தும் தலா ஒரு மூட்டை அரிசி கிடைத்தது. கல்யாண அழைப்பிதழ்களை எடுத்துக்கொண்டு ஊர்ஊராக அலைய வேண்டியிருந்ததைப் பற்றிப் பரமன் கவலைப்படவில்லை. இரவல் பெற்ற பழைய மொபெட் ஒன்றில் போய் அழைப்புச் சொல்லிவிட்டுத் திரும்பிய பரமன் ஒவ்வொரு முறையும் நிறையக் காய் கசம்புகளையும் தவசதானியங்களையும் கொண்டு வந்து சேர்த்தான். அழைப்புச் சொல்லிவிட்டுப் புறப்படும்போது கூச்சமில்லாமல் கேட்டு ஒவ்வொருவரிடமிருந்தும் ஐந்து ரூபாயோ பத்து ரூபாயோ பெற்றுக்கொண்டான். சிறுகச் சிறுகச் சேர்த்த தொகையைக்கொண்டு தனது மிகப்பழைய அந்த வீட்டின் வடமேற்கு மூலையில் சிறியதாக ஒரு கழிப்பறையைக் கட்டிக் கொண்டான்.

தங்களுடைய மற்ற மூன்று மகள்களுக்குச் செய்து வைத்ததைப் போலவே நான்காவது மகளுக்கும் சீக்கிரத்திலேயே கல்யாணம் செய்து வைத்துவிடலாமா என யோசித்தாள் பரமனின் மனைவி. உண்மையில் அவர்கள் அதற்கு அதிகம் சிரமப்பட வேண்டிய அவசியமிருக்கவில்லை. குச்சுக் கட்டுவதற்காக வந்தபோதே பரமனின் கொஞ்சம் வசதியான ஒன்றுவிட்ட சகோதரிகளில் ஒருத்தி அவளை அணைத்துக்கொண்டு, “சீக்கிரமா எம்பட ஊட்டுக்கு வந்துரு சாமி, நீ வந்தா வெளக்குப் பத்த வேண்டீதில்ல” எனக் கன்னத்தைக் கிள்ளி நெற்றி வகிடில் முத்தமொன்றைத்

தந்துவிட்டுச் சென்றதைப் பரமன் பார்த்தான். அவள் வயதுக்கு வந்த நாளிலிருந்தே நான், நீ எனப் போட்டி போட்டுக்கொண்டு தானாவதிக்காரர்கள் வந்தார்கள். ஆனால் மஞ்சு படிக்க விரும்பினாள். வகுப்பில் முதல் மாணவியாக இருந்தாள். விளையாட்டுப் போட்டிகளில்கூடப் பரிசுகளைக் குவித்தாள். ஆசிரியர்களிடம் அவளுக்குச் செல்லம் அதிகம். பரமனையோ அவனுடைய மனைவியையோ சந்திக்க நேர்ந்த தருணங்களில், "மஞ்சு உங்க புள்ளையா? நல்லாப் படிக்கறா. பள்ளிக்கூடத்த விட்டு நிறுத்தீராதீங்க" என அவளுடைய எல்லா ஆசிரியர்களும் சொன்னார்கள்.

ஆகவே பரமன் அவளைப் பற்றிய நல்லவிதமான கற்பனை களில் மூழ்க விரும்பினான். பத்தாம் வகுப்பை முடித்தவுடன் அவளை அதே பள்ளியில் பதினொன்றாம் வகுப்பில் சேர்த்தான். சிம்னி விளக்கின் மங்கலான ஒளியில் மகள் படிப்பதற்குச் சிரமப்படுவதைக் கண்ட பரமன் கஷ்டத்தோடு கஷ்டமாக மின் இணைப்புப் பெற்றான். படிப்பதற்காக அவள் விழித்திருக்கும் இரவுகளில் பரமனும் விழித்திருந்தான். மகளுக்குத் தேநீரோ வரக்காபியோ போட்டுக்கொடுப்பதற்காக அடிக்கடி மனைவியை எழுப்பினான். மஞ்சுவைப் பற்றி யாரிடமாவது ஏதாவது பேச வேண்டியிருந்த ஒவ்வொரு தருணத்திலும், "நாளைக்குச் சோறு போடற புள்ள" எனக் குறிப்பிட்டான். மஞ்சு தனது மற்ற மூன்று மகள்களைப் போல சட்டி கழுவப் பிறந்தவள் அல்ல என நினைத்தான் பரமன்.

அவளை ஒரு மருத்துவராகவோ பொறியாளராகவோ கற்பனை செய்ய முயன்றான் அவன்.

ஊர் சிரைக்கும் நாவிதன் பரமனின் மகள் எதிர்காலத்தின் புகழ்பெற்ற கைராசிக்கார மருத்துவர். தன் தகப்பன் அடப்பத்தைத் தூக்கிக்கொண்டு திரிந்த ஊரில், தன் சொந்த மருத்துவ மனையில் சுழல் நாற்காலியொன்றில் கம்பீரமாக உட்கார்ந்திருக்கிறாள் அவனுடைய நான்காவது மகள். கழுத்தில் ஸ்டெதாஸ்கோப் தொங்கிக்கொண்டிருக்கிறது. வெளியே அவளுக்காக நோயாளிகள் காத்துக் கிடக்கிறார்கள். தனக்கெதிரே போடப்பட்டிருக்கும் மர ஸ்டூலில் நோயாளிகளாக ஒடுங்கி உட்கார்ந்திருக்கும் பரமனின் பண்ணையக்காரர்களிடம் நாக்கை நீட்டச் சொல்கிறாள். அவர்களுடைய கண்ரெப்பைகளைப் பிதுக்கிப் பார்க்கிறாள். வாயைத் திறக்கச் சொல்லி நாக்குக்குக் கீழே சுரமாணியைச் செருகிவிட்டு மணிக்கட்டைத் திருப்பி நேரத்தைக் கணக்கிட்டுக்கொண்டிருக்கிறாள். ஸ்டெதாஸ்கோப்பை மார்பிலும் முதுகிலும் வைத்து அழுத்திக் அவர்களுடைய கருணையற்ற இதயம் எப்படித் துடிக்கிறது என அறிந்துகொள்ள முயல்கிறாள்.

“மூச்ச நல்லா ஆழமா இழுத்து விடுங்க”

பரமன் கற்பனைகளில் மூழ்குகிறான். சிரைக்கும்போதுகூடக் கற்பனைகளிலிருந்து விடுபட முடியாத தன் நாவிதனிடம் அவனுடைய பண்ணையக்காரர் ஒருவர் கேட்கிறார்,

“புள்ள நல்லா படிக்கறாளாடா பரமா?”

“சாமி, அதெல்லா அருமையாப் படிக்கறாளுங்கொ, மொதல் மார்க் வாங்கறா”

“ஒம்பதாவது படிக்கறாளாக்கு?”

“சாமி, பதனொண்ணாவது படிக்கறாளுங்கொ”

“பதனொண்ணாவதா?” என ஆச்சரியப்படுகிறார் அவனுடைய பண்ணையக்காரர். எதனாலோ அது அவருக்கு நம்பமுடியாததாக இருக்கிறது,

“என்ன குரூப்பு?”

“சாமி” என இழுக்கிறான் பரமன். பதில் சொல்லத் திணறு கிறான். அவனுக்குச் சொல்லத் தெரியவில்லை.

அதைக் கண்டு பண்ணையக்காரர் புன்னகைத்துக் கொள்கிறார்.

“சயின்ஸ் குரூப்பா?”

“சாமி அதுதானாட்ட இருக்குதுங்கொ. நம்பு தெக்கு வளவுச் சின்னக்கவுண்ச்சி படிக்கறாங்களே, அந்த குரூப்புங்கொ”

“நல்லா படிக்கச் சொல்லு, ப்ளஸ் டூ முடிச்சதுக்கப்பறொ நர்சுக்குப் படிக்க வையி. நம்பு சின்னக் கவண்டங்கிட்டச் சொல்லி எதாவதொரு ஆஸ்பத்திரீல அவளச் சேத்தியுடச் சொல்றெ. சம்பளங் கொறவாத்தே இருக்கு, ஆனா டிப்ஸ் கெடைக்கு. வாற பேஷண்ட மனங்கோணாம நல்லாக் கெவுனிச்சுக்கிட்டா போறப்ப அஞ்சு, பத்துக் குடுத்துட்டுப் போவாங்கொ. எப்பிடியு வவுத்தக் கழுவிக்கலா”

எச்சிலைக்கூட்டி விழுங்கிக்கொண்டே மிகத் தயக்கத்துடன் பரமன் தன் பண்ணையக்காரரிடம் சொல்கிறான், “சாமி நா அவள டாக்டருக்குப் படிக்க வெக்கலாமுன்னு இருக்கறனுங்க”

அதற்குப் பிறகு பேச்சு நின்றுவிடுகிறது. சீக்கிரம் வேலையை முடிக்கச் சொல்லி உத்தரவு.

ஏழு

ஒருநாள் மஞ்சுவின் புத்தகப் பையிலிருந்து கடிதமொன்றைக் கண்டுபிடித்தாள் எட்டாம் வகுப்பு வரை படித்திருந்த பரமனின்

மூன்றாவது மகள். ரயில்வேயில் பிட்டர் வேலை பார்க்கும் தன் கணவனோடும் முதல் வகுப்புப் படிக்கும் ஆண் குழந்தையோடும் தகப்பனின் வீட்டுக்கு வந்திருந்தவள் அப்போது பன்னிரெண்டாம் வகுப்பில் படித்துக்கொண்டிருந்த மஞ்சுவின் புத்தகப் பையைக் குடைந்தாள். ஏதோ ஒரு குறிப்பை எழுதுவதற்கு அவளுக்குத் தேவைப்பட்ட துண்டுத்தாளுக்காகக் கண்ணில்பட்ட அவளுடைய குறிப்பேடு ஒன்றை எடுத்தபோது அதிலிருந்து நழுவியது நான்காக மடிக்கப்பட்டுப் பத்திரப்படுத்தப்பட்ட அந்தக் கடிதம்.

அது ஒரு காதல் கடிதம் என்பதை எடுத்த எடுப்பிலேயே அவளால் கண்டுபிடிக்க முடிந்திருந்தது. அவள் கடுங்கோபம் கொண்டாள். "மஞ்சூ..." எனப் பெருங்குரலெடுத்துக் கத்தினாள். மஞ்சு அப்போது வீட்டிலில்லை. நான்கு வீடுகளுக்கப்பாலிருந்த அவளுடைய தோழியின் வீட்டுக்குப் போயிருப்பதாகத் தாய் சொன்னாள். தன் தங்கையைத் தேடிக்கொண்டு முதலில் அந்தத் தோழியின் வீட்டுக்கும் பிறகு வேறு சில வீடுகளுக்கும் போனவள் எங்குமே அவளைக் கண்டுபிடிக்க முடியாததால் இருமடங்காகப் பெருகியிருந்த கோபத்துடன் வீட்டுக்குத் திரும்பி வந்தாள். மஞ்சு வாசலில் கிடந்த நாற்காலியில் புத்தகமொன்றை விரித்துப் பிடித்த வாக்கில் கால்மேல் கால் போட்டு உட்கார்ந்திருப்பதைப் பார்த்தாள். பூப்பெய்தியபோது மாமன் முறையுள்ள ஒருவர் எடுத்துக்கொடுத்திருந்த பச்சை நிறமுள்ள பட்டுப் பாவாடையை உடுத்தியிருந்தாள். அவளுடைய முகம் வியர்த்திருந்தது. தாவணியால் காற்றை விசிறிக்கொண்டிருந்தாள். தங்கையின் தோரணையைப் பார்த்ததும் அவளால் ஆத்திரத்தைக் கட்டுப் படுத்திக்கொள்ள முடியவில்லை. வேறெந்தக் கேள்வியும் கேட்காமல் அந்தக் கடிதத்தைக் காட்டி, "எந்த நாயிலே இத உனக்கு எழுதுனது?" எனக் கேட்டாள். அடிக்க முற்பட்டு மஞ்சுவை நோக்கித் தன் வலது கையையும் ஓங்கியிருந்தாள் அந்த ரயில்வே பிட்டரின் மனைவி.

மஞ்சு முதலில் திடுக்கிட்டுப் போனாள். தன் ரகசியமொன்று வெளிப்படுத்தப்பட்டுவிட்டதைக் கண்டு அவள் பதற்றமடைந்தாள். சுதாரித்துக்கொள்ளவும் பின்வாங்கவும் விரும்பினாள். ஆனால் தன்னை மீறிய வேகத்தில், "இத பாரு மரியாதயாப் பேசு, சும்மா அவுங்கள அவன் இவன்னு பேசாத ஆமா" எனச் சொல்லிக் கொண்டே எழுந்து சகோதரியிடமிருந்து அந்தக் கடிதத்தைப் பறிக்க முயன்றாள்.

"ஓ அந்த அளவுக்குப் போயிருச்சா? இரு" எனப் பின்வாங்கி அந்தக் கடிதத்தைக் காப்பாற்றி எடுத்துக்கொண்டு தகப்பனைத் தேடி ஓடினாள். எப்படியாவது அவளிடமிருந்து அந்தக் கடிதத்தைக் கைப்பற்றிவிட நினைத்த மஞ்சு அவளைத்

தேவிபாரதி

துரத்தினாள். பிறகு நிலைமை மோசமடைந்தது. சகோதரிகள் இருவரும் அக்கம்பக்கத்தினருக்குக் கேட்டுவிடக் கூடாதே என்னும் எச்சரிக்கையுடன் முதலில் தணிந்த குரலில்தான் பேசிக்கொண்டார்கள். பிறகு அனிச்சையாக இருவரின் குரல்களும் உயர்ந்தன. மஞ்சுவைப் புண்படுத்துவதற்காக வசந்தி அவள் மீது கடுமையான வசையொன்றைப் பிரயோகித்தாள். மிக மோசமான அந்த வசையைத் தன் சொந்தச் சகோதரியிடமிருந்து எதிர்பார்த்திருக்காத மஞ்சு உடைந்தாள். அழ முற்பட்டாள். பதிலுக்குத் தானுமொரு வசையை அவள் மீது பிரயோகித்தாள். அவர்களுடைய சண்டை உச்சத்தை எட்டியிருந்தபோது உள்ளே நுழைந்திருந்த ரயில்வே பிட்டர் குழம்பினான். அது சண்டை என்பது புரிந்தவுடன், "உங்கு ரண்டு பேருத்துக்குமு என்னுலே பிரச்சன?" எனப் பலவீனமான குரலில் தன் மனைவியைக் கேட்டான். அவனுடைய மனைவி அதைப் பொருட்படுத்தவில்லை. சத்தம் கேட்டு எங்கிருந்தோ ஓடிவந்த பரமனின் மனைவி திகைத்துப் போனாள். இருவரையும் அமைதிப்படுத்துவதற்கு முயன்றாள். ஆனால் இருவரும் மூர்க்கமாக இருந்தார்கள். பரமன் வந்த பிறகு நிலைமை மேலும் மோசமாயிற்று. தன் மூன்றாவது மகளிடமிருந்து தன்னையும் தன் நான்காவது மகளையும் அடியோடு நாசமாக்கப்போகும் அந்தக் கடிதத்தைப் பெற்றுக்கொண்டான் பரமன். அவள் சொன்னவற்றைப் பொறுமையாகக் கேட்டான். பிறகு பச்சைப் பட்டுப்பாவாடை உடுத்திய தன் நான்காவது மகளைப் பார்த்தான். மஞ்சுவின் அந்த முகத்தில் வேறெப்போதும் சரிசெய்ய முடியாத உடைவைக் கண்டு தாளமுடியாதவனான் பரமன்.

மஞ்சு அழுதுகொண்டிருந்தாள்.

விரிந்த கூந்தலுடன் அந்த வீட்டின் திண்ணையில் உள்ள ஒரு தூணுக்குக் கீழே சுருண்டு கிடந்தாள். மஞ்சுவின் புத்தகப் பையிலிருந்து மிக எதேச்சையாக அந்தக் கடிதத்தைக் கண்டுபிடிக்க முடிந்ததைப் பற்றிப் பெருமிதத்துடன் மற்றவர்களுக்குச் சொல்லிக் கொண்டிருந்தாள் பரமனின் மூன்றாவது மகள். அவளையும் ரயில்வே பிட்டரான அவளுடைய கணவனையும் தவிர அங்கு நடந்த எதையுமே புரிந்துகொள்ள முடியாத பரமனின் வயதான தாய், பரிதவித்து நிற்கும் மனைவி, சத்தம் கேட்டு அண்டை வீடுகளிலிருந்து வந்திருந்த இரண்டு பெண்களைத் தவிர, உள்ளூரில் வசிக்கும் பரமனுக்குச் சகோதர முறையுள்ள உறவினன் ஒருவனும் அப்போதுதான் பனையிலிருந்து இறங்கித் தன் சாளைக்குத் திரும்பிக்கொண்டிருந்த ஏதோ காரணத்தால் பரமனின் குடும்ப விவகாரங்களில் தலையிடுவதற்கான உரிமையைப் பெற்றிருந்த பனையேறி ஒருவனும் வாசலில் நின்றுகொண்டிருந்தார்கள்.

பனையேறி தனது ஏணியைச் சுவரில் சாய்த்து வைத்திருந்தான். இடைக் கயிற்றையும் பெட்டியையும் அவிழ்த்து வைத்துவிட்டுத் தன்னால் ஏதாவது செய்ய முடியுமா எனப் பார்த்துக்கொண்டிருந்தான். மஞ்சுவின் உடலைக் கன்றிப்போகச் செய்திருந்த ரயில்வே பிட்டரின் இடுப்பு பெல்ட் மிகக் களைத்துப் போனதாக நடு வாசலில் குலைந்து கிடந்தது.

“செரி உடு பரமு” என்றான் நடுத்தர வயதையுடைய அந்தப் பனையேறி. அவன்தான் பரமனின் பிடியிலிருந்து மஞ்சுவை மீட்டவன்.

“என்னமோ தெரியாம ஒண்ணப் பண்ணிப்புடுச்சு, பாவொ வலுசொ” என அவனுடன் சேர்ந்துகொண்டிருந்தாள் அண்டை வீட்டுக்காரி.

“என்ன வலுசொ?” என ஆத்திரத்துடன் குரலை உயர்த்தினான் பரமனின் சகோதரன், “பாக்கறதுக்கு ஒண்ணுந் தெரியாதவளாட்ட இருந்துக்கிட்டு எத்தனயப் பண்ணீருக்கறா, வலுசலா வலுசொ”

“எனத்தப் பண்ணிப்படுச்சு அது? அல்லாரு இந்தக் கோவப் படறதுக்கு?” எனத் தணிந்த குரலில் அவனைக் கேட்டாள் பரமனின் வயதான தாய்.

“ஏனுங் பெரீமா, அந்தக் காயிதத்துல என்ன எழுதியிருக்குதுன்னு உங்குளுக்குத் தெரியாதாக்கு? அதெல்லா என்னென்ன பண்ணிப் பாக்க முடியுமோ அல்லாத்தையும் பண்ணிப்புட்டா பேத்தி, உங்குளுக்குப் புளிப்போட்டு வெளக்கோணுமாக்கு?”

“எதுக்கு இந்தக் குதி குதிக்கிறீங்க அல்லாரு? இந்த வயசுக்கு இதெல்லா சகசொ” என்றாள் பரமனின் அண்டை வீட்டுக்காரி. அதைக் கேட்ட பரமனின் மூன்றாவது மகளுக்கு ஆத்திரம் பெருகிற்று. அவள் கிளம்பத் தயாராகிக் கொண்டிருந்தாள், “மரியாதையில்லாத இந்த ஊட்டுல இனி நம்புளுக்கென்ன வேல? வண்டியெடுங்க” எனத் தன் கணவனைப் பார்த்து இரைந்தவள் தங்கைக்குப் பரிந்து பேசிய அண்டைவீட்டுக்காரியை ஆத்திரத்துடன் பார்த்தாள், “என்ன சகசொ? வயித்துல கியித்துல வாங்கிக்கிட்டு வந்து நின்னா அப்பறந் தெரியு பூளவாக்கு” எனக் கேட்டுக்கொண்டு எழுந்து நின்றாள். அதற்குள் தன் மொபெட்டை வெளியே தள்ளியிருந்தான் அந்த ரயில்வே பிட்டர், “அதுக்குள்ள போவாட்டியென்ன கண்ணு?” எனத் தன்னைத் தீண்ட வந்த தாயின் கைகளைத் தட்டிவிட்டுவிட்டு, “வாடா போலா” எனக் குழந்தையைப் பற்றித் தரதரவென இழுத்துக்கொண்டு வெளியேறினாள்.

“அதையுந்தே வாங்கிக்கிட்டாளோ என்னமோ இன்ன ரண்டு மூணு மாசஞ் சென்னாத்தான உம்ம வெளீல வரு” எனச் சொல்லிவிட்டு அங்கிருந்து நகர்ந்தான் பரமனின் சகோதரன்.

மஞ்சு ஏதாவது சொல்ல நினைத்தாள். ஆனால் வீங்கி யிருந்த உதடுகளை அவளால் அசைக்க முடியவில்லை. திடீரெனத் தன்னைச் சூழத் தொடங்கியிருந்த குரோதத்தை நம்ப முடியாதவளாகவும் தனக்கேற்பட்ட அவமானத்துக்கான காரணங்களைப் புரிந்துகொள்ள முடியாதவளாகவும் காயங்களி லிருந்து பெருகிய வலியைத் தாங்க முடியாதவளாகவும் மௌன மாக அழுதுகொண்டிருப்பதைத் தவிர அப்போது அவளுக்கு வேறெதுவுமே முடிந்திருக்கவில்லை.

எட்டு

எல்லாக் கண்காணிப்புக்களையும் மீறி மஞ்சு மரக்கடைக்காரனின் இருபத்தி மூன்று வயதுள்ள ஒரே மகனோடு ஓடிப்போயிருந்தாள்.

மேல்நிலை வகுப்புக்களுக்கான கடைசித் தேர்வை எழுதி முடித்தவுடன் தகிக்கும் பங்குனி மாத வெயிலில் பள்ளியிலிருந்து காணாமல் போயிருந்தாள் மஞ்சு. அவளுக்காகப் பள்ளி வளாகத்துக்கு வெளியே சாலையோரப் புளியமரமொன்றின் அடர்ந்த நிழலுக்குக் கீழே காத்திருந்த பரமன் மிகத் தாமதமாகவே அதை உணர்ந்தான். அது கடைசிநாள் என்பதால் அதைக் கொண்டாடுவதற்கும் வகுப்புத் தோழர்களிடம் பிரிவு சொல்லிக் கொள்வதற்கும் கொஞ்சம் கூடுதலான அவகாசம் வேண்டியிருக்கும் எனக் கருதிய பரமன் பள்ளியின் நுழைவாயிலுக்கெதிரே இருந்த டீக்கடை ஒன்றுக்குள் நுழைந்திருந்தான். ஒரு தேநீர் சாப்பிட்டுவிட்டு அங்கே கிடந்த அழுக்கேறிய மரப் பெஞ்சில் கொஞ்ச நேரம் உட்கார்ந்திருந்தான். மாணவ மாணவிகளில் பெரும்பாலோரும் தேர்வு முடிந்ததும் தாம் உடுத்தியிருந்த அரக்குநிறச் சீருடைகளைக் களைந்துவிட்டு கையோடு கொண்டு வந்திருந்த வண்ண ஆடைகளை உடுத்திக்கொண்டிருந்தார்கள். சிலர் கும்பலாகச் சேர்ந்து சற்றுத் தொலைவிலிருந்த ஐஸ்கிரீம் கடையொன்றுக்குப் போனார்கள். வேறு சிலர் சாலையில் எதிர்ப்படுபவர்களை அச்சுறுத்தி ஒதுங்கச் செய்யும் அளவுக்கு மோட்டார் சைக்கிள்களை அசுர வேகத்தில் ஓட்டிக்கொண்டு போனார்கள். தலைதெறிக்கும் வேகத்தில் ஓடிக்கொண்டிருந்த மோட்டார் சைக்கிள் ஒன்றின் பின்புறத்தில் உட்கார்ந்திருந்த மாணவனொருவன் நடந்து சென்றுகொண்டிருந்த மாணவி களைப் பார்த்ததும் சீட்டிலிருந்து எழுந்து நின்று உற்சாகமாகக் கூச்சலிட்டுக் கொண்டே நடனமாடினான். கண்ணில் பட்டவர்களுக்கெல்லாம் பறக்கும் முத்தங்களை வீசியெறிந்தார்கள்

மாணவர்கள். மாணவிகள் ஒருவர் மீதொருவர் வண்ணப் பொடிகளை வீசியடித்துக்கொண்டு கெக்கலித்தார்கள்.

பரமன் ஆச்சரியத்துடன் எல்லாவற்றையும் வேடிக்கை பார்க்கத் தொடங்கியிருந்தான். மஞ்சு அந்த மாணவிகளுக்குள் ஒருத்தியாக அந்தக் கடைசி நாளைக் கொண்டாடிக் கொண் டிருப்பாளென நினைத்தான். தன் வகுப்புத் தோழிகளோடு குழுவாகச் சேர்ந்து புகைப்படமெடுத்துக்கொள்ளப் போவதாகச் சொல்லியிருந்தாள். அதற்காக இரண்டு பட்டுப் புடவைகளை எடுத்து வந்திருந்தாள். அவள் மரக்கடைக்காரரின் மகனோடு ஓடிப்போனதைப் பற்றி நிச்சயமான போது பட்டுப்பாவாடை உடுத்திய தன் நான்காவது மகள் திட்டமிட்டே தன்னை ஏமாற்றியிருந்ததாக நினைத்தான். பரமன் எச்சரிக்கையற்றவனாக இருந்தான் எனச் சொல்ல முடியாது. கடிதம் கைப்பற்றப்பட்ட அந்த நாளிலிருந்தே அவள் மீதான கண்காணிப்பின் பிடியை இறுக்கியிருந்தான். மஞ்சு எந்த இடத்துக்குப் போனாலும் அவனோ அவனுடைய மனைவியோ வயதான தாயோ அவளைப் பின்தொடர்ந்தார்கள். அவளிடமிருந்த சைக்கிளைப் பறித்துக்கொண்டு பழைய மொபெட்டில் அவளைப் பள்ளிக்கூடத் திற்கு அழைத்துச் சென்றான். மாலையில் பள்ளிநேரம் முடிவடைவ தற்கு முன்னதாகவே பள்ளியின் பிரதான வாயிலுக்கெதிரே அவளுக்காகக் காத்திருந்தான். மஞ்சு நம்பிக்கையூட்டும் விதத்தில் நடந்து கொண்டாள். யாரையும் நிமிர்ந்து பார்க்காமல் நடந்து செல்வதைப் பழக்கமாக்கிக்கொண்டிருந்தாள். தகப்பனும் சண்டையைப் பொருட்படுத்தாமல் அவ்வப்போது வந்து செல்லும் ரயில்வே பிட்டரின் மனைவியான அவளுடைய சகோதரியும் தகப்பனுக்குச் சகோதரன் முறையுள்ள அவளுடைய சித்தப்பாவும் அவர்களது குடும்ப விவகாரங்களில் தலையிட உரிமை பெற்றிருந்த மரமேறியும் அடிக்கடி தனது புத்தகப் பையைச் சோதனை யிடுவதைப் பற்றி அவள் அலட்டிக்கொள்ளவே இல்லை.

இரவையும் பகலின் பெரும்பகுதியையும் படிப்பதற்கும் வீட்டுப்பாடங்களை எழுதுவதற்கும் செலவிட்டாள். நன்றாகச் சாப்பிட்டாள். ஆழ்ந்து தூங்கினாள். கடிதம் கண்டுபிடிக்கப்பட்ட பிறகு கடந்த ஆறு மாதங்களில் மரக்கடைக்காரனின் மகனோடு அவள் ஏதாவதொருவகையில் தொடர்பு வைத்திருப்பாள் எனச் சந்தேகப்படுவதற்கான எந்த வாய்ப்பையும் அவள் யாருக்கும் தரவில்லை. எனினும் பரமன் விழிப்புடன் இருந்தான். தேர்வு முடிந்த கையோடு அவளுக்குத் திருமணம் செய்துவைப்பதைப் பற்றித் தன் வயதான தாயோடும் மனைவியோடும் மற்ற மூன்று மகள்களோடும் இடையறாத ஆலோசனைகளில் ஈடுபட் டிருந்தான். தான் வசிக்கும் தெருவிலோ பள்ளிக்குச் செல்லும்

சாலைகளிலோ அருகிலுள்ள பேக்கரிகளிலோ பலசரக்குக் கடைகளிலோ மரக்கடைக்காரனின் அந்த இருபத்து மூன்று வயது மகனின் உருவம் தட்டுப்படுகிறதா என மிகக் கவனமாகப் பார்த்துக்கொண்டிருந்தான். அப்படி எதுவுமே நடக்காதபோது பரமன் மகளின் மீதான தனது பழைய நம்பிக்கைகளை மீட்டெடுத்துக்கொள்ள விரும்பினான். மஞ்சுவைக் குறித்த பழைய நல்லவிதமான கனவுகள் தனக்குத் திரும்பவும் வரத் தொடங்கியிருந்ததைக் குறித்துப் பரமன் மகிழ்ச்சியடைந்தான்.

அவனுடைய பண்ணையக்காரர்களில் ஒருவரது இதயத்தில் ஸ்டெதாஸ்கோப்பை வைத்து அழுத்தி அதன் டிக்டிக் ஒலியைக் கேட்டுக்கொண்டிருக்கிறாள் அவனுடைய நான்காவது மகள். மூச்சை இழுத்துவிடச் சொல்கிறாள். நாக்கை நீட்டச் சொல்கிறாள். கண் ரெப்பைகளைப் பிதுக்கிப் பார்க்கிறாள்.

"ஒரு ஊசி போடச் சொல்றேனே"

ஆனால் ஒரு குடி நாவிதனை எவராலும் சுலபமாக ஏமாற்றிவிட முடியும் என்பதைப் பரமனுக்கு உணர்த்தி விட்டுப் போயிருந்தாள் அவனுடைய அந்தக் கடைக்குட்டி. நேரம் கடந்த பின்னும் அவளைக் காணோமே என நினைத்தபடி மஞ்சுவைத் தேடிக்கொண்டு நுழைவாயிலைக் கடந்து உள்ளே நுழைந்தபோது பள்ளி வளாகம் வெறிச்சோடியிருந்ததைப் பார்த்தான் பரமன். வகுப்பறைகள் பூட்டப்பட்டிருந்தன. அலுவலகம் திறந்திருந்திருந்தாலும் தலைமையாசிரியரோ ஆசிரியர்களில் வேறு யாருமோ அங்கு இல்லை. துப்புரவுப் பணியாள் ஒருவரும் இரவுக் காவலருமே அங்கு இருந்தவர்கள். காவலர் ஒரு வகுப்பறையின் கதவை இழுத்துச் சாத்தி வெளிப்புற மாகத் தாளிட்டுக்கொண்டிருந்த போதுதான் பரமன் அங்கு போய் நின்றான்.

மஞ்சு ஓடிப்போனது ஒரு கதைபோல் ஊரில் உலவிக் கொண்டிருந்தது. காடுகரைகளிலும் களத்து மேடுகளிலும் கிணற்றடிகளிலும் சாவடிகளிலும் பூவரச மரங்களினதும் வேப்பமரங்களினதும் ஆலமரங்களினதும் நிழல்களுக்குக் கீழேயும் சாகசங்கள் நிரம்பிய அந்தக் கதை சொல்லப்பட்டுக் கொண்டிருந்தது. அவர்களுக்கிடையே பல வருடங்களாகவே தொடர்பு இருந்திருக்கிறது. இருவரும் பல இடங்களில் ஒன்றாகச் சுற்றித்திரிந்ததைச் சிலர் பார்த்திருக்கிறார்கள். ஒருவன் சில நாள்களுக்கு முன்னால் அவர்களிருவரையும் மலை அடிவாரத்தில் இருந்த புதர்மறைவொன்றில் பார்த்ததாகச் சொன்னான். அப்போது இருவரும் ஒருவரையொருவர் தழுவிக்கொண்டிருந்தார்கள். முத்தமிட்டுக்கொண்டிருந்தார்கள்.

மிக நெருக்கத்திலிருந்து அவனால் அதைப் பார்க்க முடிந்திருந்தது. அவன் அவளுடைய மாம்பழ நிறமுடைய ஜாக்கெட்டுக்கு வெளியே துருத்திக்கொண்டிருந்த முலைகளைக்கூடப் பார்த்த தாகச் சொன்னான்.

“மாம்பழத்துக்குள்ற ஒரு மாம்பழம்” எனச் சிரித்தான் அதைக்கேட்டுக்கொண்டிருந்த ஒருவன்.

“மாம்பழமல்ல, மாம்பிஞ்சு” என்றான் மற்றொருவன்.

அவள் அந்த மரக்கடைக்காரனின் மகனை இழுத்துக்கொண்டு ஓடிப்போன அன்று என்ன நடந்தது? நிழல்போலத் தன்னைப் பின்தொடர்ந்து வந்துகொண்டிருந்த தகப்பனின் கண்களில் எப்படி மண்ணைத் தூவினாள்?

“அந்த முண்ட நாசுவனுக்கு என்ன தெரியு? வெடியாள அடப்பத்தத் தூக்கிக்கிட்டுப் போனாப் பொழுதோட வாறே. சும்மா காத்தால கொண்டுபோயி உட்டுட்டுப் பொழுதோடப் போயிக்கூட்டிக்கிட்டு வந்துட்டா அவ இவுனுக்குக் கட்டுப்பட்டு இருந்துருவாளாக்கு? அவ வெளஞ்சவ” என ஒருவன் முழுக் கதையையும் சொல்ல முற்பட்டான். அந்த அப்பாவி நாவிதன், சாகசக்காரியான தன் பதினேழு வயதுப் பெண்ணின் முட்டாள் தகப்பன் பேரழகியான தன் அருமை மகள் கடைசித் தேர்வை எழுதி முடித்துவிட்டுத் தன்னிடம் வந்து சேர்வாள் என நம்பிக்கொண்டு வாயிலுக்கு வெளியே நீண்டநேரமாகக் காத்திருக்கிறான். எல்லாவற்றையும் முன்கூட்டியே திட்டமிட்டிருந்த அந்தச் சாகசக்காரி அவனுடைய பெட்டைக் கண்களில் மண்ணைத் தூவிவிட்டுப் பின்பக்க மதிலைத் தாண்டிக் குதித்துக்கொண்டு வெளியேறுகிறாள். அவளுக்காக காரொன்றில் தயாராகக் காத்திருக் கிறான் வில்லாதிவில்லனும் சூராதிசூரனுமான மரக்கடைக்கார னின் மகன். அவளை ஏற்றிக்கொண்டு கார் மின்னல் வேகத்தில் பறக்கிறது.

“எங்க கூட்டிக்கிட்டுப் போயி வெச்சுருக்கறானோ?”

“அவனுக்கென்ன எடமா இல்ல?”

“கவண்டனாப் பொறந்துபுட்டுப் போயிம் போயி ஒரு நாசுவத்திய இழுத்துக்கிட்டுப் போயிருக்கறேம் பாரு, இவனை யெல்லா எனத்தான்னு சொல்லிக்கறதுக்கே வெக்கமா இருக்குது”

“அவனென்ன அவளக் கூட்டிக்கிட்டுப் போயி தாலியக் கட்டிக் குடும்பமா நடத்தப் போறே? சப்பியெறிஞ்சுபுட்டு வந்துருவே”

“அப்ப திரும்பி வாறப்பொ நாசுவத்திகிட்ட பழமிருக்காது, வெறும் கொட்டதே மிஞ்சும்னு சொல்லு”

பெருஞ்சிரிப்பெழுந்து அடங்கியது.

"பிஞ்சக் கொண்டுக்கிட்டுப் போயி பழுக்க வெச்சுக் கொண்டாந்து பரமங்கிட்ட உடுவேம் பாரே"

"அந்தப் பழத்த வெச்சுக்கிட்டு பரமெ என்ன பண்ணுவே?"

"தே நீதே எதாச்சும் பண்ணு"

"நாந்தேம் பண்ணுவனாக்கு? நீ பண்ணமாண்டையா?"

"எனக்கெதுக்கு அந்தக் கெரவெ"

"பிஞ்சோ, பழமோ மரக்கடக்கார அவளக் கொண்டாந்து உடுட்டு, அப்பறம் பாரு எத்தன பேரு நாக்கத் தொங்கப் போட்டுக்கிட்டு நாசுவனூட்டச் சுத்தி வாரானுகன்னு"

"நாசுவெ அப்பிடி உட்டுருவானா?"

"ஏ இப்ப உட்டுட்டுத்தான இருக்கறே"

சூழ்ந்திருக்கும் சிரிப்புச் சத்தங்களைத் தன் தளர்ந்த நடையால் கடந்து செல்ல முயன்றுகொண்டிருந்தான் பரமன். அவன் அவற்றைப் பொருட்படுத்தாமலிருக்க விரும்பினான். தன் நான்காவது மகளைக் கண்டுபிடிப்பதற்கும் மரக்கடைக்காரனின் மகனிடமிருந்து அவளை மீட்பதற்கும் ஏதாவது செய்ய முடியுமா என யோசித்தான். யாரிடமாவது நியாயம் கேட்க நினைத்தான். போலீசில் புகார் கொடுப்பதைப் பற்றிக்கூட யோசித்தான். தனக்குத் தெரிந்த ஒருவர் மூலம் சில அரசியல் கட்சிப் பிரமுகர்களைச் சந்தித்துத் தன் மகளை மீட்டுக்கொண்டுவருவதற்கு உதவும்படி கெஞ்சினான்,

"செல்லங் குடுத்துச் செல்லங் குடுத்து நீ அவளக் கெடுத்து வெச்சிருக்கறே" என ஒரு நாள் ஆத்திரத்துடன் அவனிடம் சொன்னாள் பரமனின் வயதான தாய். மிகச் சிறிய அந்த வாக்கியத்தைச் சொல்லி முடிப்பதற்குள் அவளுக்கு மூச்சிரைத்தது. கவனிக்காமல் விடப்பட்டதால் தூர்ந்துகொண்டிருந்த வாசலில் குத்தவைத்து உட்கார்ந்துகொண்டு கோழையைக் காறித் துப்பினாள், "கூதி கொழுத்த முண்டெ, எம்பயன எப்பிடி நாசம்பண்ணி வெச்சுருக்கறான்னு பாரு" என குரோதத்துடன் முனகினாள். தாயின் குரோதத்தைக் கண்ட பரமன் பீதியுற்றான். எதிர்த்து ஒன்றுமே சொல்ல முடியாத கையறு நிலை அவனைத் தளரச் செய்தது. எல்லோருக்குள்ளிருந்தும் வன்மத்தின் பிளம்புகள் பீறிட்டுத் தெறித்துக்கொண்டிருந்ததைக் கவனித்த பரமன் தாளமுடியாத அதிர்ச்சிக்குள்ளானான். சவரம் செய்ய உட்காரும்போது அவனுடைய பண்ணையக்காரர்கள் அவளைப் பற்றிக் கேட்கிறார்கள்.

“மஞ்சாளப் பத்தி எதாவது தகவல் உண்டுமாடா பரமா?”

பரமன் அவர்களுக்குப் பதிலளிக்கத் தயங்குகிறான். மறுபடியும் அதே கேள்வியைக் கேட்கும்போது, “சாமி ஒரு தகவலுமில்லீங்கொ. இருந்தா நம்புகிட்டச் சொல்ல மாண்டனுங் களா?” எனப் பரிதாபமாகக் கேட்கிறான். அவர்களில் சிலர் அதற்கு மேல் எதையும் கேட்டு அவனைத் தொந்தரவு செய்வதற்கு மனமில்லாதவர்களாக மௌனமாகி விடுகிறார்கள். யாராவதொருவர், “செரியான தொண்டப் பெத்து வளத்தி வெச்சுருக்கறயேடா” என உரிமையுடன் அவனைக் கடிந்து கொள்கிறார்கள். “அவள டாக்டருக்குப் படிக்க வெக்கலாம்னு கெனாக்கண்டுக்கிட்டிருந்தே, இப்ப அது போச்சு” எனக் குத்திக்காட்டுகிறார் அவனுடைய பண்ணையக்காரர்களில் ஒருவர். சிலர் ஏதாவதொரு பழமொழியின் மூலம் அவனுக்குள் ஆழமான காயத்தை உண்டுபண்ணுகிறார்கள். “ஓசரஓசரப் பறந்தாலு ஊக்குருவி பெறாந்தாகாதுன்னு சும்மாவா சொல்றாங்க” என எடுப்புச் சோற்றுக்காக நிற்கும் பரமனின் மனைவியிடம் சொல்லிவிட்டுப் போகிறாள் பண்ணையக்காரிச்சியொருத்தி. தளர்ந்த நடையுடன் அவன் தெருவைக் கடந்து செல்லும் போது பரமனின் அண்டை வீட்டுக்காரனான அவனுடைய சகோதரன் முறையுள்ள நாவிதன் கோழையைக் காறித் துப்புகிறான். தன் மற்ற மூன்று மகள்களுக்குள்ளும்கூடத் தம் தங்கையின் மீது அவ்வளவு குரோதம் இருக்க முடியும் என்பதைப் பரமன் நம்ப மறுக்கிறான்,

“தலைல தூக்கி வெச்சுக்கிட்டு ஆடுனீங்கொ, இப்ப நடு மண்டைல பேண்டு வெச்சுப்புட்டுப் போயிட்டா. ஊருக்குள்ள இதுதேம் பேச்சு. வெளீல தல காட்ட முடியுதா?” என அவர் களில் யாராவது ஒருத்தி தகப்பனின் முகத்தை நேருக்கு நேர் பார்த்துக்கொண்டு சொல்கிறாள், “அவ அந்தப் பிலுக்குப் பிலுக்கிக்கிட்டுத் திரிஞ்சப்பவே நெனச்செ, இப்பிடி எதாவது செஞ்சு மானத்தக் கெடுத்து மந்தைல நம்பள நிறுத்தப் போறான்னு” என மற்றொருத்தி முனகுகிறாள். பரமன் கயிற்றுக் கட்டிலொன்றில் மல்லார்ந்து கிடக்கிறான். எல்லோரும் எதற்காகவோ பெருங்குரலெடுத்துச் சிரிக்கிறார்கள். பிறகு தணிந்த குரலில் தங்களுக்குள் எதையோ பேசிக்கொள்கிறார்கள். மஞ்சு ஓடிப்போன பிறகு கொஞ்ச காலம் ஓய்ந்திருந்த கொண்டாட்டங்கள் ஒரு சிறு இடைவெளிக்குப் பிறகு பழைய படி தொடர்கின்றன. எதற்காகவோ விருந்து தயாராகிக் கொண்டிருக்கிறது. அடுப்பிலிருந்து கோழிக்குழம்பின் வாசனை புரண்டு வருகிறது.

மஞ்சுவின் உடல் கேளிக்கைக்கானதாகவும் ஒவ்வொரு வருக்குள்ளும் அவள் மீதிருந்த குரோதத்தை வெளிக்கொணரு வதற்குமானதாக மாறியிருப்பதைக் கவனித்தான் பரமன்,

“தெய்வான, இந்த வருஷம் பொங்கலுக்கு நம்பு பாப்புக்கு ஒரு பட்டுப் பாவாட எடுத்துத் தரச் சொல்லி உங்கப்பங்கிட்டக் கேளு”

“பட்டுப் பாவாடையா?”

“ஆமா பச்சநெறத்துல”

“அப்ப அரக்கு நெறத்துல ஒரு பட்டுச் சட்டயும் எடுத்துத் தரச் சொல்லிக் கேக்குட்டாக்கு?”

“ஆமாமா கேளு, அப்பிடிப் போட்டுக்கிட்டுப் போனாத்தான பெரிய எடமாப் பாத்து மயக்கலா”

“நம்புளுக்கெல்லா மயங்குவானுகளா? அதததுக்கு ஒரு அம்சம் வேணு”

“என்ன அம்சம்? கழுத மேய்க்கற அம்சமா?” எனக் கேட்கிறான் கயிற்றுக் கட்டிலொன்றில் ஒருக்களித்துப் படுத்தவாக்கில் எதையோ மென்றுகொண்டிருந்த தறிகாரன்.

“இல்ல குதர மேய்க்கற அம்சம்” எனச் சொல்லிச் சிரிக்கிறான் ரயில்வே பிட்டரான அவனுடைய சகோதரன்.

எவர்சில்வர் தட்டு ஒன்றில் தனக்கு வழங்கப்பட்ட சாப்பாட்டையும் கறியையும் தொடாமல் எழுந்து பரமன் வெளியேறிக்கொண்டிருந்தபோது, “புள்ளையச் சொல்லீட் டாங்கன்னு ரோஷத்தப் பாரு” என யாரோ சொல்லிச் சிரித்ததைப் பொருட்படுத்தாமலிருக்க விரும்பினான் பரமன். குத்தல்களிலிருந்து விலகித் தன் கற்பனைகளில் மூழ்க விரும்பி னான் அவன். உலர்ந்து கிடந்த நதியின் படுகையிலிருந்த முள்வேலிக்கொம்பொன்றின் கையகல நிழலில் மல்லார்ந்து படுத்துக்கொண்டான். மஞ்சுவை அழைத்துச் சென்ற அந்த மரக்கடைக்காரனின் மகன் ஏதாவதொரு கோயிலில் வைத்து அவளைக் கல்யாணம் செய்துகொண்டிருந்திருப்பான் எனக் கற்பனை செய்து கொள்ள விரும்பினான் பரமன். கண்காணாத ஊரொன்றில் வாடகைக்கு ஒரு வீட்டைப் பார்த்துக் குடியிருப் பார்கள். ஊரைவிட்டு ஓடிவந்துவிட்ட தங்களைப் போன்ற பலரையும் போல ஏதாவதொரு பனியன் கம்பெனியிலோ சாயப்பட்டறையிலோ வேலைக்குச் சேர்ந்திருப்பார்கள். மரக்கடைக்காரனின் மகன் மனைவியைச் சிரமப்படுத்த விரும்பாமல் தான் மட்டும் வேலைக்குப் போவானாயிருக்கும்.

மஞ்சு அவனது பிரியத்துக்குரிய மனைவியாக வீட்டில் இருப்பாள். அதிகாலையில் எழுந்து குளித்துவிட்டுவந்து ஈரத்தலையுடன் தாங்கள் வாடகைக்குக் குடியிருக்கும் அந்தச் சிறிய வீட்டின் மிகச்சிறிய வாசலில் கோலம் போடுவாள் மஞ்சு. அவனுக்கு காபி தயாரித்துக் கொடுப்பாள். காலை உணவாக இட்லியோ தோசையோ செய்து கொடுப்பாள். இந்த ஆறேழு மாதங்களில் நன்றாகச் சமைக்கக்கூடக் கற்றுக்கொண்டிருப்பாள். வேலைக்குப் போகும் கணவனுக்கு மதியச் சாப்பாட்டைத் தயாரித்து டிபன் பாக்சில் போட்டுக் கொடுத்து வாசலில் நின்று வழியனுப்பி வைப்பாள். அவன் போன பிறகு அவள் பாத்திரங்களைக் கழுவி வைக்கிறாள். துணி துவைக்கிறாள். வேலைகளையெல்லாம் முடித்துக் கொண்டு வந்து புதிதாக வாங்கியிருக்கும் சிறிய தொலைக்காட்சிப் பெட்டிக்கு எதிரே குளிர்ச்சியான சிமெண்ட் தரையில் வயிறு புதைய ஒருக்களித்துப் படுத்துக்கொண்டு ஏதாவது பார்க்கிறாள். தனியாக உட்கார்ந்து மதியச் சாப்பாடு சாப்பிடுகிறாள். சாப்பிடும் போது தனக்குப் பிடித்தமான பச்சைப் பட்டுப்பாவாடை எடுத்துக்கொடுக்கும் தகப்பனின் நினைவு வருகிறது அவளுக்கு. கண்களில் நீர் துளிர்க்கிறது. அதற்கு மேல் சாப்பிட முடியாமல் தட்டை ஒதுக்கி வைத்துவிட்டு எழுந்துகொள்கிறாள். கைகளைக் கழுவிக்கொண்டு வெளியே வந்து தகிக்கும் வெயிலில் தெருவின் இருமுனைகளையும் மாறி மாறி வெறித்துக்கொண்டு நிற்கிறாள்.

பரமன் பெருமூச்சு விட்டான். கொஞ்சம் கொஞ்சமாகத் தன்னைவிட்டு விலகிப் போயிருந்த முள்வேலி நிழலை எட்டும் முனைப்புடன் புரண்டு படுத்தான்.

ஒன்பது

சரியாக நான்கு வருடங்களுக்குப் பிறகு தன் இருபத்தேழாவது வயதில் மரக்கடைக்காரனின் மகன் திரும்பி வந்தான். கொஞ்சம் இளைத்திருந்தான். நிறம் மங்கியிருந்தாலும் பொலிவை இழக்காமல் இருந்தான். இரண்டு மூன்று வாரங்கள்வரை வெளியில் எங்கும் தட்டுப்படாமல் சாப்பிடுவதும் தூங்குவதும் தொலைக்காட்சி நிகழ்ச்சிகளைப் பார்ப்பதுமாக இருந்தவன் பிறகு தந்தையின் மரக்கடைக்கு வந்து கல்லாவில் உட்கார்ந்தான். தன்னைக் காண வந்திருந்த உறவினர்கள் சிலருடன் சிரித்துப் பேசிக்கொண்டிருந்தவனைப் பார்த்துவிட்டு வந்திருந்த பரமனின் உறவினொருவன் பரமனுக்கு அதைப் பற்றிச் சொன்னான். பரமன் தாளமுடியாத அதிர்ச்சிக்குள்ளானான். தன் கற்பனைகளிலிருந்து மீள முடியாமல் திணறியவன் பிறகு, "புள்ளயக் கூட்டிக்கிட்டு வந்துருக்கறானாக்கு?" எனப் பேராசையுடன் தனக்குத் தகவல்

சொன்ன அந்த நாவிதனைக் கேட்டான். அவன் சிரித்தான், "அது தெரீல. ஊட்டுக்குப் போய்ப் பாத்தாவல்ல தெரியு. நீங்க வேணும்னா ஒரெட்டுப் போய்ப் பாத்துப்புட்டு வந்துருங்க மச்சே" எனச் சொல்லிவிட்டு எந்த உணர்ச்சியையும் காட்டிக் கொள்ளாமல் விடைபெற்றான். பரமன் வெகுநேரம் வரை கொண்ட கிடையை விட்டு அசையாமல் கிடந்தான். அப்போது வீட்டில் யாருமே இல்லை. அவன் மனைவி ஏதோவொரு காட்டுக்குக் களையெடுக்கப் போயிருந்தாள். அந்த நான்காண்டு களில் பரமன் மிகத் தளர்ந்து போயிருந்தான். நிச்சயமற்ற கற்பனைகளால் ஓயாமல் வதைபட்டுக்கொண்டிருந்தவனுக்குச் சீக்கிரத்திலேயே நடை தளர்ந்து போயிருந்தது. குடிகளில் பெரும்பான்மையும் அவனது கையை விட்டுப் போயிருந்தன. அவனுக்கு முடியாமல் போனபோது மூத்த மருமகன் நடையன் வந்து ஏழெட்டு மாதங்கள் வரை குடிகளைப் பார்த்துக்கொண்டான். பிறகு தாக்குப் பிடிக்க முடியாமல் பெண்டாட்டி பிள்ளைகளை அழைத்துக் கொண்டு பழையபடி தன்னுடைய சலூனுக்குத் திரும்பினான். வேறு வழியில்லாமல் போனபோது பரமன் தனது குடிகளைச் சகோதரன் முறையுள்ள தன் உறவினனுக்கு விட்டுக்கொடுத்தான்.

அவனுக்கென எஞ்சியிருந்தவை வெறும் ஏழே குடிகள். அவற்றில் எதுவும் பெரும் பண்ணையமல்ல. ஏழு குடிகளிலும் மொத்தமாகப் பதின்மூன்று ஆண்களே இருந்தார்கள். பரமன் அவர்களில் வயதானவர்களாக இருந்த சிலருக்கு மட்டும் சவரம் செய்தான், முடி வெட்டினான். இளைஞர்கள் சலூன் களைத் தேடிப் போயிருந்ததால் பரமனுக்குச் சுமை குறைவு. நாளில் பெரும்பகுதியைத் தளர்ந்துபோன தனது கயிற்றுக் கட்டிலில் கழித்தான். குடிகள் கையைவிட்டுப் போன ஒவ்வொரு தருணத்திலும் அவன் மனைவி கண்ணீர் விட்டு அழுதாள், "தலக்கட்டுத் தலக்கட்டா இருந்த உரிமைய இப்பிடி உட்டுக் குடுத்துப்புட்டு வெறுங்கையோட நிக்கறமே" என அவள் பரிதவித்தபோதெல்லாம் எந்தச் சலனமும் இல்லாமல் மனைவி யின் முகத்தைப் பார்த்துக்கொண்டிருந்தான் பரமன்.

தன் நான்காவது மகளைப் பற்றிய கற்பனைகளில் மூழ்குவதற்கு நிறைய அவகாசம் கிடைத்தது அவனுக்கு.

அந்த நான்காண்டுகளில் மஞ்சு ஆணொன்றும் பெண் ணொன்றுமாக இரண்டு குழந்தைகளைப் பெற்றுக் கொண் டிருந்தாள். ஆண் குழந்தைக்கு அதன் தகப்பனின் சாயல். அவனைப் போலவே திடகாத்திரமான தோற்றம். அவனைப் போலவே துடி. கொஞ்சம் அடாவடித்தனமும் உண்டு. மஞ்சு

அவனைக் கட்டுப்படுத்துவதற்குத் திணறுகிறாள், "இவன எப்பிடி வளத்தி என்ன பண்ணப்போறனோ தெரீலையே" எனத் தன் கணவனிடம் அலுத்துக்கொள்கிறாள். கணவன் சிரிக்கிறான், "சும்மா இல்லடீ அவன் என்னோட ரத்தம்" எனப் பெருமிதம் பொங்கச் சொல்கிறான். "அப்ப இது ஆரோட ரத்தம்?" எனத் தன் பெண் குழந்தையைச் சுட்டிக்காட்டிக் கேட்கிறாள் மஞ்சு, "அது உன்னோட ரத்தம்" எனச் சொல்லிவிட்டு அதற்கும் சிரிக்கிறான் அவளுடைய கணவன். பிறகு வேலைக்கு நேரமாகிவிட்டது எனச் சொல்லிவிட்டு அவசர அவசரமாக விடைபெறுகிறான். அவன் ஒரு மோட்டார் சைக்கிளோ காரோ வைத்திருப்பவனாக இருக்கலாம் என நினைத்தான் பரமன். கௌரவமானதும் அதிகச் சம்பளம் தரக்கூடியதுமான உத்தியோகத்தில் இருப்பான் மரக்கடைக்காரனின் அந்த இருபத்து மூன்று வயது மகன். அவனுக்கு விடைகொடுத்துவிட்டு மஞ்சு அடாவடியான அந்தக் குழந்தையை வெகு சிரமப்பட்டுத் தூங்க வைக்கிறாள். அவளுடைய ரத்தமான அந்தப் பெண் குழந்தை எந்தத் தொந்தரவும் செய்யாமல் தன் பொம்மைகளுடன் விளையாடிக்கொண்டிருக்கும் எனக் கற்பனை செய்துகொண்டான் பரமன்.

மஞ்சு அந்தக் குழந்தைகளுக்கு ஒரு குடிநாவிதனாக வாழ்ந்துகொண்டிருக்கும் தன் தகப்பனைப் பற்றிச் சொல்லி யிருக்கக்கூடுமென நினைத்தான் பரமன். தான் எடுத்துக் கொடுத்ததைப் போலவே மகள் தன் சாயலிலுள்ள அந்தப் பெண்குழந்தைக்குப் பட்டுப்பாவாடை எடுத்துக் கொடுத் திருப்பாள். பச்சைப்பட்டுப் பாவாடையும் அரக்கு நிறச் சட்டையும். ஒருவேளை குழந்தை அவளைவிடவும் சிவப்பானவளாக இருக்கலாம். அவளைவிடவும் அழகானவளாக இருக்கலாம். பரமனுக்கு அந்தக் குழந்தையைப் பார்க்க வேண்டுமென்னும் ஏக்கம் வளர்ந்துகொண்டே போயிற்று. சாயந்திரம் வெள்ளாட்டுக் குட்டிகளுடன் திரும்பி வந்து படலைத் தள்ளிக்கொண்டு உள்ளே நுழையும் மனைவியின் உடலிலிருந்து வீசிக்கொண்டிருக்கும் புற்களின் வாசனையை உணரும்போது பரமன் வேதனை நிரம்பிய தனது யதார்த்தத்துக்குத் திரும்புவான்.

உடனடியாக மரக்கடைக்காரனின் வீட்டுக்குப் போக வேண்டுமெனத் தீர்மானித்தான் பரமன். அவன் தன் நான்காவது மகளைப் பார்க்க விரும்பினான். பட்டுப் பாவாடை உடுத்திய அவளுடைய சாயலையேயுடைய பேத்தியைக் காண ஆசைப்பட்டான். அவளை வாரியெடுத்துக் கொள்ள வேண்டும். நரை சூழ்ந்த தன் கிழட்டு மார்பில் ஏந்திக்கொள்ள வேண்டும். மஞ்சுவை அவள் சிறுகுழந்தையாக இருந்தபோது கொஞ்சியதைப் போலவே "பாப்பூ . . ." என அழைத்துக் கொஞ்ச வேண்டும்.

பரமன் அதைப் பற்றி யாரிடமும் சொல்ல விரும்பவில்லை. கேட்பதற்கு யாருமில்லாததுதான் காரணம்.

அதிகாலையில் எழுந்து நெடுநாள்களுக்குப் பிறகு முகச் சவரம் செய்துகொண்டான் பரமன். தலைக்கு அரப்புத் தேய்த்துக் குளித்தான். பெட்டியிலிருந்து வெள்ளை வேட்டி யொன்றை எடுத்து உடுத்திக்கொண்டான். பரமன் பொதுவாக ஊரிலிருக்கும்போது சட்டை அணிவதில்லை. பழுப்பேறிய ஒரு நாலுமுழ வேட்டி, உருமாலையாகச் சுற்றிக்கொள்ளவும் வியர்வையைத் துடைத்துக்கொள்ளவும் பயன்படும் ஒரு துண்டு. வேலை செய்யச் சௌகரியமாக இருக்குமென்பதால் வேட்டியை முழுங்காலுக்கு மேலே இழுத்துத் தார்பாய்ச்சு கட்டிக்கொள்வான். எங்காவது போனால் உடுத்திக்கொள்வதற்கெனச் சலவை செய்யப்பட்ட இரண்டு மூன்று வேட்டி சட்டைகளும் ஆறேழு துண்டுகளும் எப்போதும் பெட்டிக்குள் கிடக்கும். வேட்டிக்கு மேல் சலவை செய்யப்பட்ட முழுக்கைச் சட்டையொன்றை அணிந்துகொண்ட பரமன் சற்றுக் கௌரவமாக இருக்கட்டுமே எனத் துண்டை மடித்துத் தோளில் போட்டுக்கொண்டு நடந்தான். தலைவாசலைக் கடந்தபோது முதுகுக்குப் பின்னாலிருந்து, "பாத்தையா பரமனுக்கு வந்த வாழ்வெ" என யாரோ ஒருவன் கேட்டதையும், "ஏ, அவுனுக்கென்ன? இப்ப அவெ கவண்டனுக்குச் சம்மந்தி. ஒரு கவண்டனோட சம்மந்தி வேற எப்பிடியிருப்பே?" என்று மற்றொருவன் அவனுக்குப் பதிலளித்ததையும் கேட்டுக் கொண்டே நடந்தான். தான் ஒரு குடிநாவிதன் என்பதை நினைவூட்டிக் கொள்வதற்கு அப்போது அவன் விரும்பவில்லை. தனக்காகக் காத்திருக்கும் அவமானத்தையும் துயரத்தையும் பற்றிய கற்பனைகள் எதுவுமின்றி மரக்கடையை நோக்கிப் போனான் பரமன்.

பத்து

பரமனால் அந்த அளவுக்கு ஆத்திரப்பட முடியும் என்பதையும் மரக்கடைக்காரனால் தம் ஊரை அண்டி வாழும் ஒரு வயதான மனிதனைக் கைநீட்டி அடிக்க முடியும் என்பதையும் நம்புவதற்கு ஊர் திணறியது.

மரக்கடைக்காரன் பயன்படுத்திய வசைகள்தாம் பரமனை அதிகம் பாதித்தவை.

அவன் எடுத்த எடுப்பிலேயே கொஞ்சம் பணத்தை எடுத்து நீட்டியதுதான் பரமனுக்கு அவ்வளவு ஆத்திரத்தை ஏற்படுத்தி யிருக்க வேண்டும். எனினும் வெகு சிரமப்பட்டு அவன் தன்னைக் கட்டுப்படுத்திக்கொண்டான். மஞ்சு அங்கே இல்லை என்பதைத் தெரிந்துகொண்ட பின்பு பரமன் அவள் எந்த

நிலையில் இருந்தாலும் தன்னிடம் ஒப்படைக்கும்படியும் தனக்கு வேறெதுவும் வேண்டாம் எனவும் மரக்கடைக்காரனைக் கெஞ்சினான். ஒரு கட்டத்தில் அவனது கால்களுக்குக் கீழே நெடுஞ்சாண்கிடையாக விழுந்து கதறியழுததாக அந்தச் சம்பவத்தை நேரில் பார்த்திருந்த மரக்கடையின் பணியாள் ஒருவன் சொன்னான். பரமனை அடிக்க வேண்டுமென்பது மரக்கடைக்காரனின் நோக்கமாக இருந்திருக்கவில்லை. ஆனால் மஞ்சுவைப் பற்றித் தனக்கோ தன் மகனுக்கோ எதுவும் தெரியாது என மரக்கடைக்காரன் சொன்னதைக் கேட்டு ஆத்திரமடைந்த பரமன் தான் போலீசுக்குப் போகப் போவதாகச் சொன்னான். அதுவரை கல்லாவில் உட்கார்ந்து எந்தப் பதற்றமும் இல்லாமல் பரமனின் கேள்விகளுக்குப் பதிலளித்துக்கொண்டிருந்த மரக் கடைக்காரன் அதைக் கேட்டதும் கடுங்கோபம் கொண்டான், "மெரட்டிப் பாத்தரலாம்னு நெனச்சுக்கிட்டு வந்தயாடா நாசுவா? அவனுக வந்து மசரப் புடுங்கிப்புடுவானுகளாடா?" எனக் கேட்டுக்கொண்டே கல்லாவிலிருந்து இறங்கி வந்து தனது பருத்த கரமொன்றை வீசி அவனது கன்னத்தில் அறைந்தான். அந்த ஒரே அடியில் பரமன் மல்லார்ந்து தரையில் விழுந்தான். ஆத்திரம் தீராத மரக்கடைக்காரன் செருப்பணிந்த தன் கால்களில் ஒன்றை உயர்த்தி அவனது மார்பின் மீது வைத்து நசுக்கினான். பரமனைக் காப்பாற்றுவதற்கோ அவனுக்கு ஆதரவாகப் பேசுவதற்கோ அங்கே யாருமே இருந்திருக்கவில்லை. மரம் வாங்க வந்திருந்த வாடிக்கையாளர் ஒருவர்தான் குறுக்கே வந்து, "போதுமப்பா, உடு. செத்துக்கித்துப் போயறப் போறே" என அவனை விலக்கிவிட்டார். இல்லாவிட்டால் பரமனின் நிலை இன்னும் மோசமாகியிருந்திருக்கும். அப்படியும் பரமனுக்கு நிறைய உள்காயங்கள் ஏற்பட்டிருந்தன. தகவலைக் கேள்விப் பட்டு வாயிலும் வயிற்றிலும் அடித்துக்கொண்டு ஓடிவந்த பரமனின் மனைவி அவனது உயிர்நிலையிலிருந்து ரத்தம் கசிந்து கொண்டிருந்ததைப் பார்த்தாள்.

முன்யோசனையற்ற ஒரு காரியத்தைச் செய்ததால் பரமன் அருகிலிருந்த சிறுநகரமொன்றின் அரசு மருத்துவமனையின் மூத்திரநெடி வீசும் ஒரு வார்டில் இரண்டு மூன்று வாரங்கள்வரை தங்கியிருந்து சிகிச்சை பெற வேண்டியிருந்தது. மனைவியிடமும் தன் மற்ற மூன்று மகள்களிடமும் வசைகளை வாங்கிக்கட்டிக் கொள்ள வேண்டியிருந்தது, "அந்த முண்டைய உட்டுத் தொலைங் கன்னு சொன்னாக் கேக்கறீங்களா?" என மருத்துவமனைக்கு வந்திருந்த தெய்வானை தன்னைக் கேட்டபோது பரமன் கண்ணீர் விட்டு அழுதான். மஞ்சுவைச் சபித்தபடியே வெகுநேரம்வரை அருகிலிருந்தவள் போகும்போது, "மறுக்கா மறுக்கா அவள

நெனச்சு அழுதுக்கிட்டிருக்காதீங்க" என அறிவுறுத்தினாள். எந்த வாக்குறுதியையும் அளிக்காமலேயே அவன் தன் மூத்த மகளுக்கு விடைகொடுத்தான்.

அவ்வளவு பட்டும் பரமனால் அந்த மரக்கடைக்காரனிட மிருந்து மஞ்சுவைப் பற்றிய எந்தத் தகவலையும் பெற முடிய வில்லை. கருணையே இல்லாமல் அவளைக் கைவிட்டு விட்டு வந்திருந்த அவனுடைய மகன் பரமனைப் பார்த்த வுடன் ஓடி ஒளிந்துகொண்டான், "புள்ளையப் பெத்து ஊர் மேயறதுக்கு உட்டுப்புட்டு இங்க வந்து நாயம் பேச வந்துட்டே" என அங்கிருந்தவர்களிடம் திரும்பத் திரும்பச் சொல்லிக்கொண்டிருந்த மரக்கடைக்காரன் பரமனின் உயிர்நிலையிலிருந்து ரத்தம் கசிவதையும் அவனுடைய நினைவு தடுமாறத் தொடங்கியிருந்ததையும் பார்த்து அவசரஅவசரமாகக் கடையைப் பூட்டிக்கொண்டு அங்கிருந்து மறைந்தான். மரக் கடையின் இரண்டு பணியாளர்கள் வாடிக்கையாளன் ஒருவனின் உதவியுடன் அவனை வெளியே கொண்டுவந்து வேப்பமர நிழலொன்றில் கிடத்திவிட்டுப் போனார்கள்.

காயங்களிலிருந்து கசிந்துகொண்டிருந்த குருதியைத் துடைத்துவிட்டுக்கொண்டும் அவை தந்த வலியைப் பொறுத்துக் கொண்டும் நல்லதாக ஏதாவது நடக்கும் எனக் கற்பனை செய்துகொண்டும் பரமன் வெகுநேரம்வரை அந்த மர நிழலில் கிடந்தான். மருத்துவமனையிலிருக்கும்போது ரகசியமாக வந்து அவனைப் பார்த்துவிட்டுச் சென்ற மரக்கடைக்காரனின் வீட்டில் சமையலாளாக இருந்த பண்டாரம் ஒருவனே பரமனுக்கு மஞ்சுவைப் பற்றிய சில தகவல்களைச் சொன்னவன். அந்த வீட்டில் நடைபெற்ற உரையாடல்களிலிருந்து மூன்றாண்டுகளுக்கும் மேலான இடையறாத முயற்சியின் பயனாக மகன் இருக்கு மிடத்தைத் தெரிந்துகொண்ட மரக்கடைக்காரன் தன் உறவினர்கள் சிலருடன் மஞ்சுவுடன் அவன் வசித்து வந்த அந்தப் பின்னலாடை நகரத்திற்குப் போனான். திரைப் படங்களில் வருவதுபோல மஞ்சுவை விரட்டியடித்துவிட்டு வலுக்கட்டாயமாக மகனை இழுத்து வந்திருக்க வேண்டுமென அந்த உரையாடல்களை அருகிலிருந்து கேட்டுக்கொண்டிருந்த தன்னால் ஊகிக்க முடிவதாகச் சொன்னான் அந்தப் பண்டாரம். அதற்குப் பிறகு மஞ்சுவின் நிலை என்ன ஆயிற்றென்றோ அவள் எங்கிருக்கிறாள் என்றோ அவனால் அறிந்துகொள்ள முடியவில்லை. அவர்கள் பேசிக்கொண்டவற்றை வைத்துப் பார்த்தால் அவளுக்கு மூன்று வயதில் பெண் குழந்தையொன்று இருப்பதற்கு வாய்ப்பிருக்கிறது என்றான், "அவளக் கொன்னு கின்னு போட்டுருப்பாங்களோ?" எனப் பரமன் அவனிடம் கேட்டதற்கு

அப்படியெதுவும் நடந்ததாகத் தெரியவில்லை என்றான். அவர்கள் அவளை அப்படியே நடுத்தெருவில் விட்டுவிட்டு வந்திருக்கலாமெனச் சொன்ன பரமனின் மீது பரிவுகொண்ட அந்தச் சமையல்காரன் விடைபெறும் தருணத்தில் காயங்களுடன் மருத்துவமனையில் சிகிச்சை பெற்றுக்கொண்டிருக்கும் அந்த மனிதனுக்கு நம்பிக்கையூட்டும் விதத்தில் ஏதாவது சொல்ல வேண்டுமே என விரும்பியவனைப் போல அவனுடைய நான்காவது மகள் அந்த நகரத்தின் ஏதாவதொரு மூலையில் பாதுகாப்பாக வசித்துக்கொண்டிருக்கலாமெனத் தான் நம்புவதாகச் சொல்லிவிட்டுப் போனான்.

கோடையின் தகிப்பையும் கொசுக்களின் பிடுங்கலையும் சகித்துக்கொண்டு தனது கட்டிலில் மல்லார்ந்து கிடந்த பரமன் கைவிடப்பட்ட தன் நான்காவது மகளைப் பற்றிய கற்பனை களில் மூழ்குவதைத் தவிர வேறு வழியற்றவனாக இருந்தான். அப்போது அவன் தனியாக வேறு யாருடைய துணையுமற்றவ னாக இருந்ததால் தன்னைப் பீதியுறச் செய்யும் பயங்கரமான கற்பனைகளின் பிடியிலிருந்து அவனால் தப்ப முடியவில்லை. கருணையற்ற அந்த நகரத்தில் அவளால் ஒரு பிச்சைக்காரியாகவோ வேசியாகவோதான் வாழ்ந்துகொண்டிருக்க முடியும் என நினைத்தான் பரமன். யாருடைய ஆதரவுமற்ற குடிநாவித னொருவனுக்கு நிராதரவாக விடப்பட்ட தன் மகளைப் பற்றி வேறெப்படியும் கற்பனை செய்ய முடியாததால்தான் பரமன் அதுபோன்ற கற்பனைகளில் மூழ்கினான். கந்தலொன்றை உடுத்தி, தன் குழந்தையைச் சுமந்துகொண்டு ஏதாவதொரு பேருந்து நிலையத்திலோ தியேட்டர் வாசலிலோ பிச்சையெடுத்துக் கொண்டிருக்கிறாள் பச்சைப் பட்டுப் பாவாடைகளின் மீது பைத்தியம் கொண்ட அவனுடைய நான்காவது மகள்.

பரமன் சற்று தூங்க முயன்றான். தன்னைச் சூழும் கற்பனைகளின் குதறல்களிலிருந்து தப்ப விரும்பினான். காயங்களை ஆற்றுவதற்காகவும் வலியைப் பொறுத்துக் கொள்வதற்காகவும் தனக்குக் கொடுக்கப்பட்டிருக்கும் மாத்திரைகளில் சிலவற்றை எடுத்துத் தேவைக்கு அதிகமாக விழுங்கினான். அவனுக்குக் கண்கள் செருகின.

அப்போதுதான் அவன் தனக்குப் பரிச்சயமற்ற அவ்வுலகைப் பற்றிய கொடுங்கனவுகளின் பிடியில் சிக்கிக் கொள்ள நேர்ந்தது.

பட்டுப் பாவாடை உடுத்திய அவனுடைய அந்த நான்காவது மகளை யாரோ துன்புறுத்திக்கொண்டிருக்கிறார்கள். மனப்பிறழ்வுக்குள்ளான யாரோ ஒருவனுடைய இச்சைகளுக்கு அடிபணியச் சொல்லி அடித்து நொறுக்குகிறார்கள். பன்னிரண்டு

தேவிபாரதி

வயதுடைய சிறுமியாக இருந்தபோது தகப்பன் தனக்கு எடுத்துக்கொடுத்திருந்த பச்சைப் பட்டுப் பாவாடையைத்தான் அப்போது அவள் உடுத்திக்கொண்டிருக்கிறாள். நைந்துபோய் வெறும் பூச்சிக்கூடாகக் காட்சியளிக்கும் ஒரு கந்தல். சிலர் அந்தக் கந்தலைப் பிய்த்தெறிகிறார்கள். குருதி கசியும் அவளது நிர்வாண உடலின் மீது யாரோ சிலர் மூர்க்கமாகக் கவிவதைப் பரமன் தன் கனவுகளில் கண்டான். அவள் கதறுகிறாள். யாரையோ உதவிக்கு அழைக்கிறாள். தெய்வம் போல் அங்கு வந்த யாரோ அவளைக் காப்பாற்ற முயன்றதைப் பரமனால் காணமுடிந்தது. அந்த தெய்வம் பிரும்மாண்டமானதொரு பன்றியாகத் தோற்றமளித்தது. உறுமிக்கொண்டு அவளை நெருங்கியது. அவள் மீது கவிந்துகொண்டிருந்தவர்கள் அதன் உறுமலைக் கேட்டுச் சிதறியோடுவதைக் கண்ட பரமன் அதற்குத் தன் நன்றியறிதல்களைச் சமர்ப்பிக்க விரும்பினான். ஆனால் அவனுடைய அந்த நான்காவது மகள் அதைக் கண்டு பயந்துபோனாள். பிய்த்தெறியப்பட்ட அக்கந்தலை வாரிச் சுருட்டியெடுத்துத் தன் நிர்வாணத்தை மறைத்துக் கொண்டு அவள் தப்பியோடுவதையும் பன்றி அவளைத் துரத்திச் செல்வதை யும் காண நேர்ந்த பரமன் அவளைப் பின்தொடர விரும்பினான்.

இடையறாமல் உறுமிக்கொண்டு தன்னைத் துரத்திவரும் அந்தப் பன்றியிடமிருந்து தப்பி ஒளிந்துகொள்வதற்கான ஓர் இடத்தைத் தேடி தன் நான்காவது மகள் அலைந்து திரிவதைக் கண்டான் பரமன். அப்போது அவளுடன் யாருமே இல்லை.

அந்தக் குழந்தை எங்கே? பட்டுப் பாவாடை உடுத்திய தன் ரத்தமான அவளுடைய குழந்தை. மிகப் பதற்றம்கொண்டவனாக அந்தக் குழந்தையைத் தேடி அக்கொடுங்கனவின் இருள் சூழ்ந்த வெளிகளில் அலையத் தொடங்கினான் பரமன். அவன் அந்தக் குழந்தையைத் தேடிக்கொண்டிருந்ததால், சற்றுக் கவனக்குறைவாக இருந்ததால் தன் நான்காவது மகளைக் காப்பாற்ற அவனால் முடியவில்லை. அவள் அந்தப் பன்றியிடம் சிக்கிக்கொள்கிறாள். அவளைப் பிடிப்பதற்காக அதன் வயிற்றிலிருந்து குதித்து வெளியேறியிருந்த சிலரைப் பார்த்தபோதுதான் பரமன் அது ஒரு போலீஸ் வாகனம் என்பதைக் கண்டான்.

பிறகு சைரன் ஒலிக்க அது அவளைக் கொண்டு செல்கிறது.

எங்கே எனப் பார்ப்பதற்காகப் பரமன் பின்தொடர் கிறான். சிவப்பான, உயரமான கோபுரங்களையுடைய கட்டடம் ஒன்றினுள் தன் உறுமல்களுடன் நுழைந்து நின்றபோதுதான் பரமன் அது ஒரு நீதிமன்றம் என்பதைப் புரிந்துகொள்கிறான். பரமனுக்கு அது ஆறுதலாக இருக்கிறது. நீதியின் பராபட்சமற்ற

கைகளால் தன் நான்காவது மகள் காப்பாற்றப்படுவாள் என நம்பிக்கொண்டு அவர்களைப் பின்தொடர்ந்து அந்தக் கட்டடத்திற்குள் நுழைகிறான். தன் நான்காவது மகள் கூண்டு ஒன்றில், நடுங்கும் கரங்களால் அதன் கைப்பிடியை இறுகப் பற்றி நின்றுகொண்டிருப்பதைப் பரமன் கண்டான். அவள் தலை குனிந்திருக்கிறாள். கண்ணீர் சிந்திக்கொண்டிருக்கிறாள். கருணையை வேண்டி நீதியின் கண்களை வெறித்துப் பார்க்க முயல்கிறாள். ஆனால் கறுப்புத் துணி ஒன்றினால் நீதி தன் கண்களைக் கட்டிக்கொண்டிருக்கிறது. அதன் கையிலுள்ள தராசின் தட்டுக்கள் ஊசலாடிக்கொண்டிருக்கின்றன.

நீதி ஒரு பெண்ணாக இருந்ததால் அதன் பிரதிநிதியாக உயரமான மேடையொன்றிலிருந்து தன் மகளைக் கேள்வி களால் துளைத்தெடுத்துக்கொண்டிருக்கும் நீதிபதியையும் ஒரு பெண்ணாகவே கற்பனை செய்துகொண்டான் பரமன். அவனுடைய நான்காவது மகளுக்குச் சமவயதுடைய பெண். தன் கற்பனைகள் பலித்திருந்தால் மஞ்சு அவளுடைய இடத்தில் உட்கார்ந்திருப்பாள் என நினைத்துக்கொள்கிறான் பரமன்.

"உன்னோட பேர் என்னம்மா?" நீதியின் குரலில் பரிவு. நீதி தன்னைப் போன்ற ஒரு பெண் என்பதால் மஞ்சு நம்பிக்கையோடு நிமிர்கிறாள், "மஞ்சு" எனத் தணிந்த குரலில் தகப்பன் தனக்கு வைத்த பெயரைச் சொல்கிறாள்.

"உனக்குப் புருஷன் இருக்கானா?"

இல்லையென அவள் தலையசைக்கிறாள்.

"அப்பா? அப்பான்னு உனக்கு யாராவது இருக்காங்களா?"

நீதியின் குரலில் பரிகாசம்.

"இருக்காங்க"

"அவர் பேர் என்ன?"

"பரமன்"

நீதி புன்னகைக்க முயல்கிறது,

"பரமன் என்ன வேல செய்யறாரு?"

அவனுடைய நான்காவது மகளுக்கு முகம் சிவந்து விடுகிறது,

"என்னோட அப்பா ஒரு நாவிதன். முப்பத்தாறு பண்ணையக் காரர்களையுடைய ஒரு குடிநாவிதன்" எனத் திடமான குரலில் பதிலளிக்கிறாள்

நீதி கண்களை மூடிக்கொள்கிறது,

தேவிபாரதி

"அப்புறம் ஏன் நீ இந்தத் தொழிலுக்கு வந்தே?"

பதில் சொல்வதற்குத் தன் நான்காவது மகள் திணறுவதைக் கண்டான் பரமன்.

உயரமான அந்த மேடையில் கம்பீரமாக உட்கார்ந்து கொண்டிருக்கும் நீதி பெருமூச்சொன்றை வெளியேற்றுகிறது.

"பரமன், அதாவது உன்னோட அப்பா உனக்கு எதுவுமே செய்யலையா?"

"செஞ்சுருக்காரு"

"என்ன செஞ்சுருக்காரு?"

"நெறையாப் பாவாடை எடுத்துக் குடுத்துருக்காரு"

விசாரணையை வேடிக்கை பார்த்துக்கொண்டிருந்த வழக்கறிஞர்கள் அவளுடைய பதிலைக் கேட்டுத் திடீரென வெடித்துச் சிரிக்கிறார்கள். நீதி சுத்தியலால் மேசையைத் தட்டி அவர்களை அமைதிப்படுத்த முயல்கிறது. நீதியின் முன் எல்லோரும் அமைதியாக இருக்க வேண்டும் எனக் கண்டிப்பான குரலில் அறிவுறுத்திவிட்டுத் தன் கேள்வியைத் தொடர்கிறது. நீதி உணர்ச்சிவசப்படக்கூடாது என்பதால், நீதி சிரிக்கக்கூடாது என்பதால் பொங்கிவரும் சிரிப்பைக் கட்டுப்படுத்திக்கொண்டு அவளைப் பரிதாபமாகப் பார்க்க முயல்கிறது,

"பாவாடையா?"

யாரையும் பொருட்படுத்தாமல் நீதியின் கண்களை நேருக்கு நேர் பார்த்துக்கொண்டு மஞ்சு பதிலளிக்கிறாள்,

"ஆமா பாவாட, பச்ச நெறமுடைய பட்டுப் பாவாட"

பரமன் புன்னகைத்துக்கொண்டான்.

திடீரெனச் சூழத் தொடங்கியிருந்த மரணத்தின் நெடி தாளாமல் விழித்தெழுந்தவன் உடனடியாக அந்த மருத்துவமனை யிலிருந்து வெளியேற முடிவெடுத்தான். கருணையற்ற அந்த நகரத்திலிருந்து தன் நான்காவது மகளை மீட்டுக்கொண்டு வருவது பற்றிய கற்பனைகளில் மூழ்கி அந்த இரவின் மீதத்தைக் கழிக்க முற்பட்டான்.

பதினொன்று

சுட்டெரிக்கும் வெயிலைப் பொருட்படுத்தாமல் அந்த நகரத்தின் நெரிசல் மிகுந்த தெருக்களில் அலைந்து திரிந்தான் பரமன். கற்பனைகளில் தவிர தனக்கு வேறு எந்தவிதத்திலும் அறிமுகமாகி யிராத அந்த நகரத்தில் அவன் அதுவரை நான்கு இரவுகளைக்

கழித்திருந்தான். நான்கு இரவுகளையும் ஐந்து பகல்களையும். அன்றைய இரவைக் கழிப்பதற்கு ஏதாவதொரு இடம் கிடைத்து விட்டால் அது அந்த நகரத்தில் தன்னுடைய ஐந்தாவது இரவாக இருக்கும் என நினைத்தான் அவன். ஆனால் அது பற்றிய கற்பனைகள் எதுவும் அப்போது பரமனிடம் இல்லை. அவன் மிகக் களைத்திருந்தான். பசியுடன் இருந்தான். அவனது உடைகள் கந்தலாகியிருந்தன. கேசம் உலர்ந்திருந்தது. கண்கள் பஞ்சடைத்துப் போயிருந்தன.

அவனிடம் சிறிதளவு எஞ்சியிருக்கும் நம்பிக்கையைக் கொண்டு அந்த நகரத்தில் இருக்கும் சிறியதும் பெரியதுமான பூங்காக்களில் ஏதாவதொன்றில் தனக்கு ஒரு சிமெண்ட் பெஞ்ச் கிடைக்கும் என எதிர்பார்த்தான் பரமன். முந்தைய இரவை அவன் அப்படியொரு பூங்காவில்தான் கழித்திருந்தான். அதற்காகப் பூங்காவின் காவலாளிக்கு ஐந்து ரூபாய் தர வேண்டியிருந்தது. முதல் இரண்டு இரவுகளைப் பரமன் நடைமேடைகளில்தான் கழித்தான். வீடற்ற வேறு சில மனிதர்களும் தன்னுடன் இருந்ததால் பரமன் அதிகமாகப் பதற்றமடையவில்லை. மருத்துவமனையிலிருந்த நாள்களில் கொசுக்கடிக்குப் பழகிக்கொண்டிருந்ததால் அவற்றின் பிடுங்கலை மீறி அவனால் அங்கே கொஞ்சம் கண்ணயரவும் முடிந்திருந்தது. ஆனால் இரவு முழுவதும் போலீசாரின் தொந்தரவு. சரியாக அரைமணி நேரத்திற்கொருமுறை யாராவதொரு போலீஸ்காரன் தனது லத்தியால் அவனது பிட்டத்தில் ஒரு தட்டுத் தட்டிவிட்டுப் போனான்.

எனவே மூன்றாம் இரவைக் கழிப்பதற்குப் பரமன் வேறு பாதுகாப்பான இடத்தைத் தேடினான். நகராட்சிக்குச் சொந்தமான கழிப்பிடமொன்றின் பின்புறத்தில் யாராலோ கைவிடப்பட்ட குடிசையொன்று அவனுக்கு அடைக்கலம் தந்திருந்தது. குடலைப் பிடுங்கும் மலநெடி அவனைத் தூங்குவதற்கு அனுமதிக்கவில்லை. பரமன் அதைப் பொருட் படுத்தவில்லை. ஒருவகையில் அது நல்லதுதான் என்றும் நினைத்தான். அது வேசிகளின் நடமாட்டமுள்ள பகுதியென்பதை அங்கிருந்த குப்பைத்தொட்டியொன்றுக்கு வெளியே சிதறிக் கிடந்த பயன்படுத்தப்பட்ட ஆணுறைகளைப் பார்த்துத் தெரிந்துகொண்டிருந்த பரமன் பட்டுப் பாவாடை உடுத்துவதில் விருப்பம்கொண்ட தன் நான்காவது மகளை அங்கு கண்டு பிடித்துவிட முடியுமெனக் கற்பனை செய்துகொண்டான். ஆனால் அப்போது அவன் மிகக் களைத்திருந்ததால், மிகச் சோர்வாக இருந்ததால், அதிகப் பசியுடனிருந்ததால் அவர்களது நடமாட்டம் தொடங்குவதற்கு முன்பாகவே தூங்கியிருந்தான். காலையில்

எழுந்து பார்த்தபோது அங்கே புதிதாகச் சில ஆணுறைகள் சிதறிக் கிடந்ததைப் பார்த்து ஏமாற்றத்துடன் நகரின் மற்றொரு பகுதிக்குச் சென்றான். நான்காம் நாள் மாலையில் கொஞ்ச நேரம் இளைப்பாற விரும்பி நகராட்சிக்குச் சொந்தமான பூங்கா ஒன்றினுள் நுழைந்து ஒதுக்குப்புறமாகத் தென்பட்ட சிமெண்ட் பெஞ்ச் ஒன்றில் கால்களை நீட்டிப் படுத்தவன் மிகச் சோர்ந்து போயிருந்ததால் உடனடியாகத் தூங்கி விட்டான். பூட்டுவதற்கு முன்பாக யாராவது இருக்கிறார்களா எனச் சோதனையிட வந்த காவலாளியால் என்ன முயன்றும் அவனை எழுப்ப முடியவில்லை. வேறு வழியில்லாமல் அவனை அங்கேயே விட்டுவிட்டுப் போன காவலாளி அதிகாலையில் வந்து பார்த்தபோது பரமன் எழுந்து உட்கார்ந்திருந்தான். நான்கு நாட்களுக்குப் பிறகு நன்றாகத் தூங்கியிருந்ததால் ஓரளவு தெளிந்திருந்தான். அவனைத் தூங்க அனுமதித்ததற்காகவும் அதிகாரிகளிடம் புகார் சொல்லாமல் இருந்ததற்காகவும் பரமனிடமிருந்து இரண்டு ரூபாயைக் கட்டாயப்படுத்தி வாங்கிக்கொண்டான். பரமன் தன்னிடம் எல்லாவற்றையும் சொல்லியிருந்ததால் மஞ்சுவைக் கண்டுபிடிப்பதற்கு உதவும் என நகரில் வேசிகளும் பிச்சைக் காரர்களும் அதிகமாக உலவக்கூடிய இடமொன்றைப் பற்றி அவனுக்குச் சொல்லியிருந்தான் அந்தக் காவலாளி.

அங்கே பழைய சினிமா தியேட்டர் ஒன்று இருக்கிறது. பூங்கா இருக்கிறது. பொதுப்பணித் துறையால் கைவிடப்பட்ட, பாழடைந்த கட்டடங்கள் இருக்கின்றன. மலிவான வாடகையுள்ள விடுதிகள் இருக்கின்றன. அங்கே ஒரு பெரிய கோயில் இருப்பதால், சுற்றுலாப் பயணிகளின் வருகை அதிகமாக உள்ள இடங்களில் ஒன்று என்பதால் பட்டப்பகலில் வேசிகள் நடமாடும் அத்தெருக்களில் வேறு எங்குமே காண முடியாத அளவுக்கு ஏராளமான பிச்சைக்காரிகளும் இருக்கிறார்கள். அநேகமாக அவர்கள் ஒவ்வொருவரிடமும் மூன்று வயதுள்ள பெண் குழந்தை இருக்கிறது என்றான் அந்தக் காவலாளி.

வழிகேட்டுக்கொண்டு உடனடியாகப் புறப்பட்டுப் போனான் பரமன். காவலாளி சொன்னது போல அங்கே சில வேசிகள் நடமாடிக் கொண்டிருந்தார்கள். அவர்களில் யாருமே மஞ்சுவின் சாயலில் இல்லை. ஒருத்திக்குக்கூட மூன்று வயதில் பெண் குழந்தை இல்லை. மஞ்சுவை அடையாளம் காண்பதற்கு உதவும் என்பதால் மூன்று, நான்கு வருட இடைவெளி அவளது தோற்றத்தில் என்னென்ன மாற்றங்களை ஏற்படுத்தியிருக்கக்கூடும் எனக் கற்பனை செய்து பார்க்கக்கூட முயன்றான் பரமன். பிச்சைக்காரிகள் எல்லா இடங்களிலும் கூட்டம்கூட்டமாகத் தென்பட்டார்கள். அவர்களைப் பார்ப்பதற்கு வசதியாகச்

சாலையோரமிருந்த நீண்ட மதில் சுவரொன்றை ஒட்டி அதன் கரிந்த நிழலில் நின்றுகொண்டிருந்தான் பரமன். சற்று உயரமான தோற்றமும் சிவந்த நிறமும் கொண்ட ஓர் இளம் பிச்சைக்காரி மூன்று வயதுள்ள பெண் குழந்தையுடன் தன்னைக் கடந்து செல்வதைக் கண்டபோது பரமன் பதற்றமடைந்தான். அவள் தன் நான்காவது மகள்தானா எனத் தெரிந்துகொள்வதற்காக அவளைப் பின்தொடர்ந்து சென்றான். ஒரு திருப்பத்தில் அவளுடைய முகத்தைப் பார்த்து அவள் மஞ்சு அல்ல என்பதைத் திட்டவட்டமாக உறுதிப்படுத்திக்கொண்டபோது தன் கையிலிருந்த இரண்டு ரூபாய்த் தாளொன்றை அவளிடம் கொடுத்துவிட்டுத் திரும்பவும் அதே இடத்திற்கு வந்து நின்று கொண்டான். சற்று நேரத்தில் சிவந்த நிறமுள்ள உயரமான தோற்றமுடைய மற்றொரு பிச்சைக்காரி தன்னைக் கடந்து செல்வதைப் பரமன் பார்த்தான். அவளும் மூன்று வயதுடைய பெண் குழந்தையொன்றை இடுப்பில் வைத்திருந்தாள். பரமன் சற்று தூரம் வரை அவளையும் பின் தொடர்ந்தான். அவள் மஞ்சு அல்ல எனத் தெரிந்துகொண்டு அவளுக்கும் ஓர் இரண்டு ரூபாய்த் தாளைக் கொடுத்துவிட்டுத் திரும்பி வந்தான். பிறகு அதேபோன்ற மற்றொரு பிச்சைக்காரி அவனைக் கடந்து சென்றாள். பரமன் அவளையும் பின்தொடர்ந்தான். திடீரெனப் பிச்சைக்காரிகளின் சிறு கூட்டமொன்று தன்னைச் சூழ்ந்துகொண்டதைப் பரமன் பார்த்தான். எல்லோருமே உயரமாக இருந்தார்கள். சிவப்பாக இருந்தார்கள். ஒவ்வொருவரும் மூன்று வயதுடைய பெண் குழந்தையொன்றை வைத்திருந்தார்கள். பரமன் சளைக்காமல் ஆளுக்கொரு இரண்டு ரூபாய்த் தாளைக் கொடுத்தான். அது தீர்ந்தபோது ஒரு ரூபாய்த் தாள்களைக் கொடுத்தான். கடைசியில் கொஞ்சம் சில்லறைக் காசுகளைத் தவிர தன்னிடம் எதுவுமே இல்லையென்பதைத் தெரிந்துகொண்ட பரமன் பதற்றமடையத் தொடங்கினான். அவன் அதை அவர்களுக்குச் சொல்ல முயன்றான். ஆனால் யாருமே அவன் சொன்னதைக் கேட்கவில்லை. எல்லோருடைய கைகளும் அவனை நோக்கி நீண்டிருந்தன.

கடைசியில் அங்கிருந்து தப்பி ஓடுவதைத் தவிர அவனுக்கு வேறு வழியில்லாமல் போயிருந்தது.

பரமன் தன்னை ஓயாது அலைக்கழித்துக்கொண்டிருந்த கற்பனைகளைக் கைவிடுவதைப் பற்றி யோசித்தான். அப்போது அவன் பேருந்து நிறுத்தமொன்றில் நின்றுகொண்டிருந்ததால் தனது கிராமத்தின் வழியாகச் செல்லும் பேருந்து ஒன்றைப் பார்த்ததால், அந்த வெப்பம் தாங்கிக்கொள்ள முடியாததாக இருந்ததால், ஏதாவது சாப்பிட விரும்பியதால், கொஞ்சம்

ஓய்வெடுத்துக்கொள்ள விரும்பியதால், தன் நான்காவது மகளைப் பற்றிய எந்தக் கற்பனையும் மீதமில்லாததால் பரமன் அந்தப் பேருந்தில் ஏறிக்கொண்டான்.

பன்னிரெண்டு

பரமன் ஊருக்குத் திரும்பிக்கொண்டிருந்தான். தன் கிராமத்தின் வழியாகச் செல்லும் பகல் நேரப் பேருந்தின் ஜன்னலோர இருக்கையொன்றில் அவன் உட்கார்ந்திருந்தான். பேருந்து இன்னும் கிளம்பியிருக்கவில்லை. ஜன்னலுக்கு வெளியே தலையை நீட்டி உருக்குக் குழம்பு போல் கலங்கலாகத் தென்பட்ட அந்த நகரத்தைப் பார்த்துக்கொண்டிருந்தான் பரமன்.

ஐந்து நாள்களுக்கு முன்னால் முதன் முதலாக அந்த நகரத்தைப் பார்த்தபோது பரமன் அதன் மீது நம்பிக்கை வைக்க விரும்பினான். தன்னை இறக்கிவிட்டுவிட்டுப் போன பேருந்தை வழியனுப்பி வைத்துவிட்டு தன் நான்காவது மகளைத் தேடி நெரிசல் மிகுந்த அந்த நகரத்திற்குள் பிரவேசித்தான். வாகனங்களின் இடையறாத ஓசைகளுக்கிடையே அவன் அதன் விசாலமான சாலையொன்றில் நடக்கத் தொடங்கினான். நகரம் உயிர்ப்போடு இருந்தது. அதன் உயரமான கட்டடங்கள் ஆச்சரியமூட்டுபவையாகவும் திகைப்பூட்டக் கூடியவையாகவும் தென்பட்டன. எந்த இடத்தைப் பார்த்தாலும் நெருக்கியடிக்கும் ஜனத்திரள். பரமன் அவர்களுக்குள் மஞ்சு தென்படுகிறாளா எனத் தேட முற்பட்டான். எல்லாத் தெருக்களிலும் அவனுடைய நான்காவது மகளின் வயதொத்த பல பெண்கள் எதிராகவும் பக்கவாட்டிலும் அவனைக் கடந்து சென்றுகொண்டிருந்தார் கள். பேருந்து நிறுத்தங்களிலும் நாற்சந்திகளிலும் விசால மான சாலைகளிலும் குறுகலான தெருக்களிலும் கடைத் தெருக்களிலும் தன் மகளையொத்த இளம் பெண்கள் பலர் மிகச் சுதந்திரமானவர்களாகவும் பாதுகாப்பானவர்களாகவும் நடமாடிக்கொண்டிருந்ததைப் பார்த்தான். அப்போதுதான் தன் நான்காவது மகளை எடுத்த எடுப்பிலேயே வேசியாக வும் பிச்சைக்காரியாகவும் கற்பனை செய்துகொண்டதற்காகப் பரமன் வருத்தப்பட்டான். நகரமெங்குமிருந்த நூற்றுக்கணக்கான தொழிற்சாலைகளில், துணிக்கடைகளில், பலசரக்குக்கடைகளில், பேக்கரிகளில், சாயப்பட்டறைகளில், குடோன்களில், மார்கெட்டுகளில், வணிகவளாகங்களில், மருத்துவமனைகளில், பள்ளிக்கூடங்களில் ஒரு தையல்காரியாகவோ, விற்பனை யாளராகவோ, வரவேற்பாளராகவோ, பணிப்பெண்ணாகவோ, செவிலியாகவோ, துப்புரவாளராகவோ தன் நான்காவது மகள் பாதுகாப்பாக வாழ்ந்து கொண்டிருப்பாள் எனப்

பரமன் கற்பனை செய்துகொள்ள முயன்றான். அதெல்லாம் இல்லாமல் தெருவோரங்களில் ஏதாவது பழங்களையோ காய்கறிகளையோ விற்றுப் பிழைப்பு நடத்திக்கொண்டிருப் பவளாக அவளைப் பார்க்க முடிந்தால்கூடப் போதுமென நினைத்தான் பரமன். தென்பட்ட எல்லாத் தொழிற்சாலை களுக்கும், வர்த்தக நிறுவனங்களுக்கும், மருத்துவமனைகளுக்கும் வெளியே அவளுக்காக மணிக்கணக்கில் காத்திருந்தான். குடியிருப்புக்கள் நிரம்பிய தெருக்களில் தன்னந்தனி ஆளாகச் சுற்றி வந்தான். நகரின் ஏதாவதொரு சாலையில், ஏதாவதொரு பேருந்து நிறுத்தத்தில், காய்கறிக் கடையில், உணவு விடுதியில் திடீரென அவளைச் சந்தித்துவிட முடியும் என நம்ப முயன்றான் பரமன். ஆனால் அந்த நகரம் அவனைக் கைவிட்டுவிட்டது. வேசிகளுக்கிடையேயும் பிச்சைக்காரிகளுக்கிடையேயும் அவனுடைய செல்ல மகளைத் தேடியலையச் செய்துவிட்டது.

பரமன் தன் கற்பனைகளிலிருந்து இறுதியாகத் தப்பிச் செல்ல விரும்பினான். கருணையற்ற அந்த நகரத்திலிருந்து வெளியேறுவதற்கு முன்பாகத் தன் நான்காவது மகளைப் பற்றிய நினைவுகளை முறித்துப்போட்டுவிட வேண்டுமென நினைத்தான். அவன் தன் மனைவியைப் பற்றி யோசிக்க முயன்றான்.

ஐந்து நாள்களுக்கு முந்தைய நள்ளிரவில் மூத்திரநெடி வீசும் அந்த மருத்துவமனையிலிருந்து யாரிடமும் சொல்லாமல் தான் வெளியேறியதற்கான காரணத்தை நிச்சயமாகத் தன் மனைவியால் ஊகித்திருக்க முடியும் என நினைத்தான் பரமன். ஒருவேளை அவள் தன் கணவனையும் வருடங்களுக்கு முன்னால் காணாமல் போன தங்களுடைய செல்ல மகளையும் எதிர்பார்த்துக் காத்திருக்கக் கூடும். தன்னைப் பார்க்கும்போது பரிதவித்துக்கொண்டிருக்கும் அவளுடைய குழிந்த கண்கள் ஆவலுடன் மேலெழும்புவதையும் தனியானவனாகவும் முறிந்துபோனவனாகவும் அவன் திரும்பிவந்திருப்பதை அறிந்த பின் ஏமாற்றத்தால் அவளுடைய திடமற்ற இதயம் சிறு சத்தங்களுடன் சடக்கென முறிவதையும் கற்பனை செய்து பார்ப்பதற்கு அவன் பயந்தான்.

அவன் தன் மற்ற மூன்று மகள்களைப் பற்றி யோசிக்க விரும்பினான்.

மஞ்சு அவர்களில் ஒருத்தியாக இருந்திருந்தால் மரக் கடைக்காரனின் காதலுக்கு இரையாகியிருந்திருக்க மாட்டாள். அவர்களைப் போல் அவளும் ஒரு சலூன் கடைக்காரனுக்கோ ஒரு தறியோட்டிக்கோ ஒரு பிட்டருக்கோ அவர்களைப் போன்ற வேறு யாராவது ஒருவனுக்கோ வாழ்க்கைப்பட்டிருந்திருப்பாள்.

ஊரிலிருந்து ஏழு கிலோ மீட்டர் தொலைவில் உள்ள ஏதாவதொரு சிறு நகரத்தின் ஒதுக்குப்புறமான பகுதியில் சிறிய வீட்டில் குறைந்தபட்சப் பாதுகாப்புடன் வாழ்ந்துகொண்டிருந்திருப்பாள். அதிகாலையிலேயே எழுந்து சலூனுக்குப் புறப்படும் தன் கணவனுக்கும் வேட்டியை இழுத்துப் போர்த்துக்கொண்டு திண்ணையில் படுத்திருக்கும் அவனுடைய தகப்பனுக்கும் காபி போட்டுக்கொடுத்துவிட்டு தன் அன்றாடங்களைத் தொடங்கி யிருப்பாள்.

மஞ்சு அவ்வளவு அழகாகப் பிறந்திருக்க வேண்டாம் என நினைத்தான் பரமன். அவ்வளவு அழகாக, அவ்வளவு சிவப்பாக, அவ்வளவு துறுதுறுப்பாக அவனுடைய அந்த நான்காவது மகள் இருந்திருக்க வேண்டாம். அவன் அந்தக் குழந்தைக்குப் பட்டுப்பாவாடை உடுத்திப் பார்க்க ஆசைப் பட்டிருக்கவும் வேண்டியதில்லை. முக்கியமாக எந்தப் பாதுகாப்பும் கௌரவமுமற்ற, யாருடைய ஆதரவுமற்ற, கருணை காட்டுவதற்கு யாருமே இல்லாத குடிநாவிதனொருவனின் மகளாகப் பிறந்திருக்க வேண்டிய துரதிருஷ்டமாவது அவளைப் பீடிக்காமலிருந்திருக்கலாம்.

"டிக்கெட், டிக்கெட்" எனத் தன்னை நோக்கி நகர்ந்துவந்த நடத்துநரைப் பார்த்ததும் உள்ளங்கைக்குள் வைத்துப் பத்திரப்படுத்தி வைத்திருந்த சில்லறையை மீண்டுமொருமுறை எண்ணிக் கணக்கிட்டான் பரமன். தேவையானதற்கு ஒரு ரூபாய் குறைவாக இருந்தது. நடத்துநரிடம் எதையாவது சொல்லிச் சமாளிக்க முடியுமா என யோசித்தான்,

"எங்கீங்கய்யா போவோணு?" எனப் பரிவுடன் அவனைப் பார்த்துக் கேட்டான் அந்த நடத்துநர். பொதுவாக நடத்துநர்களிடம் எதிர்பார்க்க முடியாத பரிவு. கூட்டம் இல்லாததுகூடக் காரணமாக இருக்கலாம். பரமன் கொடுத்த சில்லறையை வாங்கி அப்படியே பைக்குள் போட்டுக்கொள்ள முற்பட்ட நடத்துநர் ஏதோ சந்தேகத்தால் எண்ணிப் பார்த்தான், "இன்னொ ஒரு ரூபா வேணுமுங்கய்யா" எனச் சொல்லிக்கொண்டே பயணச் சீட்டைக் கிழித்தான். பரமன் புன்னகைக்க முயன்றான். தன்னிடம் வேறு எதுவுமே இல்லை எனச் சொல்ல முயன்றான். பேருந்து அப்போதுதான் நகரத் தொடங்கியிருந்தது. நடத்துநர் விசிலை ஊதிக்கொண்டே படிக்கட்டை நோக்கி வேகமாக நகர்ந்திருந்தான். பேருந்து நிலையத்தை விட்டு வெளியே வந்து ஜனத்திரள்களினூடாக ஊர்ந்து செல்லத் தொடங்கியதும், "டிக்கெட் டிக்கெட்" எனக் கேட்டுக் கொண்டே திரும்பி வந்தார். நடத்துநர் தன் பக்கம் வரும்போது அந்த ஒரு ரூபாயைக் கேட்கலாம். அவனிடம் என்ன சொல்லிச் சமாளிக்கலாம் எனப்

பரமன் யோசிக்கத் தொடங்கியிருந்தான். தன்னைச் சேர்ந்த ஆட்களிடம் சொல்வது போல அடுத்த முறை பார்க்கும்போது தருவதாகச் சொல்லிவிடலாமா என நினைத்தான். நடத்துநர் அதை ஏற்றுக்கொள்ளாவிட்டால், "ஏப்பா, ஒத்த ரூவாய்க்கு ஒரு மனசன நம்ப மாட்டியா?" என மூர்க்கமாகக் கேட்கலாம்.

அவன் எப்படிப்பட்ட ஆள் எனத் தெரிந்துகொள்வதற்காகப் பரமன் நடத்துநரைப் பார்த்தான். நான்கைந்து நாள்களாகச் சவரம் செய்யப்படாத, சோர்வு மண்டிய முகம். ஆள் ஒல்லியாக இருந்தான். கறுப்பாக இருந்தான். கண்கள் குழிந்திருந்தன. துருத்திக்கொண்டிருந்த கன்ன எலும்புகளைப் பார்த்தபோது பரமனுக்கு அவன்மீது பரிதாபமே ஏற்பட்டது. எனினும் அவன் திரும்பிவந்தபோது தான் ஏற்கனவே யோசித்து வைத்திருந்த மூர்க்கமான அந்தப் பதிலைச் சொல்வதற்குப் பரமன் தயங்கவில்லை. பெரிதாக எதுவும் சொல்லாமல் ஒரு வெற்றுப் பார்வை பார்த்துவிட்டு நகர்ந்தான் அந்த நடத்துநர். கருணையாக இருக்கலாம். அல்லது பயமோ? அவனது பணிவையும் தயக்கத்தையும் பார்த்த பரமன் அவன் குடிநாவிதன் ஒருவனுடைய மகனாக இருப்பானோ என நினைத்தான். அடப்பம் தூக்கி வாழப் பிடிக்காமல் அதிலிருந்து தப்பிவந்து இந்த நகரத்தின் கருணையற்ற கரங்களில் சிக்கிக்கொண்டிருக்கலாம்.

தாளமுடியாதவனாகப் பார்வையைத் திருப்பிக்கொண்டு ஜன்னலுக்கு வெளியே பின்னகர்ந்துகொண்டிருந்த நகரத்தைப் பார்த்தான். அப்போதுதான் பக்கவாட்டிலிருந்த நடைபாதையொன்றில் நின்றுகொண்டிருந்த அந்தக் குழந்தை அவன் கண்களில் பட்டது. பச்சைப் பட்டுப்பாவாடை உடுத்திய மூன்று வயதுக் குழந்தை, பரமனின் நான்காவது மகள்.

"பாப்பூ ..." எனப் பெருங்குரலெடுத்துக் கத்தினான் பரமன்.

பதிமூன்று

குழந்தை மஞ்சுவை உரித்தெடுத்ததைப் போல் இருந்தது. அவளைப் போலவே சிவப்பாக இருந்தது, அழகாக இருந்தது. அவளுடையதைப் போன்றே விரிந்தகன்ற கண்கள். மஞ்சு உடுத்திய அதே பச்சை நிறத்தில் அதே போன்ற பட்டுப் பாவாடை ஒன்றை உடுத்தியிருந்தாள். அதே அரக்கு நிறப் பட்டுச் சட்டை. கரடி பொம்மையொன்றை மார்போடு சேர்த்து அணைத்துப் பிடித்திருந்தது மட்டும்தான் தென்பட்ட ஒரே வித்தியாசம். பேராசை மின்னும் கண்களால் அவளைப் பார்த்துக்கொண்டிருந்தான் பரமன். அவனுக்கு மூச்சிரைத்தது.

வியர்த்துக் கொட்டிக்கொண்டிருந்தது. நான்கைந்து நாள்களாகக் குளிக்காததால் உடம்பிலிருந்து துர்நாற்றம் வீசியது.

ஓட்டுநர் பேருந்தை அந்த இடத்தில் நிறுத்தியிருந்திருக்கா விட்டால் பரமன் குழந்தையைத் தவறவிட்டிருப்பான். பரமனின் கூச்சலைக் கேட்டு நடத்துநர் பயந்துபோயிருக்க வேண்டும். உடனடியாக விசிலை ஊதிப் பேருந்தை நிறுத்த விரும்பினான். அதற்குப் பிறகும் ஓட்டுநர் பேருந்தை நிறுத்தாததால் அதற்குள் ளாகவே படிக்கட்டுக்கு வந்திருந்த பரமன் ஓடும் பேருந்திலிருந்து குதிக்க முற்பட்டிருந்தான். நடத்துநரும் ஓரிரு பயணிகளும் பதற்றத்துடன் அவனை நெருங்கியிருந்தனர். கிரீச்சிட்டு நின்ற பேருந்திலிருந்து கிட்டத்தட்டக் குதித்து வெளியேறினான் பரமன். அப்போது தனது முழங்காலில் ஏற்பட்ட சிறு காயத்தைப் பற்றியோ அதிலிருந்து கசியத் தொடங்கியிருந்த குருதியைப் பற்றியோ கவலைப்பட்டுக்கொண்டிருக்காமல் எதிர்த்திசையில் ஓட்டமும் நடையுமாக விரைந்து அந்தக் குழந்தையை எட்டிப் பிடிக்க முயன்றான். குழந்தை நடைபாதையிலிருந்து விலகி வலதுபுறமாகத் திரும்பிக் குறுகலான சாலையொன்றில் வேகமாக நடந்துசென்றதை அவ்வளவு தொலைவிலிருந்தும்கூட அவனால் பார்க்க முடிந்திருந்தது. இல்லாவிட்டால் குழந்தையைப் பின்தொடர்ந்திருக்க அவனுக்கு முடியாமல் போயிருந்திருக்கலாம். மிகவும் களைத்திருந்ததால், மிகவும் பசியுடன் இருந்ததால் அதன் வேகத்துக்கு ஈடுகொடுக்க முடியாதபோதும் பரமன் அந்தக் குழந்தையைப் பின்தொடர்ந்தான். ஒரு திருப்பத்தில் குழந்தை தன் பார்வையிலிருந்து மறைந்தபோது பரமன் பதற்றமடைந்தான். உயிரைக் கையில் பிடித்துக்கொண்டு நடையின் வேகத்தை அதிகரித்து அவன் அந்தத் திருப்பத்தை அடைந்தபோது குழந்தை அவனுக்காகக் குறுகலானதும் குடியிருப்புகள் நிரம்பியதுமான அந்தத் தெருவில் காத்திருந்தது. குழந்தை தன்னை வழிநடத்தி அழைத்துக்கொண்டு போவதாகக் கற்பனை செய்துகொண்டான் பரமன். மூன்று, நான்கு வருடங்களாகத் தன்னிடமிருந்து மறைந்து திரியும் அவனுடைய நான்காவது மகளைக் காட்டுவதற்காக அழைத்துச் செல்கிறது. அதற்காகவே அந்த நடைபாதைக்கு வந்திருக்கிறது. வேண்டுமென்றே அவனது கண்களில் பட்டிருக்கிறது. அவனைக் கூச்சலிடச் செய்திருக்கிறது. பேருந்திலிருந்து அவனை இறங்கச்செய்ததும்கூட அந்தக் குழந்தையின் திட்டமிட்ட காரியமாகவே இருக்க வேண்டுமெனக் கற்பனை செய்துகொண்டான் பரமன். நடைமேடையில் தன் கண்ணில்பட்ட முதல் கணத்திலேயே அது அந்த நகரத்தில் தான் ஐந்து நாள்களாகத் தேடிக்கொண்டிருந்த பச்சைப் பட்டுப்பாவாடை உடுத்துவதில் விருப்பம்கொண்ட தனது

நான்காவது மகளின் மூன்று வயதுடைய குழந்தைதான் என்பதைப் பரமன் கண்டுபிடித்திருந்தான்.

பரமன் தன்னை நெருங்கியதும் அவனைப் பார்த்துச் சிரித்துவிட்டு நடந்த அந்தக் குழந்தை நேர்த்தியான, விசாலமான குடியிருப்புக்களைக் கொண்ட தெருவொன்றினுள் அவனை அழைத்துச் சென்றது. தெரு அதன் இருமருங்குகளிலும் தென்பட்ட பெயர் தெரியாத மரங்களின் அடர்த்தியான நிழல்களால் சூழப்பட்டிருந்தது. பரமன் சற்று நேரமாவது அந்த நிழலில் நிற்க விரும்பினான். மஞ்சு அந்தத் தெருவில்தான் வசித்துக்கொண்டிருக்க வேண்டுமென நினைத்தான். தன் நான்காவது மகளின் சுவாசம் இழையோடும் அதன் குளிர்ச்சியான காற்றைச் சுவாசிக்க விரும்பினான் பரமன். தன் முறிந்த இதயத்தினுள் ஆறுதலின் வெதுவெதுப்பை உணர்ந்த வயதான அந்தக் குடிநாவிதன் எந்தத் தயக்கமுமில்லாமல் அந்த நகரத்தை மன்னிக்கத் தயாரானான். குழந்தை நடையின் வேகத்தைக் குறைத்து ஒரு வீட்டின் முன் நின்று தன்னைத் திரும்பிப் பார்த்ததைக் கண்ட பரமன், “பாப்பூ . . .” என உரத்த குரலில் அழைத்தான். குழந்தை எந்தக் கள்ளமுமற்றதாய் அவனைப் பார்த்துச் சிரித்தது. அதற்குள் அதை நெருங்கியிருந்த பரமன் மிக உரிமையோடு குழந்தையை வாரியெடுத்துக்கொண்டான். மார்போடு தழுவி மிருதுவான அதன் கன்னத்தில் முத்தமிட முயன்றான்.

குழந்தை மிரண்டது. சிணுங்கியது. பிறகு திமிறி, பெருங் குரலெடுத்துக் கத்திக்கொண்டே அவனிடமிருந்து தன்னை விடுவித்துக்கொண்டு அந்த வீட்டின் படிக்கட்டுக்களில் தாவி ஏறியது. அங்கிருந்து மிரட்சியுடன் அவனைப் பார்த்துக் கொண்டிருந்த, பச்சைப் பட்டுப்பாவாடை உடுத்திய அந்தக் குழந்தை, “அம்மா இங்க வந்து பாரு ஒரு பைத்தியம்” எனத் திறந்திருந்த கதவின் வழியாகத் தன் தாயை அழைத்துச் சொன்னதைப் பரமன் கேட்டான்.

பரமன் ஒரு பைத்தியம் என்பதை முதலில் கண்டுகொண்டதும் அதை இந்த உலகுக்கு அறிவித்ததும் பச்சைப் பட்டுப் பாவாடை உடுத்திய அந்தக் குழந்தைதான்.

உயிர் எழுத்து, ஜூலை 2015

கழைக்கூத்தாடியின் இசை

ட்ரிப்ளிக்கேனின் புராதன அடையாளங்களில் ஒன்று விகேஎன் மேன்ஷன். நான்கு தளங்கள் கொண்ட மேன்ஷனின் இருநூற்றுச் சொச்சம் அறைகளில் எழுநூறுக்கு மேற்பட்ட பல்துறை வல்லுநர்கள் வாசம்புரிகிறார்கள். காலத்தின் பிடியில் சிக்கி விரிசலுற்ற நம்பிக்கைகளைப் பற்றிக்கொண்டு வாழும் எழுத்தாளர்கள், ஜர்னலிஸ்ட்கள், அசிஸ்டென்ட் டைரக்டர்கள், துணை நடிகர்கள், புரோகிதர்கள், எஞ்சினீயர்கள், வெயிட்டர்கள், விற்பனைப் பிரதிநிதிகள், லாப் டெக்னீஷியன்கள், தனியார் இன்ஸ்ட்டிடியூட்களில் போட்டோஷாப், ஜாவா, அனிமேஷன் டெக்னாலஜி பயிலும் மாணவர்கள், வாரத்தில் இரண்டு நாள்களோ மூன்று நாள்களோ தங்கிச் செல்லும் பெட்ஷீட், பனியன், ஜட்டி, கைலி, உள்பாவாடை, ஜாக்கெட் பிட், ப்ரா வியாபாரிகள், இன்னும் தினமும் நூற்று இருபது ரூபாய்க் கணக்கில் யாருக்கெல்லாம் மாதம் மூன்றாயிரத்து அறுநூறுரூபாய் கொடுக்க முடிகிறதோ அவாகள். தனி அறை வேண்டுமென்றால் மாதத்திற்கு ஐயாயிரத்திலிருந்து பன்னிரண்டாயிரம் வரை ஆகும். பன்னிரண்டாயிரத்துக்கு ஏசி அறை. நானூறாண்டுப் பழமை கொண்ட இந்த மெட்ரோ சிட்டியில் வேலைக்குப் பஞ்சமில்லை. கணந்தோறும் பிழைப்பாதாரங்கள் புதிது புதிதாக முளைத்துக் கொண்டிருக்கின்றன.

மேன்ஷனின் நெடுங்கதவைக் கடந்து வெளி யேறினால் பெருந்தெரு. முன்னெப்போதோ அப்படி

இருந்திருக்கலாம். இப்போது வாகனங்களோ ஆட்களோ எளிதில் கடந்து சென்றுவிட முடியாத குறுக்குத் தெருவாகச் சுருங்கிவிட்டது. ஞாபகங்களின் சாபத்திலிருந்து விடுபட முடியாத இப்பெருநகரவாசிகள் குறுக்கிலும் நெடுக்கிலும் அதில் முண்டியடித்துக்கொண்டிருக்கிறார்கள். சைக்கிள்களும் பைக்குகளும் ஸ்கூட்டர்களும் ஆட்டோக்களும் கார்களும் வேன்களும் சில சமயங்களில் பெரும் பொதிகளை ஏற்றிக்கொண்டு லாரிகளும்கூடச் சுலபமாக நுழைந்து விடுகின்றன. ஹாரன்களின் இடையறாத ஊளை, செவிகூசும் வசவுகள். எதையும் பொருட் படுத்தாமல் கிடைக்கும் கையகலச் சந்துகளுக்குள் புகுந்து நசுங்கி வியர்வைப் பிசுபிசுப்புடன் வெளியேறத் தெரிந்திருக்க வேண்டும். அப்படிப்பட்டவர்களுக்கே வசப்படுகிறது இந்த மெட்ரோ வாழ்க்கை. கௌதம நீலாம்பரனைப் போன்ற அசடுகளுக்கல்ல.

தூங்கி எழுந்து வெளியே வந்தால் கடந்தகாலச் சரித்திரத்தின் எச்சமாக இன்னும் அங்கே நின்றுகொண்டிருக்கும் இந்து ஸ்கூலின் பழம்பெருமை வாய்ந்த சிவப்புக் கட்டடத்தின் பீழைவழியும் முகத்தில்தான் விழிக்க வேண்டும். அதைப் பொருட்படுத்தாமல் இடப்பக்கமாகத் திரும்பித் தெற்கு நோக்கி நடந்தால் பைகிராப்ட்ஸ் ரோடு, இப்போது பாரதியார் சாலை. திருப்பத்தில் உள்ள பெட்டிக்கடையில் *தினத்தந்தி* ஒன்றை வாங்கிக்கொண்டு சபரி காபி ஹவுசுக்குள் நுழைந்தால் ஒரு மணி நேரம் கிடைகொள்ளலாம். செலவு; எடுத்த எடுப்பில் ஒரு காபி, செய்திகளை மென்றுகொண்டே இரண்டு பட்டர் பிஸ்கட்டுக்கள், முத்தாய்ப்பாக மற்றுமொரு கசப்புத் தேநீர். அங்கிருந்து நேர் கிழக்கே நடந்தால் காற்சிலம்பை உயர்த்திப்பிடித்தபடி ஆகாயத்தை வெறித்துக்கொண்டிருக்கும் கண்ணகியின் பொற்பாதங்களைச் சேரலாம். *'நீர்வார் கண்ணை எம்முன் வந்தோய்?'* எனப் பரிவுடன் கேட்க அங்கே அவளுக்கு யாருமில்லை. சாலை நெடுகிலுமுள்ள கோட்டைக் கொத்தளங்களுக்குச் சுழலும் விளக்குகளுடன் விரையும் அமைச்சர் பெருமக்களுடையவும் துறைச்செயலாளர்களுடையவும் இயக்குநர்களுடையவும் காவல்துறை அதிகாரிகளுடையவும் வாகனங்களின் இடையறாத சைரன் ஒலி. அடிக்கொருதரம் விறைப்பாக நின்று சல்யூட் அடிக்கும் போக்குவரத்துக் காவலர்கள், இளைய சமுதாயத்தின் அசுரவேக இருசக்கர வாகனங்கள். எல்லாக் கண்காணிப்புக்களையும் மீறிச் சிலசமயங்களில் யாருக்காவது மண்டை சிதறுகிறது, முட்டிகள் உடைகின்றன. ஆவின் கடைமணி யுகுநீர் நெஞ்சு சுடத் தன் அரும்பெறற் புதல்வனை யாழியின் மடித்தோனின் பெரும்பெயர் புகாரைப் போல இல்லை அவளுக்குக் காற்சிலம்பை உயர்த்திக்காட்டி நிற்கக் கிடைத்திருக்கும் மேடை அமைந்துள்ள காமராஜர் சாலை. இரவு பகலாக நிகழும் சாலை விபத்துக்களில்

154 தேவிபாரதி

சிதறிக் குற்றுயிராய் விழும் மனித உடல்களைப் பரிதவிப்புடன் நின்று பார்த்துக்கொண்டிருக்க வேண்டும். சக வாகன ஓட்டிகள் நாசுக்காக விலகிப் போகிறார்கள். அவள் வடக்காகத் திரும்பி அண்ணா சதுக்கத்தை ஒரு அறப்பார்வை பார்த்தால் சத்த மெழுப்பிக் கொண்டு வந்து நிற்கும் ஆம்புலன்சுகளைப் பார்த்துத் திருப்திப்பட்டுக்கொள்ள வேண்டியதுதான். நாள் முழுக்க அவளுடைய பிருஷ்டத்துக்குக் கீழே, புல்தரையில் வரிசையாகப் படுத்துக்கிடக்கும் போக்கிடமற்ற சோம்பேறிகளையும் இருட்டத் தொடங்கியதும், “உக்காரலாமா?” எனக் கேட்டுக்கொண்டு வந்து நிற்கும் வேசிகளின் நடமாட்டத்தையும் பார்க்கும் பாக்கியம் மாசாத்து வாணிகனின் மருமகளுக்கு இல்லை.

ஒவ்வோர் இரவிலும் மிஸ்டர் எக்ஸ் அவளைக் கடந்துதான் கடற்கரை மணலில் பிரவேசிக்கிறார். முன்னிரவு சரியாக ஏழு மணிக்கு. உயரமான விளக்குத் தூண்களிலிருந்து வழியும் ஒளிப்பிரவாகத்தின் பாசிபீடித்த படுகையில் முத்தங்களைப் பரிமாறிக்கொண்டிருக்கும் ரகசியக் காதலர்களின் அந்தரங்கங் களை ஊடுருவிக்கொண்டு பீச்சின் மறுகோடியில் தன் கைத்தடியை ஊன்றி நிற்கும் காந்திசிலை வரை நடப்பார். தென்படும் ஒவ்வோர் இணையையும் கூர்ந்து கவனிப்பார். சந்தேகம் வலுக்கும்போது யாரையும் நெருங்கிச் சென்று முத்தங்களால் எச்சில்படுத்தப்பட்ட பெண்ணின் முகத்தைப் பார்ப்பதற்கு மிஸ்டர் எக்ஸ் கூச்சப் படுவதில்லை. மிஸ்டர் எக்ஸுக்கு உலகின் மிக அழகான இந்த பீச்சில் தமக்கான மஞ்சத்தை உருவாக்கிக் கொண்டிருக்கும் அவருடைய காதல் மனையாளையும் அவளுடைய ரகசியக் காதலனையும் கையும் களவுமாகப் பிடிக்க வேண்டும். மிஸ்டர் எக்ஸை எல்லோருக்கும் தெரியும். மிஸ்டர் எக்ஸ் யாரையும் பதற்றமடையச் செய்வதில்லை. யாரையும் அச்சுறுத்துவதில்லை. மிஸ்டர் எக்ஸை அறியாத புதியவர்கள் யாராவது பயந்துபோய் விலக முற்படும்போது மிஸ்டர் எக்ஸ் அவர்களிடம் மன்னிப்புக் கேட்டுக்கொண்டு விலகிப் போய்விடுகிறார். சிலர் அவருக்கு “ஹலோ” சொல்கிறார்கள். மிஸ்டர் எக்ஸ் டிசிப்பிளினின் அடையாளம். சரியாக ஒன்பது மணிக்குத் தனது தேடலை முடித்துக்கொண்டு ட்ரிப்ளிக்கேனின் மற்றோர் அடையாளமான விவேகானந்தர் இல்லத்திற்கெதிரே கடற்கரையின் உள்வட்டச் சாலையில் புதிதாக அமைக்கப்பட்டிருக்கும் கிரானைட் பாவிய படிக்கட்டுகளில் ஒன்றில் உட்கார்கிறார்.

புகைபிடிக்கிறார், எழுந்து போய்விடுகிறார்.

காற்சிலம்பேந்திய காரிகையால் மிஸ்டர் எக்ஸையும் பார்க்க முடியாது. அவளுடைய நிலைகுத்திய பார்வை பை கிராப்ட்ஸ் சாலையின் முடிவில், ட்ரிப்ளிக்கேன் ஹை ரோட்டில் ஜாம்பஜார்

சந்திப்பில் உள்ள ரத்னா கபேயின் மீதே நிலைகுத்தியிருக்கிறது. சாம்பார் இட்லி சாப்பிடுவதற்காக அங்கு வரும் நவீனத் தமிழ்க் கவிகளுக்கிடையே தன்னைப் படைத்த இளங்கோவடிகளின் முகம் தென்படுகிறதா எனப் பார்த்துக்கொண்டிருக்கிறாள். அகப்பட்டால் ஏந்தியிருக்கும் சிலம்பை அடிகளாரின் காலடியில் போட்டு உடைத்துத் தன் ஆத்திரத்தைத் தீர்த்துக் கொள்வாளாயிருக்கும்.

எண்பது வருடப் பழமை கொண்ட ரத்னா கபேயில் புதுமைப்பித்தன் சாப்பிட்டிருக்கிறான். அழகிரிசாமியும் குபாராவும் மௌனியும் லாசராவும் தர்மோ அரூப் ஜ்வ்வோராம் சுந்தரும் கூடச் சாப்பிட்டிருப்பார்கள். பாரதி சாப்பிட்டிருப்பானா என்பதைச் சொல்லத் தெரியும் அளவுக்குப் பிரபலத் திரைப்பட இயக்குநர்களின் பிரபல அசிஸ்டெண்ட் கௌதம நீலாம்பரனுக்கு வரலாற்று ஞானம் இல்லை.

புதுமைப்பித்தன் காலத்தில் சாம்பார் இட்லி காலணாவாக இருந்திருக்கும். அந்தக் காலணாவைக் கொடுக்க வக்கில்லாமல்தான் புதுமைப்பித்தன் அல்லாடியிருக்கிறான். பைகிராப்ட்ஸ் சாலையின் இருபுறங்களிலும் இப்போதும் தென்பட்டுக்கொண்டிருக்கும் ஏராளமான சந்துகளில் ஒன்றில் ஒண்டுக்குடித்தனத்தில் கண்மணி கமலாவுடன் தரித்திரத்தில் உழன்று கிடந்த வாழ்க்கை இப்போது இலக்கியத்தில் விலைபோகும் கள்ளச்சரக்கு. அந்த சரித்திரத்தின் நீட்சியாக இந்த இருபத்தோராம் நூற்றாண்டிலும் ரத்னாகபேயில் எழுத்தாளர்களும் கவிகளும் சிந்தனையாளர்களும் யாராவதொரு பப்ளிஷருடன் சேர்ந்து சாம்பார் இட்லி சாப்பிட்டுக் கொண்டிருப்பதைப் பார்க்க முடியும். தமிழ் இலக்கியத்தை வளர்த்தெடுக்கும் குடிசைத் தொழில்களாக ட்ரிப்ளிக்கேனின் எந்தச் சந்தில் நுழைந்தாலும் பப்ளிகேஷன்கள்.

கவி ஞானக்கூத்தனும் எழுத்தாளர் பிரபஞ்சனும் சாம்பார் இட்லி சாப்பிடுவதற்காக அடிக்கடி ரத்னா கபேக்கு விஜயம் செய்வார்கள். உயிரோடிருந்தவரை சுந்தரராமசாமியும் ராஜமார்த்தாண்டனும் அதன் ருசிக்கு அடிமையாக இருந்தவர்கள். சுந்தர ராமசாமி சென்னையிலிருக்கும்போது நாள் தவறாமல் அங்கு செல்வார். துணைக்கு யாராவதோர் இளம் எழுத்தாளன் அல்லது கவி எதிரே உட்கார்ந்து அவர் சாம்பார் இட்லி சாப்பிடும் அழகை ரசித்துக்கொண்டிருப்பார்கள். பிரபஞ்சன் கடந்த கால் நூற்றாண்டாகத் தன் வசிப்பிடங்களை ட்ரிப்ளிக்கேன், ராயப்பேட்டை என ரத்னா கபேக்கு அருகிலேயே இருக்கும்படி வைத்துக் கொண்டிருப்பவர். ரத்னா கபேயில் அவருக்கென்று தனி இருக்கையே உண்டு. எவரும் தன்னை அறிமுகப்படுத்திக்கொண்டு அவரிடம் இயல்பாகப் பேசலாம்.

"வணக்கம் சார்"

"வணக்கம்"

"என் பேரு நீலாம்பரன்"

"நீலாம்பரன்னா, கௌதம நீலாம்பரன்?"

"ஆமா சார்"

"அக்னிநதியின் பாதிப்பா?"

"ஆமா சார்"

"இயற்பெயர்?"

எவ்வளவு நட்புணர்வு மிகுந்ததாயினும் கௌதம நீலாம்பரனுக்கு அது பொருட்படுத்தத்தக்க கேள்வி அல்ல,

"உங்க கதைகள நெறையாப் படிச்சிருக்கேன் சார். வானம் வசப்படும், மகாநதி, மானுடம் வெல்லும் எல்லாம் எனக்கு ரொம்பப் பிடிச்ச நாவல்க சார்"

"நல்லது, உக்காருங்க. இட்லி சாப்பிடறீங்களா? சாம்பார் இட்லி"

உபசரிப்பு தனக்கா? ஹைதருக்கா?

"இவங்க பேரு தேவி" எனப் பக்கத்தில் நாணி நின்ற காதலியைக் காட்டினான்.

"சம்பகா தேவியோ?"

"இவங்களும் நெறையா வாசிப்பாங்க"

அவள் மற்றொரு முறையும் நாணினாள்.

"என்ன செய்யறீங்க நீலாம்பரன்?"

"அசிஸ்டென்ட் டைரக்டரா இருக்கேன் சார்"

"யாருகிட்ட?"

".........................."

"அப்படியா அவன் சரியான திருடனாச்சே, சம்பளமே தரமாட்டானே"

"ஏதோ கொஞ்சம் தர்றார் சார்"

பெருந்தெருவிலிறங்கி பைகிராப்ட்ஸ் சாலையைக் குறுக்காகக் கடந்து சற்று தூரம் தெற்கே நடந்தால் காய்கறி மார்க்கெட். கொஞ்சம் வளைந்து திரும்பினால் நூறு, நூற்றைம்பதடி தொலைவில் இடப்புறம் பார்த்தசாரதி கோயில், வலப்புறம் மகாகவி பாரதியார் இல்லம். பாரதி கண்ட ஏழ்மையின் சுவடு

கழைக்கூத்தாடியின் இசை

களை இப்போதும் அங்கே காணலாம். ஆங்காங்கே தென்படும் பிராமணர்களின் பாழடைந்த வீடுகள். அழுக்கும் எண்ணெய்ப் பிசுக்கேறிய திண்ணைகளும் கை ஓடுகள் வேய்ந்த கூரைகளும். சுவர்கள் இற்று வீழ்ந்துகொண்டிருக்கின்றன. திண்ணையில் உட்கார்ந்து கொண்டு வெளிச்சத்தைத் தேடி அலைகளின் ஓசை வரும் திசையை நிராசையுடன் வெறித்துக்கொண்டிருக்கும் பார்வை மங்கிய கிழடுகளிடம் கேட்டால் 'கும்மாணம் கும்மாணம்' என ஊர்ப்பெருமை பேசுவார்கள். பார்த்தசாரதி தன் சேவகர்களைத் தரித்திரத்தில் உழலச் செய்து சோதித்துப் பார்க்கும் பிள்ளை விளையாட்டு இன்னும் முற்றுப்பெறவில்லை.

வேதத்தைக் கைகழுவிவிட்டு கம்யூட்டர்களைக் கைக் கொண்ட அம்பிகள் வேளச்சேரிக்கும் திருவான்மியூருக்கும் போய்விட்டார்கள். ட்ரிப்ளிக்கேனின் இன்னொரு அடையாளம் காசி விஸ்வநாதர் மெஸ். அங்கே அப்படியென்ன ஸ்பெஷலோ, டோக்கன் வாங்க கியூ. அதற்குப் பயந்து ஒருநாளும் அங்கே போகத் தோன்றியதில்லை. எல்லாத் தெருக்களிலும் மேன்ஷன் கள் இருக்கின்றன. மேன்ஷன்களையொட்டியே மெஸ்கள். சாப்பிட்டுவிட்டு ஏப்பம்விடுவதற்கு அறைக்குத் திரும்பிவிடலாம். பிராமணாள் மெஸ், நாடார் மெஸ், நாயர் மெஸ், ஆந்திரா மெஸ். இப்போது கவுண்டர் மெஸ்கள் கூட வந்துவிட்டன. "வாங்கொ, சித்த அப்பிடிக் கோருங்கொ, இதா ரசத்தத் தாளிச்சாச் செரி, எல போட்டரலா" என வாய் நிறைய வரவேற்கக் கொங்கு மண்ணின் நங்கைகளும் கொழுந்திகளும் காத்திருக்கிறார்கள். வந்த புதிதில் தோசை பன்னிரண்டு ரூபாய். இப்போது குறைந்தபட்சம் முப்பது ரூபாய்.

விகேஎன் மேன்ஷனின் அறை எண் 402, அவனுக்கு நினைவுகளின் குருதிபாயும் நாளம்.

அதிகபட்சம் இன்னும் மூன்று மணி நேரம் மட்டுமே இப்பெருநகர வாசம். அதற்குப் பிறகு அதனோடு உள்ள ஒட்டும் உறவும் நிரந்தரமாக அறுபட்டுவிடப் போகிறது. ஹரிசங்கர் ஒன்பது மணிக்கு வருவதாகச் சொல்லியிருக்கிறான். இருவரும் சேர்ந்து நாயர்மெஸ்ஸில் சாப்பிட்டுவிட்டுப் பிரிவதெனத் திட்டம். நாயர்மெஸ்ஸிலும் அசைவ உணவுப் பிரியனான அந்த பிராமண இளைஞனோடும் அது கடைசிச் சாப்பாடு. இப்பெருநகரில் கௌதம நீலாம்பரனுக்கு லாஸ்ட் சப்பர். இன்னொரு அதிசயப் பிறவியான கமால் சுத்த சைவம். அவனைச் சந்தித்து நான்கைந்து மாதங்களுக்கு மேலிருக்கும். தொலைபேசி யில் தனது முடிவைச் சொன்னபோது தயக்கமே இல்லாமல் ஆசிர்வதித்தான், "இந்தப் பாழாய்ப் போன நகரத்தின் வாழ்க்கையை விட வேறு எந்த வாழ்க்கையும் உத்தமமானதுதான் நண்பா" என

நாடக பாணியில் சொன்னான். ராயபுரத்துச் சேரிவாசிகளைச் சுரண்டிப் பிழைக்கும் கந்துவட்டிக்காரனிடம் வேலை பார்க்கும் ஒருவனுக்கு வேறு எப்படியும் தோன்ற முடியாது. அதற்குப் பிறகு ஏற்காடு எக்ஸ்பிரசின் எஸ் 7 கோச்சில் 56ஆம் நெம்பர் படுக்கையில் ஏறிக் கால்களை நீட்டி மல்லார்ந்து படுத்துக் கொண்டு நினைவுகளைக் கழுவிலேற்ற வேண்டியதுதான். நினைவுகள் மனத்தின் நாளங்களில் சிக்கிக்கொண்டிருக்கும் ஆலகாலம். விட்டுவைத்தால் வாழ்க்கை நீலம்பாரித்து விடும். அதிர்ஷ்டவசமாக இப்போது கிடைத்திருப்பது அப்பர் பெர்த். யாரையும் பார்க்க வேண்டியதில்லை. யாருடைய பார்வையிலும் அகப்பட்டுக்கொண்டு தவிக்க வேண்டியதுமில்லை. ஏழு மணி நேரப் பிரயாணம். எஞ்சியிருக்கும் தோல்வியின் கசப்பை விழுங்குவதற்கு அந்த அவகாசம் போதும். முடிந்தால் ஸ்டேஷனுக்கு வருவதாக கமால் வாக்களித்திருக்கிறான். பத்து வருட வாழ்க்கையை உதறிவிட்டுப் போகும்போது பிளாட்பார்மில் நின்று கையசைத்து விடைகொடுக்க யாருமே இல்லாமல் போவது மற்றொரு மோசமான தோல்வி.

இப்போதைய பிரச்சினை நேரத்தின் குரல்வளையை எப்படி நெரிப்பது என்பதுதான். குறைந்தபட்சம் மூன்று மணிநேரம். எல்லோரிடமும் விடைபெற்றுக்கொண்டாயிற்று. முரளியோடு சேர்ந்து பானிபூரி சாப்பிட்டாயிற்று, பத்து வருடத்திய ஸ்மோக்கிங் கம்பானியனான திவாகருடன் சேர்ந்து லாஸ்ட் பஃபை ஊதித் தள்ளியாயிற்று. பெஸ்ட் ஆப் லக் சொல்லி, கை குலுக்கிக்கொண்டு பிரிந்தாயிற்று.

உட்காரும்போதும் புரண்டுபடுக்கும்போதும் பிறகு எழும்போதும் தோழமையுடன் கிரீச்சிடும் புராதனமான இரும்புக்கட்டிலின் மீது மல்லார்ந்து படுத்துக்கொண்டு சிகரெட் புகையின் வெண்சாம்பல் நிறப் புகைவளையங்களைத் தனது கசந்த பார்வையால் ஊடுருவிக்கொண்டே நீலாம்பரன் யோசித்தான். எட்டடி நீளமும் ஆறடி அகலமுமுள்ள சிறு கூடு. காலைக் கடன்களை முடிக்கவும் சீவிச் சிங்காரித்துக்கொள்ளவும் பதினாறு சதுரஅடியில் பாத்ரூமும் டாய்லெட்டும். வெப்பமும் பிறர்நாசிக்கு மட்டுமே அறியக் கிடைக்கும் துர்நாற்றமும் கரப்பான்களின் எச்சமும் நிரம்பிய அச்சிறிய கூட்டுக்குள் கிடந்துதான் அவன் கடந்த பத்து வருடங்களாகத் தனது கனவுகளைத் தனது நம்பிக்கையின் வெதுவெதுப்பான அடிவயிற்றுக்குள் புதைத்து வைத்து அடைகாத்துக் கொண்டிருந்தான். அவற்றிலிருந்து ஒரு உயிரும் வெளிவரவில்லை. தோல்வியின் வெப்பத்தில் பெரும்பாலனவையும் வெந்து, கருகிவிட்டன. ஒன்றிரண்டில் உயிர்கள் துடித்துக் கொண்டிருப்பதை உணர முடியாமலில்லை.

கை, கால்களைக் குறுக்கிக் கட்டுண்டும் புழுக்கம் தாளாமல் புரண்டு முனகிக்கொண்டும் காலத்தின் துர்நாற்றம் வீசும் நிணத்தில் மூழ்கிக் கிடக்கும் அவற்றின் வாதை நீலாம்பரனைக் குற்றவுணர்வின் சதுப்புக் குழிக்குள் மூழ்கடித்துக்கொண்டிருந்தது.

அவனைப் பற்றிய பெருமிதங்களை இன்னும் கைவிட்டிராத தாயோ, அவனது நம்பிக்கையின் சூம்பிய விரல்களைப் பற்றி இழுபட்டுக்கொண்டிருக்கும் சகோதரிகளில் யாருமோ அழைக்கும்போது அவன் பதற்றமடைவான். பேசும்போது குரல் உடைந்துவிடாமலிருக்கப் பெரும் பிரயத்தனப்பட வேண்டியிருக்கும். மல்கும் கண்ணீரை மறுமுனையில் உள்ளோருக்குக் காட்டும் தொழில்நுட்பம் அவனுடைய கைபேசிக் கருவிக்கு வாய்க்காதது நல்லதாகப் போயிற்று.

எனினும் அச்சிறு கருவி நிறையப் பொய் சொல்லியிருக்கிறது. கூச்சநாச்சமில்லாத பொய்கள். தாயிடமும் சகோதரிகளிடமும் நண்பர்களிடமும்.

“எப்படீப்பா இருக்கறே?”

“நல்லாருக்கறேன்மா”

“சாப்பிட்டியா?”

“அது அப்பவே ஆச்சு”

“இன்னிக்கு ஷூட்டிங் இருந்துதா”

“இல்ல, இன்னிக்கு வெறும் டிஸ்கஷன் மட்டும்தான்”

“டிஸ்கஷன் டைம்ல கம்பெனில சாப்பாடு உண்டில்லையா கௌதம்?”

“அதெல்லாம் உண்டு”

“அங்கதான சாப்பிட்டே?”

“ம்”

“இரு உன் தங்கச்சிக பேசணும்னு சொல்றாங்க”

“அலோ அண்ணா”

தங்கைகளுக்கு அண்ணன் சொல்கிற பொய்களை யூகிக்க முடியும். பேசும்போது ஏதாவதொரு கட்டத்தில் அவர்களுடைய குரல் உடைவதை அவனால் அறிந்துகொள்ள முடியும். அவன் அவர்களுக்கு நம்பிக்கையூட்டுவதற்காக ஏதாவது செய்துகொண்டே இருப்பான். ஷூட்டிங் ஸ்பாட்களில் இருக்கும்போது பிரபலமான யாராவது ஒரு நாயகனையோ நாயகியையோ அலைபேசியில் அவர்களுடன் ஓரிரு வார்த்தைகள் பேச வைக்க

அவனுக்கு முடியும். அசிஸ்டென்ட் டைரக்டர்களிடம் பரிவு காட்டும் ஹீரோக்களும் ஹீரோயின்களும் அந்தத் துறையில் நிறையப் பேருண்டு. ஷாட்களின் இடைவெளிகளில், மதியஉணவு நேரங்களில், பிரயாணங்களினிடையில் சட்டென யாருடனாவது நெருக்கம் கொள்ள முடியும்.

"கௌதம், வாங்க, கைல என்ன புக்?"

"நாளை மற்றுமொரு நாளே சார், ஜி. நாகராஜனோட நாவல்"

"நல்ல நாவலாச்சே? ஒன் ஆப் த பெஸ்ட் இன் டமில். அத ஃபிலிம் பண்ணணும்னு ரொம்ப நாளா ஆசப்பட்டுக்கிட்டு இருக்கேன்"

"பண்ணலாம் சார். எங்கிட்டே ஸ்கிரீன் ப்ளே, டயலாக் எல்லாம் ரெடியா இருக்கு"

"அது போல புளியமரத்தின் கதைக்கும் ஒரு ஸ்கிரீன் ப்ளே ரெடி பண்ணுங்க, முதல்ல அதப் பண்ணலாம்"

"அதுவும் ரெடியாத்தான் சார் இருக்கு"

"அப்பச் சரி, இந்த ஷெட்யூல் முடிஞ்ச ஒடனே நாகர்கோயில் போயி சுந்தர ராமசாமியப் பாத்தரலாம்"

கையில் கொஞ்சம் சில்லறை இருந்தது. எதற்காகவோ அந்த ஹீரோவிடம் சேர்ப்பிக்கச் சொல்லி கம்பெனியின் தயாரிப்பு நிர்வாகி கொடுத்தனுப்பியிருந்த பணம். ஹீரோ அதைக் கையால் கூடத் தொடவில்லை. வவுச்சரில் கையெழுத்தைப் போட்டுவிட்டு, "நாளை மற்றும் ஒரு நாளே ஸ்கிரீன் பிளே ரைட்டருக்கு இது என் அட்வான்ஸா இருக்கட்டும்" எனக் கண்ணடித்தார்.

ரூபாய் ஆயிரத்து ஐநூற்று நாற்பத்தியேழும் அறுபத்தைந்து பைசாவும்.

மனம் தளும்பிவிட்டது.

முதல் தகவல் அம்மாவுக்கு.

"பணத்த அப்பா படத்துக்கு முன்னால வெச்சு ஆசீர்வாதம் வாங்கிக்கிட்டு அப்புறமாச் செலவு பண்ணு, உங்கிட்ட அப்பா படம் இருக்குதில்லையா கௌதம்?"

"சரீம்மா"

"அந்தப் பணத்துல ஞாபகார்த்தமா எதாவது வாங்கு, ஊருக்கு வரும்போது எடுத்துக்கிட்டு வா"

பிறகு தங்கைகளுக்கும் உறவினர்களுக்கும் நண்பர்களுக்கும்.

இரண்டு மூன்று நாள்கள் வரை விடாது பெய்யும் வாழ்த்து மழை.

தனது சூட்கேசில் கிடந்த மெனு ஸ்கிரிப்டைச் சரிபார்த்து அவசரம் என டிடிபி ஆபரேட்டரிடம் கொடுத்தான். இரு நூற்று அறுபது பக்கம். பக்கத்துக்குப் பத்து ரூபாய். கூடுதல் பிரதிகளுக்குப் பக்கத்துக்கு இரண்டு ரூபாய். ஸ்பைரல் பைண்டிங்குக்கு ஒவ்வொரு பிரதிக்கும் தலா எண்பது ரூபாய். கிடைத்த அட்வான்ஸுக்கும் கூடுதலாக ஆயிரத்து முன்னூற்று சொச்சம் செலவாயிற்று. ஒரு பிரதியை எடுத்துக்கொண்டு போய் ஹீரோவிடம் கொடுத்துவிட்டு வந்து அவரது அழைப்புக்காக வருடக் கணக்காகக் காத்திருந்தான்.

ரூபாய் ஆயிரத்து ஐநூற்று நாற்பத்தியேழும் அறுபத்தைந்து பைசாவும்.

அட்வான்சல்ல, பிச்சை.

நீலாம்பரன் தமிழின் கிளாசிக்குகள் பலவற்றுக்குத் திரைக் கதை எழுதித் தயாராக வைத்திருந்தான். சாயாவனம், அம்மா வந்தாள், அபிதா, மகாநதி, புத்தம் வீடு, வெக்கை, பிறகு, காடு, நிழலின் தனிமை. மனதின் அலமாரிகளில் அவற்றை விட அதிகமானவை உண்டு.

“சார் ஒரு சப்ஜெக்ட் இருக்கு, உங்களுக்குப் பொருத்தமா இருக்கும்”

அவனிடமிருந்து இந்த வார்த்தையைக் கேட்காத டைரக்டர் சார்கள் யாருமில்லை.

“ஆக்‌ஷனா லவ்வா?”

“ரெண்டும் கலந்தது சார்”

“நல்ல ரூரல் சப்ஜெக்ட் இருந்தா சொல்லுங்க கௌதம்”

“இருக்கு சார், இன்னைக்கு வரைக்கும் ரூரல் லைப்தான் எனக்கு”

“ஆனா பத்து வருஷமா நீங்க சென்னைலதான இருக்கீங்க?”

“உண்மைதான் சார், ஆனா மனம் இன்னும் அங்கேயேதான் இருக்கு”

“சரி, டைம் கிடைக்கும்போது சொல்றேன், ஆபீசுக்கு வாங்க”

“சார் உங்க காண்டாக்ட் நெம்பர்?”

“நைன் எய்ட், ஃபோர் டபுள் ஜீரோ. நைன் எய்ட் ஃபோர் டபுள் ஜீரோ”

“அற்புதமான நெம்பர் சார் இது, ஈஸியா ஞாபகத்துல வெச்சுக்கலாம்”

அப்போது மிகத் தந்திரமாகத் தன் அலைபேசிக் கருவியிலிருந்து அம்மாவை அழைப்பான். சம்பிரதாயத்திற்குப் பேசிவிட்டு டைரக்டர் சாரிடம் பல்லிளிப்பான், “என் அம்மாகிட்ட ஒரு வார்த்த பேசிடுங்க சார், ரொம்ப நாளா கேட்டுக்கிட்டிருக்காங்க”

டைரக்டர் சாரின் முகத்தில் சங்கடத்தின் புழு ஒன்று நெளியும். மறுமுனையிலிருந்து ஒலிக்கும் குரல்களில் உற்சாகம் கரைபுரள்வதை அவன் அருகிலிருந்து கேட்பான். அந்த ஒரு வினாடிக்குள் அம்மா பெருந்தன்மையான அந்த டைரக்டர் சாரின் வறண்ட சொற்களின் மீது கற்பனைக் கோட்டைகளை எழுப்பி விடுவாள்.

“எங்க முருகேசனக் கொஞ்சம் கைதூக்கி விடுங்க சார், அவன் திறமசாலி. ஒரு சான்ஸ் கெடச்சா சாதிச்சுக் காட்டுவான்”

இணைப்பைத் துண்டித்துக்கொண்டு டைரக்டர் சார் புன்னகைப்பார்.

“மிஸ்டர் முருகேசன், கௌதம நீலாம்பரன்ங்கறது உங்க புனைபெயரா?”

“ஆமா சார், அந்தப் பெயர்ல கதைகளும் கவிதைகளும் எழுதியிருக்கேன்”

“ரியலீ?”

“ஆமா ரெண்டு கலெக்‌ஷன்ஸ் வந்திருக்கு”

“ரியலீ?”

“உங்களுக்குத் தர்றேன் சார், படிச்சுப் பாருங்க”

“ஷ்யூர்”

அருகிலிருந்த இளம் ஹீரோயின் மேடம் கேட்டாள்,

“அதென்ன நேம், கௌதம நீலாம்பரன்? எங்க இருந்து புடிச்சீங்க இந்தப் பேர?”

“ஒரு உருது நாவல்ல வர்ற ஹீரோவோட பேர் மேடம் இது?”

“ரியலீ? நீங்க உருது படிப்பீங்களா? நாவலோட டைட்டில் என்ன?”

“அக்னிநதின்னு தமிழ்ல வந்திருக்கு மேடம், குர் அதுல்ஐன் ஹைதர்னு ஒரு வுமன் ரைட்டர் எழுதுனது”

“ரியலீ?”

அவன் அந்த நாவலைப் பற்றிக் கொஞ்சம் சொல்லத் தொடங்கினான். டைரக்டர் சார் மிகச் சிரத்தையாக அதைக் கேட்டுக்கொண்டிருந்தார். எத்தனை ரியலீ, ரியலீக்கள்! சொல்லி முடித்ததும், “ஒரு பிரீயட் பிலிமுக்கான நல்ல சப்ஜெக்ட்” என அந்த ரியலீக்களுக்கு முற்றுப் புள்ளி வைத்தார் இயக்குநர்.

“நீங்க இத வெச்சு ஒரு ஸ்கிரிப்ட் ரெடி பண்ணுங்க நீலாம்பரன். ஒரு மாசம் டைம். இந்தப் படம் முடிஞ்ச ஒடனெ பூஜை போட்டுடலாம். புரட்யூசர் ரெடியா இருக்காரு”

“சார் அதுல எனக்கொரு ரோல் கெடைக்குமில்ல?” எனக் கொஞ்சினாள் ஹீரோயின்.

அந்த நாவலை நெட்டுருப் போட்டான், கௌதம நீலாம்பரன். தன் பெயருள்ள நாயகன். காலத்தின் ஆழாழிக்குள் புதையுண்டு போன சிராவஸ்தி நகரவாசி. சரயூ நதிக்கரையில் சண்டிதேவி ஆலயத்தின் ஈரம் கசியும் தரையில் உத்தரீயத்தை விரித்துப் படுத்துக்கொண்டு கோசல ராஜகுருவின் செல்ல மகள் பேரழகி சம்பகாவிடம் உள்ளத்தைப் பறிகொடுத்த மாணவன். பாரதத்தின் தன்னிகரற்ற சித்திரக்காரனாக விளங்கியிருக்க வேண்டியவன் கடைசியில் மொன்னையான கைகளுடன் ஒரு நடிகனாக மௌரியப் பேரரசில் அலைந்து திரிய வேண்டியதாயிற்று. காதல் அவனுக்குக் கடக்க முடியாத நதி. கைகூடாக் காதலின் பித்தேறிய அந்த பிராமண மாணவன் மகதத்தையும் கோசலத்தையும் தில்லியையும் கல்கத்தாவையும் லக்னோவையும் பிரிட்டனையும் பிரான்சையும் தன் நெடும் பாதங்களால் அளந்தவன். இளவரசி நிர்மலாவும் பேரழகி சம்பகாவும் அவனை இடையறாது பின்தொடர்கிறார்கள். முடிவின்றிச் சுழலும் காலத்தில் ஒவ்வொரு பிறப்பிலும் அழிவற்றதும் ஒருபோதும் கைகூடாததுமான காதலின் துயர இசையைக் காலத்திற்கும் அண்டத்திற்குமப்பால் தேடிக்களைத்த ஒரு நாயகனே கௌதம நீலாம்பரன். கரப்பான்களின் எச்சம் படிந்த சிறு மேசையின் முன்னால் கிழடுதட்டிப் போன மர நாற்காலியொன்றில் உட்கார்ந்தபடி சிந்திக்கவும் கனவுகளில் மூழ்கவும் தொடங்கினான் அசிஸ்டென்ட் டைரக்டர் கௌதம நீலாம்பரன். சிந்திக்க ஒன்றுமேயில்லை. ஹைதர் நாவலை ஒரு திரைக்கதையாகவே படைத்துள்ளார். நாவலின் சத்தும் உயிரும் கெடாமல் சினிமாவுக்காகக் கொஞ்சம் மாற்றங்களைச் செய்ய வேண்டும். அவ்வளவுதான்.

ஆனால் அது அப்படியில்லை.

ஹைதரின் நாவலொன்றும் கோடம்பாக்கத்து அரைவேக்காடுகளின் உலக சினிமாப் பசியைத் தீர்த்து வைப்பதற்கான பாஸ்ட் புட் அல்ல. மின்னலைப் போல காலத்தின் பிடியில் சிக்காது நழுவும் படைப்பு சக்தியின் பேருரு. அண்ணாந்து முடியைப் பார்க்கவும் அடிதோண்டி பாதத்தைத் தரிசிக்கவும் ஓர் அவதாரமே வேண்டும்.

கௌதம நீலாம்பரன் பசியையும் உறக்கத்தையும் மறந்தான்.

பெரும்புகழ் பெற்ற ஹைதரின் அந்த நாவலுக்குள்ளிருந்து மூன்று மணி நேரத் திரைப்படத்திற்கான திரைக்கதை யொன்றை உருவாக்குவதற்காக இடையறாது போராடினான். உடல் மெலிந்தும் கன்னங்கள் குழிந்தும் போயின. கருவளையங்களால் சூழப்பட்ட கண்களில் மட்டும் பிரகாசம். கதையை எங்கிருந்து தொடங்குவது? சிராவஸ்தியிலிருந்தா? அயோத்தியிலிருந்தா? கேம்பிரிட்ஜிலிருந்தா? யார் ஹீரோ? சம்பகா, சம்பா, சம்பா பீவி, சம்பா அஹமத் இவர்களில் யார் ஹீரோயின்?

இனி அம்மாவிடம் பொய் சொல்ல வேண்டியதில்லை. அம்மாவிடமோ, தங்கைகளிடமோ, நண்பர்களிடமோ வேறு யாரிடமுமோ. காலம் தொலைவில் இல்லை, ஒரே வருடம்.

இன்னும் ஒரு பாராவை முழுமையாக எழுதி முடிக்கவில்லை, அதற்குள் கனவுகளின் பிடுங்கல்கள்.

“மிஸ்டர் நீலாம்பரன், எனக்கு ஒரு கதை கொடுங்கள். திரைக்கதை, வசனம் எல்லாம் உங்கள் சித்தம். இயக்கம் மட்டுமே என்னுடைய பொறுப்பு. தயவு செய்து கருணை காட்டுங்கள்”

மிஸ்டர் நீலாம்பரனுக்கு டயம் இல்லை. மற்ற ஸோ கால்டு ஆர்ட் ஃபிலிம் டைரக்டர்களின் அபத்தமான கற்பனைகளுக்கு வசனம் எழுதி வயிற்றைக் கழுவிக்கொள்ள வேண்டிய துர்பாக்கிய நிலையிலும் அவர் இப்போது இல்லை. கௌதம நீலாம்பரன் உலகின் மகத்தான திரைக் கலைஞர்களில் ஒருவர். சத்யஜித்ரே, மிருணாள் சென், அகிரா குரோசோவா, அநத்ராய் தார்க்கோவ்ஸ்கி, டேவிட் லீன், ரோமன் போலன்ஸ்கி, மைக்கேல் ஆஞ்சலோ அன்ட்டோனியானோ, மார்ட்டின் ஸ்கார்சிசி, அபாஸ் கியோரஸ்தமி, கௌதம நீலாம்பரன். இந்தப் பட்டியலில் நம் ஆட்களால் கொண்டாடப்பட்டுக்கொண்டிருக்கும் மக்மல் பஃப்பையும் கிம் கி டுக்கையும் சேர்த்துக்கொள்ளலாமா வேண்டாமா என்பதுதான் பிரச்சினை.

“மிஸ்டர் நீலாம்பரன், ஒவ்வொருவருடைய வெற்றிக்குப் பின்னாலும் ஒரு பெண் இருப்பதாகச் சொல்கிறார்களே, அப்படி

உங்கள் வாழ்வில் யாராவது இருக்கிறார்களா?" வெனிஸ் திரைப்படவிழாவில் சிறந்த இயக்குநருக்கான தங்கக் கரடி விருதைப் பெற்று மார்புறத் தழுவிக்கொண்டு நிற்பவனிடம் ஒரு அசட்டுத் தொலைக்காட்சி நிருபர் கேட்கும் கேள்வி இது.

இல்லாமல் என்ன? ஃபிளாஷ்களின் ஒளிவெள்ளத்தில் மூழ்கடிக்கப்பட்ட மிஸ்டர் நீலாம்பரன் தொண்டையைச் செருமிக் கொள்கிறார்.

"ரோலிங்"

யார் பெயர் வரப்போகிறதோ? இந்த போஸ்ட் மார்டன் சினிமா ஆட்களில் நிறையப் பேர் பொஹிமியன்கள். எந்தப் புற்றில் எந்தப் பாம்பு உறையுமெனச் சொல்ல முடியாது.

செய்தியாளனின் இதயம் திக்திக்கென அடித்துக்கொள்கிறது. மிஸ்டர் கௌதம நீலாம்பரன் திருவாய் மலர்ந்தருளுகிறார்.

"சம்பா"

ஊர் பேர் தெரியாத யாரோ ஒரு பெண்,

"அவர் உங்கள் காதலி என ஊகித்துக்கொள்வதற்கு அனுமதிப்பீர்களா, மிஸ்டர் நீலாம்பரன்?"

அவார்டு வின்னிங் இயக்குநர் மிஸ்டர் கௌதம நீலாம்பரன் இடிஇடியெனச் சிரிக்கிறான்.

"இல்லை, அவள் ஒரு கேரக்டர். சம்பகா, சம்பா, சம்பா பீவி, சம்பா அஹமத். அதிருஷ்டத்தாலும் துரதிருஷ்டத்தாலும் பீடிக்கப்பட்ட பேரழகி. திமிர்பிடித்தவள். காதலின் மதிப்பை அறியாதவள், புகழ் பெற்ற கணிகை, பிழைக்கத் தெரியாத அறிவுஜீவி, பிறகு சம்பா பிழைக்கக் கற்றுக்கொண்டுவிட்டாள். இந்த ஜென்மத்தில் சம்பா பிரபலமான தொலைக்காட்சி ஒன்றின் நிகழ்ச்சித் தயாரிப்பாளர். சேனலின் சிஇஓவைக் கைக்குள் போட்டுக்கொண்டு அதிவேகமாக முன்னேறிக்கொண்டி ருப்பவள். சேனலில் அவள் வைத்ததுதான் சட்டம். காதலர்களை அடிக்கடி மாற்றிக்கொண்டிருப்பவள். கௌதம நீலாம்பரன், ஹரிசங்கர், கமால், அது ஒரு முற்றுப்பெறாத பட்டியல்"

கேள்வி கேட்ட அந்த அசட்டுச் செய்தியாளனுக்கு முகம் வெளிறிவிடுகிறது. அத்துடன் பேட்டியை நிறுத்திவிட்டு காமிராவை மூட்டை கட்டிக்கொண்டு புறப்பட்டுவிடுகிறான். இந்தப் பேட்டியை ஒளிபரப்பினால் ஐரோப்பாவின் பெண்ணியவாதிகள் ஒட்டுமொத்தமாகக் கொதித்தெழுந்து விடுவார்கள்.

சம்பா எங்கே?

அவள் இப்போது ஒரு தனியார் தொலைக்காட்சியில் லைட்டிங் டிசைனராக இருக்கும் மூடனொருவனுக்கு மனைவியாக இருக்கிறாள். ஊர்மேய்வதை நிறுத்திக்கொண்டு விட்டாளா எனத் தெரியவில்லை. அவளுடைய அழகில் சொக்கிய மூடன் அவளுடைய புளுகுகளையெல்லாம் நம்பிவிட்டதைப் போல நடித்துக் கொண்டிருக்கிறான். தன் முன்னாள் காதலர்களுடன் அவள் கொண்டிருக்கும் ரகசியத் தொடர்புகளைக் கண்டுபிடிப்பதிலும் பின்பு அறுத்தெறிவதிலுமே வாழ்வின் பெரும்பகுதியைச் செலவிட்டுக்கொண்டிருக்கிறான். சம்பா இப்போது அந்த சானலை விட்டுப் போய்விட்டாள். மூடனின் திருவிளையாடல்கள் செய்த புண்ணியம். வேறொரு புகழ்பெற்ற சானலின் நடுத்தர வயது கிரியேட்டிவ் டைரக்டரோடு கேஎப்சியிலும் தலப்பாக்கட்டியிலும் அடிக்கடி தென்படுகிறாள். கோலா பிரியாணியும் வறுத்த கோழி இறைச்சியும் சம்பாவின் பேவரிட் தீனிகள். ஃபிஷ் பிங்கரும் பிடிக்கும். இதை வைத்து சீக்கிரத்திலேயே அந்த சானலின் குடுமி அவளது கைக்கு வந்துவிடும் என்பது எளிதாக ஊகித்தறியத்தக்க செய்தி. மூடனின் திருவிளையாடல்கள் அம்பலமாகும் போது சண்டை வருகிறது. சில சமயம் மூடனிடம் அடியும் உதையும் வாங்குகிறாள். நிலைமை அதே போன்று நீடித்தால் சம்பா டைவர்ஸ் கேட்டு கோர்ட் படியேறுவது நிச்சயம். அவளுக்கும் சிஇஓவுக்கும் இருந்த தொடர்புகளைப் பற்றி உலவிக் கொண்டிருக்கும் கதைகளை அடிப்படையாக வைத்து அதே சேனலில் ப்ரைம் டைமில் ஒளிபரப்பப்படுவதற்குத் தகுதியுடைய நெடுந்தொடரொன்று தயாராகிக் கொண்டிருக்கிறது. கதை, வசனம், இயக்கம் சம்பாவுக்கும் மூடனுக்கும் பொதுவான ஒரு நண்பன்.

மூடனின் (மூடனை, மூடன் என்றே அழைக்க விரும்பியதால் கௌதமன் அவனுக்கு வேறு எந்தப் பெயரும் சூட்டவில்லை) சகாவாக அதே சானலில் பணிபுரியும் அவனுடைய இலக்கிய நண்பன் சொன்ன தகவல்கள் இவை. நீலாம்பரன் திகைத்துப் போனான். கிடைத்த தகவல்களுக்காகத் துக்கப்படுவதா சந்தோஷப்படுவதா எனத் தெரியவில்லை.

ஆனால் எதிரியின் வீழ்ச்சியைக் கண்டு அகமகிழ்தலே தோற்கடிக்கப்பட்டவனின் அறம்.

பொலிட்டிக்கல் கரெக்ட்னெஸ்ஸுக்கும் வாழ்க்கைக்கும் ஒரு தொடர்பும் இல்லை.

கல்யாணப் பத்திரிகையைக் கொடுப்பதற்காக சம்பா மேன்ஷனின் வரவேற்பறைக்கு வந்து காத்திருந்தபோது கௌதமன் ஹைதரின் நாவலிலிருந்து தனது திரைக்கதைக்

கான குறிப்புக்களைச் சேகரிப்பதில் மும்முரமாக இருந்தான். ஹீரோ யாரென்ற குழப்பம் இன்னும் தீர்ந்தபாடில்லை. ரிஷப்ஷனில் இருந்த பாய் இன்டர்காமில் அழைத்து அவனுக்காக விசிட்டரொருவர் காத்திருப்பதாகச் சொன்னார். விசிட்டரின் பெயரைக் கேட்டதும் ஏதோவொரு திரைப்படத்தின் உருக்கமான ஷாட்டைப் போல அவனது கையிலிருந்த இன்டர்காமின் ரிசீவர் நழுவியது. கண்களில் நீர் முட்டியது.

"ஒரு அஞ்சு நிமிஷம் வெயிட் பண்ணச் சொல்லுங்க பாய், பாத்ரூமுல இருக்கேன்"

ஏதாவதொரு திரைப்படத்தில் இடம்பெற்ற வசனமாயிருக்கலாம். வாழ்வின் எல்லாவற்றின் மீதும் வெள்ளித்திரையின் கவர்ச்சியான நிழல் கவிந்துவிட்டது. பேசும் ஒவ்வொரு சொல்லும் யாரோ ஒரு வசனகர்த்தா இலவசமாக அருளியது. பாவனைகள் ஹீரோ, ஹீரோயின்களின் உபயம். ஒப்பனைகளையும் உடை யலங்காரங்களையும் பற்றிச் சொல்ல வேண்டியதே இல்லை. பாலும் பழமும் சேலை, நதியா கொண்டை, குஷ்பு இட்லி, ரஜினி ஸ்டைல். விழிப்புணர்வுள்ள மனத்தால்கூடத் தப்ப முடியவில்லை. யோசித்துக்கொண்டே கிரீச்சிடும் இரும்புக் கட்டிலின் மீது சாய்ந்துகொண்டு சிகரெட் ஒன்றைப் புகைத்துத் தீர்த்தான் கௌதமன். மனத்தைத் திடப்படுத்திக் கொள்ளவும் அவளிடம் பேச வேண்டிய வசனங்களை ஒழுங்குபடுத்திக்கொள்ளவும் சிறிது அவகாசம் தேவை. முகத்தைக் கழுவி பவுடர் பூசிக்கொண்டு ரிஷப்ஷனை அடைந்தான். சம்பா திடமானவளாகத் தென்பட்டாள். ரொமான்டிசங்களுக்கு அவளிடம் எப்போதுமே இடமிருந்ததில்லை. தேவைப்படும் போது பாவனையாக அவற்றைக் கைக்கொள்ளவும் தெரியும். காடுகரைகளில் மூக்கை ஒழுக்கிக்கொண்டு திரிந்த ஒரு சிறு பெண்ணுக்கு மூன்றே ஆண்டுகளில் இந்த மெட்ரோ வாழ்க்கை எப்படி வசப்பட்டுவிட்டது. அவனைக் கண்டவுடன் ஷோபாவிலிருந்து அவசரமாக எழுந்து நின்றாள்,

"ஹலோ" என்றாள்.

"ஹலோ"

ஒரு நொடிகூட அவகாசமெடுத்துக்கொள்ளாமல் கல்யாணப் பத்திரிகையை நீட்டினாள்.

"கட்டாயம் வரணும்"

"ஷ்யூர்"

கவரைப் பிரித்து அழைப்பிதழில் அச்சாகியிருந்த எழுத்துக் களை ஒரு பார்வை பார்த்தான். மணமகளின் பெயர் சம்பா

இல்லை. தோல்வியடைந்த ஓர் அஸிஸ்டென்ட் டைரக்டரின் இலக்கியப்பித்துக்கு அவள் ஏன் பலியாக வேண்டும்? மிஸ்டர் அவார்டு வின்னிங் பேராசைக்காரர்தான்.

“சரி நா கௌம்பறேன், நெறையப் பேருக்கு இன்விடேஷன் கொடுக்கணும்”

“ஓகே, ஆல் த பெஸ்ட்”

“தாங்ஸ்”

மெலிதாகப் புன்னகைத்துக்கொண்டு படியிறங்கப் போனவளை அழைத்தான்.

“சம்பா தேவி”

அவனது அழைப்பில் தென்பட்ட மூர்க்கம் சம்பாவை நடுங்கச் செய்தது.

“உன்னோட அந்த சிஇஓவுக்கு இன்விடேஷன் கொடுத்தாச்சா?”

“ம்ம்” சம்பாவுக்கு முகம் வெளுத்தது.

“முட்டாள்தனமான கேள்வி, இல்லையா சம்பா? அவன் இல்லாமயா உன் கல்யாணம் நடக்கும்? அவன் உனக்குச் சீஃப் கெஸ்ட்டாக இருக்கலாம்? நல்லது. ஆனா உனக்குத் தாலிகட்டப் போற அந்த மூடன்கிட்ட அவனுக்கும் உனக்கும் என்ன உறவுங்கறதச் சொல்லாம எச்சரிக்கையா இரு”

“யூ ஸ்கௌண்ட்ரல்”

காறித்துப்பிவிட்டு ஆத்திரத்துடன் வெளியேறி வாசலில் காத்திருந்த ஆட்டோவுக்குள் தாவி ஏறிக்கொண்டாள். நீலாம்பரன் மற்றொரு சிகரெட்டை உதடுகளுக்குள் செருகிக்கொண்டு பெருந்தெருவில் இறங்கினான். மனம் ஆற மறுத்தது. இந்த வன்மத்தை ஒரு ஹீரோவால் சினிமாவில் காட்ட முடியாது. வன்மம் வில்லன்களின் தனி அடையாளம். சித்திரை மாதத்தின் வெயில் பளீரென முதுகில் அறைந்தது. வலப்புறமாகத் திரும்பி கானாபாக் தெருவின் வழியே ட்ரிப்ளிக்கேன் ஹைரோட்டிற்குள் நுழைந்தான். எதிரே தென்பட்ட பேக்கரிக்குள் நுழைந்து ஒரு வெஜிடபிள் பப்ஸும் டீயும் சாப்பிட்டான். பிறகு எழுந்து புகைத்துக்கொண்டே இலக்கில்லாமல் நடந்தான். வாலாஜா சாலையை எட்டும்வரை எங்கே போய்க் கொண்டிருக்கிறோம் என்ற பிரக்ஞை இல்லை. வாலாஜா சாலையைக் குறுக்காக வெட்டிக்கொண்டு எதிர்திசைக்குப் போய் கிழக்கு நோக்கி நடந்தான். பெல்ஸ் சாலைத் திருப்பத்தில் ஸ்டேடியம், உள்ளே இந்தியா – தென்னாப்பிரிக்க அணிகள் மோதும் ஒன் டே

மாட்ச். அனுமதி மறுக்கப்பட்டவர்கள் கும்பலாக நின்று சுக்குக் காபி குடித்தபடியே ஸ்மார்ட் போன்களில் லைவ் பார்த்துக்கொண்டிருந்தார்கள், "டோனி இந்தத் தடவையும் சொதப்பிட்டாண்டா, டக் அவுட்". ஆனால் புதிதாக வந்திருக்கிற கோலி பின்னியெடுக்கிறான். சிக்சர்களும் பௌன்டரிகளும் பறக்கின்றன. ஐம்பத்தேழு பந்துகளில் செஞ்சுரி. இந்த அம்லாதான் கொஞ்சம் மிரட்டிப் பார்க்கிறான். எதிரே விருந்தினர் மாளிகை. வாசலில் உயிருக்கு அச்சுறுத்தலுள்ள யாரோ ஒரு விஐபியைப் பாதுகாப்பதற்காக ஸ்டன் கன்களை ஏந்தியபடி நிற்கும் இஸட் வகையறாப் படையினரின் கண்களில் படாமல் நடையின் வேகத்தை அதிகரித்துத் துர்நாற்றத்தால் பீடிக்கப்பட்ட பக்கிங்ஹாம் கால்வாயைக் கடந்தான், மேலே தடதடத்துச் செல்லும் பறக்கும் ரயிலிலிருந்து ஒரு குழந்தை டாட்டா காண்பித்துக்கொண்டு சென்றது. யுனிவெர்சிட்டி வாயிலில் கன்னியர் கூட்டத்தின் மருளும் மான் விழிகள். வைத்த விழி வாங்காமல் அவற்றை வெறித்துக்கொண்டிருக்கும் ஐஸ்கிரீம், நெல்லிக்காய், அன்னாசிப் பழம், ஸ்டிக்கர் பொட்டு வியாபாரிகளின் வரிசையைக் கடந்து சுரங்கப்பாதையிலறங்கி ஏறி, உழைப்பாளர் சிலையை ஒரு வெற்றுப் பார்வை பார்த்துவிட்டு எம்.ஜி.ஆர். சமாதிக்குள் நுழைந்தான் நீலாம்பரன். சுற்றுலாப் பயணிகளின் கூட்டமொன்று நெருக்கியடித்தபடி அரிதுயிலில் மூழ்கியிருக்கும் புரட்சித்தலைவரைத் தரிசித்துவிட்டுத் திரும்பிக்கொண்டிருந்தது. வியர்வை பெருகும் உடல்கள். அன்னாசிப்பழக் கீற்றுக்களை மென்றபடி சமாதியினுள் கால் நூற்றாண்டாக ஓய்வின்றித் துடித்துக் கொண்டிருக்கும் எம்.ஜி.ஆரின் கைக்கடிகாரத்தைப் பற்றி அதிசயமாகப் பேசிக்கொண்டே கடந்து சென்ற கூட்டத்தை ஒதுங்கி நின்று வேடிக்கை பார்த்துக்கொண்டிருந்துவிட்டு சமாதியை நோக்கி நடந்தான். அங்கே இன்னொரு கூட்டம். ஏழெட்டுப் பேராக முறை வைத்துக் கொண்டு வரிசையாகப் போய் சமாதியின் பளிங்குமேடை மீது கவிந்து காதைப் பொருத்தி இன்னும் தன் இயக்கத்தை நிறுத்தாத கைக்கடிகாரத்தின் டிக்டிக் ஒலியைக் கேட்டுக் கொண்டிருந்தார்கள். கண்களில் வியப்பு. தெரிந்தவர்கள் யாராவது தென்படுகிறார்களா எனப் பார்த்துவிட்டு மற்றவர்களைப் போலவே கௌதமனும் சமாதியின் மீது தனது செவிகளிலொன்றைப் பொருத்திக் கொண்டான்.

"இது என்ன? எல்லோரும் என்ன செய்துகொண்டிருக்கிறார்கள்?"

சுத்தமான பிரிட்டிஷ் உச்சரிப்புடன் எழுந்த கேள்வியைச் செவிமடுத்து நிமிர்ந்தான் கௌதமன். ஓர் அந்நியச் சுற்றுலாப் பயணி. இளைஞன். முகத்தில் களங்கமின்மையும் ஆச்சரியமும்.

கையில் குந்தர் கிராசின் ஒரு நாவல். இலக்கிய வாசகனின் உள்ளத்தை உருக்க அது போதாதா?

"ஹலோ"

"ஹலோ"

கைகள் தயக்கமின்றி நீண்டன.

"உங்களுக்கு விருப்பமென்றால் நாம் அப்படி அந்த மரத்தடியில் உட்காரலாமே?"

"இல்லை, நான் சும்மா தெரிந்துகொள்ள விரும்பினேன்"

"தயங்காதீர்கள், நான் ஒன்றும் சுற்றுலா வழிகாட்டி அல்ல. நிச்சயமாக உங்களிடம் காசு கேட்க மாட்டேன்"

இளைஞன் புன்னகைத்தான். எம்.ஜி.ஆரைப் பற்றியும் இயக்கத்தை நிறுத்திக்கொள்ளாத கைக்கடிகாரத்தைப் பற்றியும் சொல்லிவிட்டு அந்த இளைஞனின் கையிலுள்ள புத்தகத்தைச் சுட்டிக்காட்டி, "நீங்கள் ஜெர்மானியரா?" என்றான்.

"இல்லை, ஆங்கிலேயன். ஆங்கிலேயர்கள் ஜெர்மானிய நாவல்களைப் படிப்பதில் ஆச்சரியப்படுவதற்கு ஒன்றுமில்லை"

கௌதமன் சிரித்தான்,

"நீங்கள் சுற்றுலாப் பயணியா?"

"இல்லை, நான் ஒரு மாணவன். கேம்பிரிட்ஜில் கிரியேட்டிவ் லிட்ரேச்சர் படித்துக் கொண்டிருக்கிறேன். என் தந்தை தொழிலதிபர். மத்திய இந்தியாவில் அவருக்குச் சுரங்கங்கள் இருக்கின்றன. அவருடைய பெயரைச் சொல்லிக்கொண்டு இங்கே வந்து விட்டேற்றியாகச் சுற்றிக்கொண்டிருப்பேன். எனக்கும் இந்த நாட்டுக்குமுள்ள தொடர்பு அவ்வளவுதான்"

"நான் உங்கள் பெயரைத் தெரிந்துகொள்ளலாமா?"

நீலாம்பரனின் குரல் நடுங்கியது.

அந்த ஆங்கிலேய இளைஞன் பல்வரிசை தெரியாமல் புன்னகைத்தான்.

"அதிலென்ன பிரச்சினை? என் பெயர் ஐஷ்லே, சிரில் ஹெர்பர்ட் ஐஷ்லே. நீங்கள் என்னை சிரில் என்றோ ஐஷ்லே என்றோ அழைக்கலாம்"

ஹெர்பர்ட் வேண்டாமோ?

காலத்தின் மற்றொரு சித்து விளையாட்டு. கௌதம நீலாம்பரனுக்கு முகம் வெளிறிவிட்டது. ஒரு வார்த்தையும்

கழைக்கூத்தாடியின் இசை

பேசாமல் எழுந்து யாராலோ துரத்தப்பட்டவனைப் போல வேகமாக நடந்து வெளியில் வந்தான். இலக்கின்றி நடந்து கண்ணகி சிலை சிக்னலில் சாலையைக் கடந்தான். எதிரே ஆளரவமற்ற திருவல்லிக்கேணி ரயில்வே ஸ்டேஷன். வேளச்சேரிக்கு ஒரு டிக்கெட் எடுத்துக்கொண்டு அடுத்து வந்த வண்டியிலேறிக் கொண்டான். பெட்டியில் திசைக்கொருவராக வெறும் நாலைந்து பயணிகள்.

இந்த சிரில் வெறுமனே இந்தியாவைச் சுற்றிப் பார்த்துக் கொண்டிருப்பதற்காக வந்திருக்கும் விட்டேற்றி இல்லை. இவனுடைய பாட்டன் முப்பாட்டன்களைப் போல இந்தியா வைக் கொள்ளையிட வந்திருக்கும் நவகாலனியவாதி. மத்திய இந்தியாவின் பழங்குடிகளை விரட்டியடிக்கும்வரை சிரில் ஹெர்பர்ட் ஐஷ்லே குந்தர் கிராஸையும் மிலன் குந்தேராவையும் படித்துக்கொண்டிருப்பான். பிறகு தந்தையின் அடிச்சுவட்டில் ஈவிரக்கமற்ற சுரண்டல், வனக்கொள்ளை, பச்சைவேட்டை, காடுகளை எரித்துக் கரிக்கட்டையாக்கியதற்குக் கழுவாய் தேட மரக்கன்றுகளை நடுதல், அனாதை இல்லங்களுக்கு நன்கொடைகள் அளித்தல், சிரில் தண்டேவாடாவின் பழங்குடிப் பெண்களிலிருந்து உனக்கொரு சுஜாதா கிடைப்பாள். லக்னோவில் – லக்னோ உனக்கு நெடுந்தொலைவு இல்லையே சிரில்?– உனக்காகக் காத்திருப்பாள் கணிகை சம்பாபீவி. அவளுடைய சபையில் முன்பு கதக் நடனக் கலைஞர்கள் இருந்தார்கள். சம்பாபீவிக்கு கஜல் கீதங்களைப் பாடித் தன் வாடிக்கையாளர்களை மகிழ்விக்கத் தெரியும். எங்களின் கணிகைகளிடமிருந்து உனக்குக் கிடைப்பது காமம் மட்டுமேயல்ல சிரில். அவர்களுக்கு சங்கீதமும் நாட்டியமும் தெரியும், அவர்களைச் சந்தித்த பின்பே சிரில் ஹோவார்ட் ஐஷ்லேவுக்கு எங்கள் நாட்டில் காமமும் ஒரு கலையே என்பது தெரிந்தது. பாவம், அவள் பிறகு கோஹெயினுக்கு அடிமையாகி விட்டாள். நீ வேண்டுமானால் அவளிடம் உன்னுடைய வெள்ளிப் பணம் ஒன்றைக் கொடுத்துப் பார், உடனடியாக ஏதாவதொரு பாலத்திற்குக் கீழே கஞ்சாப் பொட்டலம் விற்கும் யாராவதொரு பொறுக்கியைத் தேடி ஓடுவாள். எல்லாம் உன்னுடைய குமாஸ்தா, கௌதம் நீலாம்பர் தத் கொடுத்த வெள்ளிப்பணத்தால் வந்த வினை.

சிரில் ஹெர்பர்ட் ஐஷ்லே உன் பயணத்தினிடையே அஜந்தாவுக்கோ எல்லோராவுக்கோ ஒரு தரம் போ. காமத்துப் பாலில் ஒன்றிரண்டு அதிகாரங்களைப் படி. அப்படியே அகநானூற்றிலிருந்தும் சில கவிதைகள். இப்போது சில நல்ல மொழிபெயர்ப்புக்கள் கிடைக்கின்றன. பென்குவினிலோ, ஆக்ஸ்போர்டு யூனிவெர்சிட்டி பிரஸ்ஸிலோ போட்டிருப்பார்கள்.

இப்போதெல்லாம் உங்கள் ஆட்களுக்கு எங்கள் தமிழிலக்கியத்தின் மீது கொள்ளை ஆர்வம் ஏற்பட்டிருக்கிறது. கம்பனிலும்கூடக் காமரசமுண்டு. காதலும் காமமும் எங்களுக்குக் கலை, தத்துவம். உடல் ஆத்மபரிசோதனைக்கான வெறும் கூடு. சிரில், நீ காந்தியின் பிரம்மச்சரிய சோதனைகளைப் பற்றிப் படித்திருப்பாய் அல்லவா? குந்தர் கிராஸ் படித்தவனுக்கு காந்தியைப் பற்றித் தெரியாமல் இருக்க முடியாது. உங்கள் ஆட்களில் எத்தனை பேர் அவரால் கவர்ந்திழுக்கப்பட்டவர்கள் தெரியுமா? லூயி ஃபிஷருக்கும் ரிச்சர்ட் அட்டன்பரோவுக்குமிடையே நூற்றுக் கணக்கான ஆங்கிலேயர், ஐரோப்பியர். நீங்கள் உங்களுடைய காமத்திலிருந்து போர்னோகிராபியைக் கண்டுபிடித்தீர்கள். பட்டிதொட்டியெங்கும் அவற்றைக் கொண்டுசேர்ப்பதற்கான கருவிகளும் உங்களுடைய கண்டுபிடிப்புக்கள்தாம் சிரில். டிவி, விசிடி, டிவிடி, இப்போது இணையம். டெஸ்க் டாப், லேப்டாப், டேப்லட், இன்னும் கையடக்கமாய் ஸ்மார்ட் போன்கள். உடல் இச்சையின் மூர்க்கமான அசைவுகளையும் வன்முறையின் நுட்பங்களையும் கலை என முன் வைக்க உங்களிடம் ஆயிரம் இசங்கள் உண்டு. போர்களால் சிதறிப்போன மூளைகளிலிருந்து பிதுங்கி வழியும் தத்துவங்கள். சர்ரியலிசம், போஸ்ட் மாடர்னிசம், மாஜிக்கல் ரியலிசம், புடலங்காயிசம். சூது, துரோகம், பொய்மை, சதி எல்லாம்தான் உங்கள் தத்துவத்தின் சரடுகளில் கோக்கப்பட்டிருக்கும் மணிகள். அவற்றைக் கற்றுக்கொள்வதற்காகத்தான் எங்கள் கௌதம நீலாம்பரன்கள் டிவிடிக்களைத் தேடி பாரிஸ் கார்னரில் அலைந்து திரிகிறார்கள். எங்களுடைய த்ரில்லர், ஹாரர், க்ரைம் எல்லாம் உங்கள் இறக்குமதி சிரில். உனக்கு குந்தர் கிராசும் மிலென் குந்தேராவும் விமானப் பயணங்களைப் போரடிக்காமல் பார்த்துக்கொள்ள. வான்கோவின் சூர்யகாந்திப் பூக்கள் நீ டாய்லெட்டில் உட்கார்ந்திருக்கும் போது ரசிக்க. சிரில் ஹோவார்ட் ஐஷ்லே தனது இலக்கிய ஆர்வத்தைத் துறந்துவிட்டல்லவா பணத்தைத் தேடி சூரத் துறைமுகத்தில் தன் காலடிகளைப் பதித்தான்? நாளை சுரங்க முதலாளியான உன் தந்தை இந்த பஸ்தார் பழங்குடிகளை ஒரு கை பார் என அழைத்தால் போதும் நீ குந்தர் கிராஸைத் தூக்கி டஸ்ட் பின்னுக்குள் எறிந்துவிட்டுப் போய்விடுவாய். சிரில் ஐஷ்லே, கலை உனக்கு வாலிபப் பித்து, அது தன்னைப் படைத்தவனின் ஊனையும் உயிரையும் பலி கேட்கும் ஒரு தொல்பூதம் என்பது உனக்குத் தெரியாது.

இந்திரா நகருக்கு வந்து சேர்ந்தபோது கௌதமன் பயணம் செய்த பெட்டியில் அவனைத் தவிர வேறு யாரும் இல்லை. தன்னை இறக்கி விட்டுவிட்டு நிராதரவாகப் புறப்பட்டுப் போகும் ரயிலைக் கொஞ்ச நேரம் பார்த்துக்கொண்டிருந்து விட்டு

இறங்கி வெளியில் வந்தான். அங்கிருந்த பஸ் நிறுத்தத்தில் நின்று ஜனத்திரளை வேடிக்கை பார்த்துக்கொண்டிருந்தவன் வெப்பம் தாளாமல் பேக்கரியொன்றுக்குள் நுழைந்தான். தட்டில் கொண்டுவந்து வைத்த பட்டர் பிஸ்கட்டுக்களில் ஒன்றை எடுத்துக் கொறித்துக்கொண்டே சிகரெட் ஒன்றைக் கொளுத்திக் கொண்டான். கொளுத்திக்கொள்ள பேக்கரியின் மூலையில் தொங்கும் கயிற்றின் நுனியில் ஒரு கங்கு. தீப்பெட்டியைப் போட்டு வைத்தால் லவட்டிக் கொண்டு போய்விடுகிறார்கள். ஒரு தீப்பெட்டி ஒரு ரூபாய் ஆகிறது. பத்துப் பேர் பத்துத் தீப்பெட்டிகளைக் கொண்டு போனால் பத்து ரூபாய் நஷ்டம். பிறகு டீ ஆற்றிப் பிழைப்பதில் என்ன புண்ணியம் தம்பீ?

காசு, பணம், துட்டு, மணி, மணீ..!

வாழ்க்கையில் பாதியை பேக்கரிகளுக்குத் தாரை வார்த்தாயிற்று.

ஆனால் இந்த பேக்கரிகள்தாம் பெரும்பாலான எழுத்தாளர்கள், கலைஞர்கள், லிரிக் ரைட்டர்களின் தலைவிதியை நிர்ணயிப்பவை.

வெறும் ஏழு ரூபாய் விலையுள்ள ஒரேயொரு கோல்ட் பிளாக் கருகிச் சாம்பலாக உதிர்வதற்குள்ளாகவே தனது திரைக் கதைக்கான ஹீரோ யார் என்பதைக் கண்டுபிடித்து விட்டார் அவார்ட் வின்னிங் இயக்குநர் மிஸ்டர் கௌதம நீலாம்பரன்.

ஹீரோ: சிரில் ஹோவார்ட் ஐஷ்லே. கதை தொடங்கும் காலம்: பதினாறாம் நூற்றாண்டின் பிற்பகுதி. இடம்: லண்டன் துறைமுகம்.

காட்சி ஒன்று

பகல் / இரவு

அவுட்டோர் / இன்டோர்

கப்பலொன்றின் மேல் தளம்

இருபது வயதுடைய அழகான இளைஞன் சிரில் ஹோவார்ட் ஐஷ்லே கப்பலின் மேல்தளத்திலுள்ள கிராதியைப் பற்றிக்கொண்டு நிற்கிறான். கடற்காற்றில் அவனது சிகை அலைபாய்கிறது. சூரியக் கதிர்களின் ஒளியேற்று மின்னும் கடல் நீரில் டால்பின்கள் துள்ளுகின்றன.

விரலிடுக்கில் புகைந்து கொண்டிருந்த சிகரெட்டைக் காலடியில் போட்டு மிதித்து நசுக்கிவிட்டுப் பரபரப்புடன் எழுந்து பேக்கரியை விட்டு வெளியே வந்தான் கௌதம நீலாம்பரன்.

முகம் வியர்த்திருந்தது. வேறெங்கும் நிற்காமல் மேன்ஷனை அடைந்தான். கொசுக்களும் கரப்பான்களும் நிரம்பிய அறுபத்து நான்கு சதுரஅடி கொண்ட 402ஆம் அறையின் கிரீச்சிடும் கட்டில், புராதன உலகைச் சேர்ந்த மேசை, ஆட்டங்கண்டுவிட்ட கால்களையுடைய மர நாற்காலி.

அந்த ஒரே இரவில் மூன்று அற்புதமான காட்சிகளை எழுதி முடித்தான் கௌதம நீலாம்பரன்.

இதற்குப் பிறகு மேன்ஷனிலிருந்து கோடம்பாக்கத்துக்குப் போய்வர மாநகரப் பேருந்துகளின் நெரிசலில் சிக்கித் திணற வேண்டியிருக்காது. 25ஜியைப் பிடிப்பதற்காக ஐஸ்ஹவுஸ் போலீஸ் ஸ்டேஷன் ஸ்டாப்பை நோக்கி வியர்க்க விறுவிறுக்க ஓடும் துர்பாக்கியம் கௌதம நீலாம்பரன் என்ற உலகப்புகழ் பெற்ற திரைக்கலைஞனுக்கு இனி இல்லை. பங்களாக்கள், சொகுசுக் கார்கள், கூப்பிட்ட குரலுக்கு ஆட்கள். இது இயக்குநர்களின் யுகம். ஹீரோக்களின் யுகத்தை கௌதம நீலாம்பரன் தனது ஒரே திரைப்படத்தின் மூலம் முடிவுக்குக் கொண்டு வந்துவிட்டானே. நல்ல யுகம்தான்! ஆனால் எவ்வளவு தொந்தரவு. முன்பு ஹீரோக்களை மொய்த்துக்கொண்டிருந்த ரசிகர் பட்டாளம் இப்போது இயக்குநர்களை மொய்க்கத் தொடங்கிவிட்டது. கொண்டாட்டங்களிலும் கேளிக்கைகளிலும் கலந்துகொள்வதற்கே நேரம் போதவில்லை. அடுத்த படத்தைப் பற்றிச் சிந்திக்கவும் எதையாவது படிக்கவும் வேண்டாமா? சொன்னால் புரிந்து கொண்டால்தானே? ஆட்டோகிராப் வாங்கவும் சேர்ந்து புகைப்படமெடுத்துக் கொள்ளவும் முண்டியடிக்கிறார்கள். சம்பா அப்போது நீ ஏதாவதொரு தியேட்டரில் அந்த மூடனின் குழந்தையை மடியில் ஏந்திக்கொண்டு உட்கார்ந்திருப்பாய். தோல்வி தந்த அவமானத்தையும் இழப்பின் துயரத்தையும் பகிர்ந்து கொள்ளக் கூட ஆளில்லாமல் உன் வெற்றுக் கண்களால் எனது கொண்டாட்டங்களின் மேடையை வெறித்துக் கொண்டிருப்பாய். உன் பக்கத்தில் உட்கார்ந்து திரைப்படத்தை ரசித்துக்கொணடிருக்கும் அண்டை வீட்டுக்காரியிடம் கௌதம நீலாம்பரன் ஒரு பிறப்பில் என் காலடியில் கிடந்தவன் எனப் பெருமை பேசுவாயாக்கும்!

காலத்தின் எல்லையைக் கடந்து வரும் மூர்க்கமான கனவுகள்.

அப்போதைய குஷியான மனநிலையில் நண்பர்கள் சிலரோடு சம்பாவின் கல்யாண வரவேற்பில் கலந்து கொண்டான். பரிசுப் பொருள் ஒன்றையும் மறக்காமல் எடுத்துச் சென்றான். ஒரு புத்தகம், அக்னிநதி. உருது மூலம்: குர் அதுல்ஐன் ஹைதர்,

தமிழில்: சௌரி, வெளியீடு: நேஷனல் புக் ட்ரஸ்ட். விலை: ரூபாய் 93, பக்கங்கள்: 396.

திருமணக் கூடத்தில் அவனைக் கண்டதும் சம்பா எச்சிலைக்கூட்டி விழுங்கிக்கொண்டாள்.

புத்தகம் எங்குமே கிடைக்கவில்லை. கடைசியில் இலக்கிய நண்பன் ஒருவன் தனது அலமாரியிலிருந்து எடுத்துத் தந்தான்.

சென்ற புத்தகச் சந்தையில் 50 சதவீதச் சிறப்புத் தள்ளுபடியில் வாங்கியது. பிரித்துப் பார்க்க நேரமில்லாததால் அப்படியே கிடக்கிறது. ஜெயமோகன் சொன்னதால் வாங்கினேன். உண்மையிலேயே நல்ல நாவல் என்கிறாயா?

புத்தகம் இலவசமாகவே கிடைத்தது.

எடுத்துக்கொண்டு போய் மேன்ஷனுக்குப் பக்கத்திலிருந்த ஒரு ஸ்டேஷனரி ஷாப்பிலிருந்து மரகதப் பச்சை நிறத்தில் கிப்ட் ராப்பர் ஒன்றை வாங்கிக்கொண்டு போய் அறை எண் 402இல் வைத்து அழகாக பேக் செய்தான். முகப்பில் என் சம்பாவுக்கு என எழுதிக் கையெழுத்திடலாமா எனத் துடுக்குத்தனமாக எழுந்த யோசனையைச் செயல்படுத்தவில்லை. கிப்ட் ராப்பரின் விலை பன்னிரண்டு ரூபாய், ரிப்பனுக்குப் பத்து ரூபாய். வெறும் இருபத்திரண்டு ரூபாயில் உன்னைக் கலவரப்படுத்த முடிகிறதே சம்பா!

உன்னால் அவளுடைய கல்யாணத்திற்குப் போக முடியும் என நான் கற்பனைகூடச் செய்யவில்லை நண்பா, ரியலீ யூ ஆர் கிரேட்.

கலைஞனுக்கு பொலிட்டிக்கல் கரெக்ட்னஸ் இன்றியமையாத ஒன்று கமால்.

சரியாக நாற்பது நாளில் கௌதம நீலாம்பரன் திரைக் கதையை எழுதி முடித்தான். மொத்தம் தொண்ணூற்றேழு காட்சிகள். நானூற்று சொச்சம் பக்கங்கள். தட்டச்சு செய்து, ஸ்பைரல் பைண்டிங் செய்ய கிட்டத்தட்ட இரண்டாயிரம் ரூபாய் செலவு. பிறகு டைரக்டரின் வீட்டுக்கும் அலுவலகத்துக்கும் நடையாய் நடக்கவும் பலி கிடக்கவும் ஆன செலவு தனி. கமாலிடமும் ஹரிசங்கரிடமும் எவ்வளவு கறக்க முடியுமோ அவ்வளவையும் கறந்தாயிற்று.

"டைரக்டரானதுக்கப்புறம் என் படத்துக்கு நீ ஹீரோ கமால்"

இது அப்பட்டமான மோசடி இல்லையா மிஸ்டர் கௌதம நீலாம்பரன்?

“ப்ரீயட் பிலிம்களுக்கு இப்போ மார்கெட் இல்லை கௌதமா, ஹாரர்களுக்கே இப்போ மவுசு. மாடர்னா ஒரு ஹாரர் சப்ஜெக்ட் ரெடி பண்ணு. இல்ல க்ரைம். கேங்ஸ்டர் சப்ஜெக்ட் கூட எடுபடும். எதுனாலும் சரி, மனசத் தளரவிட்ராத. நானெல்லாம் சோத்துக்கே இல்லாம கெடந்துதான் இந்த எடத்துக்கு வந்திருக்கேன்”

கண்களில் நீர் மல்க சென்டாப் சாலை முனையில் நின்று கொண்டிருந்தபோது சம்பா அவனைக் கடந்து போனாள். யாரோ ஒரு இளைஞனுடன் பைக் சவாரி. ஊர் மேய்வதை இன்னும் விட்டுவிடவில்லை போலிருக்கிறது. அறைக்குத் திரும்புவதற்கு முன்னால் மறுபடியும் ஒரு பேக்கரி, இரண்டு பட்டர் பிஸ்கட்டுக்கள், ஒரு கோல்ட் பில்டர். ஆயுளின் ஒரு நாளில் இன்னொரு பாதி.

ஹாரர், க்ரைம், கேங்ஸ்டர். இன்னும் வேறென்னவற்றுக் கெல்லாம் மவுசு?

பெட்டி பெட்டியாக சிகரெட்டுகளைப் புகைத்துத் தீர்த்தான் கௌதம நீலாம்பரன். ஒன்றுக்கு இரண்டு ஹாரர்களைத் தயார் செய்தான்.

“இப்ப யாருகிட்ட வொர்க் பண்றீங்க நீலாம்பரன்?”

“தனியா பண்ண ட்ரைப் பண்ணிக்கிட்டிருக்கேன் சார்”

“அப்படியா? பெஸ்ட் ஆப் லக். யாரு புரட்யுசர்?”

“பேசிக்கிட்டிருக்கேன் சார், இன்னும் முடிவாகலை”

“எதுனாச்சும் ஸ்கிரிப்ட் வெச்சிருக்கீங்களா? நல்ல லவ் சப்ஜெக்டா இருந்தா சொல்லுங்க, லவ் அண்ட் ஹியூமர். எங்கிட்ட விஜய் சேதுபதி கால்ஷீட் இருக்கு. உடனே ஆரம்பிச்சுரலாம்”

லவ் அண்ட் ஹியூமர்.

காதலும் நகைச்சுவையும்.

இரண்டும் இணைபிரியாதவை போலிருக்கிறது.

“என்ன நீங்க இன்னும் கௌம்லையா நீலாம்பரன்? நாலரைக்கே கை குலுக்கிட்டுப் போனீங்களே?”

எதிரே நின்றவர்கள் திவாகரும் முரளியும். இடம் கோஷா ஹாஸ்பிடல் பஸ் ஸ்டாப். கை குலுக்கி விடைபெற்றுக்கொண்டு வந்தபிறகு சந்திக்க நேர்ந்தால் இப்படித்தான் கழுத்தைப் பிடித்துத் தள்ளுவார்கள் போலிருக்கிறது. பாரத மாநில வங்கியின் ஏடிஎம் மையம் இருந்ததால் பொருத்தமாகப் பொய் சொல்ல முடிந்தது.

“கொஞ்சம் கேஷ் டிராப் பண்ண வேண்டியிருந்துது, எனக்கு டென் போர்ட்டிக்குத்தான் ட்ரெயின்”

“இன்னொரு தம் அடிக்கலாமா?”

அதற்குக் கசக்கிறதா?

ஏடிஎம்மில் கொஞ்சம் பணம் எடுத்துக்கொண்டு பெல்ஸ் சாலை திருப்பத்தில் இருந்த பெட்டிக்கடையொன்றின் முன்னால் திவாகருடன் மற்றொரு கோல்ட் பிளாக் கிங்ஸ். எதிர் சுவரில் தென்பட்ட போஸ்டர்களைப் பார்த்து ஓடும் படம் ஓடாத படம் பற்றி ரத்தினச் சுருக்கமாக ஒரு விவாதம்.

“ஆனா நீங்க இப்படியொரு முடிவுக்கு வந்திருக்க வேண்டாம் நீலாம்பரன்”

நீலாம்பரனுக்குச் சொல்ல எதுவுமில்லாதால் மௌனமாக இருந்தான்.

“ஊர்ல போய் என்ன செய்யப் போறீங்க?”

ஏதாவது வியாபாரம்? இல்லை ஒரு ஸ்பின்னிங் மில்லிலோ பனியன் கம்பெனியிலோ குமாஸ்தா உத்தியோகம்?

குர் அதுல்ஜன் ஹைதர் படித்தவனுக்கு வியாபாரம் பார்க்கவும் கணக்கு எழுதவும் தெரியாதா?

இல்லை ஒருவேலையும் இல்லாமல் சும்மா இருக்கலாம்.

முழுநேர எழுத்தாளன்.

பேப்பருக்கும் பேனாவுக்குமாவது கையில் காசு வேண்டாமா? எழுதியதை ஏதாவது ஒரு டீடிபி சென்டருக்கு எடுத்துக்கொண்டுபோய் டைப்செய்ய வேண்டும். இப்போதெல்லாம் சிற்றிதழ்களில்கூடக் கைப்பிரதிகளை ஏற்றுக்கொள்வதற்குத் தயக்கம் காட்டுகிறார்கள். அசோகமித்திரனும் பிரபஞ்சனும்தான் கையால் எழுதிக்கொண்டிருக்கிற கடைசித் தலைமுறை எழுத்தாளர்களாயிருக்கும். பிரபஞ்சன் முகநூல் கணக்குத் தொடங்கிவிட்டார். ஒருநாள் விட்டு ஒரு நாள் ஸ்டேட்டஸ் போடுகிறார். இந்தப் பட்டியலில் வாமு கோமுவும் சேருவார் போலிருக்கிறது. பேனாவைப் பிடித்துப் பிடித்து வாமு கோமுவுக்கு வலது கைப் பெருவிரலும் ஆள்காட்டி விரலும் கொப்பளித்துப் போய்விட்டன. சாந்தாமணியும் இன்னபிற காதல்கதைகளையும் வெறும் பன்னிரண்டே நாள்களில் எழுதி முடித்துவிட்டாராம். சென்னிமலை பஸ் ஸ்டாண்டில் நின்றுகொண்டிருந்தவர் காப்புக் காய்த்துப்போன விரல்களைக் காட்டினார்.

“நாவல் எத்தனை பக்கம்?” – கௌதம நீலாம்பரன்.

“முன்னூறு பக்கம் வரும்” – வாமு கோமு.

300 பக்கம் வெறும் பன்னிரெண்டே நாள்களில். விரலிடுக்கில் உள்ள கொப்புளங்கள் சாட்சி. இதுவல்லவா பிழைக்கிற பிள்ளை! கௌதம நீலாம்பரனின் கணக்கில் இருப்பவை வருடத்திற்குக் காலே அரைக்கால் சிறுகதைதான்.

பெருமூச்சுடன் நிமிர்ந்து பார்த்தபோது உழைப்பாளர் சிலை.

ட்ரிப்ளிக்கேன் வாசிகளுக்குக் கால்கள் சுற்றிச் சுற்றி இங்குதான் வருகின்றன. கரைமோதும் அலைகளின் பேரோசை. மாலைச் சூரியனின் செம்மஞ்சள் ஒளி. கூட்டம் கூட்டமாய் நகரும் பெருநகரவாசிகளின் காலடிகள் புதைந்த மணல் பரப்பில் இறங்கி அலைகளை நோக்கி நடந்தான். அங்கே எதற்கு? கடலைப் பார்க்கும்போது அங்கே ஒரு ஷாட் வைக்கலாமா என்றுதான் தோன்றுகிறது. கொந்தளிக்கும் கடல் – டைட் குளோஸ் அப்.

ஜூம் அவுட்.

கரையில் உட்கார்ந்துகொண்டு நகம் கடிக்கும் நாயகி – மிட் ஷாட்.

கடல், ஆறு, மலை, ஓடை, சாக்கடை, சுடுகாடு, ரயில், பஸ், ஆட்டோ, டாஸ்மாக், என எதைப் பார்த்தாலும் இப்படிக் கற்பனை செய்யும் இந்த மனப்புற்றுக்குச் சிகிச்சை பெறாமல் ஊரில் போய் நிம்மதியாக வாழ முடியாது.

நாலைந்து வெள்ளைக்கார டூரிஸ்ட்கள் கடந்து போனார்கள். பேசியது ஆங்கிலம் போன்ற ஒரு மொழி. யாருடைய கையிலும் மிலன் குந்தேராவோ குந்தர் கிராஸோ இல்லை. சிலைகளையும் கட்டடங்களையும்விட இந்த ஐரோப்பிய டூரிஸ்ட்களுக்கு இங்குள்ள மனிதர்களே ஆச்சரியமூட்டும் வஸ்துக்கள். நடை, உடை, பாவனைகளில் அவர்களது கண்களுக்கு மட்டும் வித்தியாசமாக ஏதோ புலப்படுகிறது.

எத்தனைவிதமான உடல்கள், முகங்கள், நிறங்கள், பாவனைகள்! எல்லோருக்கும் ஏதோவொரு வேலை இருககிறது, அவரவருக்குமான ஒரு வாழ்க்கை இருக்கிறது. கனவுகள், லட்சியங்கள், ஆசைகள், வன்மம், பகை, பழி காதல், காமம் இதெல்லாம் இல்லாத மனிதன் யார்? இந்த நகரத்தைச் சும்மா ஒரு சுற்றுச் சுற்றிவந்தால் போதும், மனதில் பேராசையும் குரோதமும் குடிகொண்டுவிடும். சில சமயங்களில் இந்த சினிமாவைத் தலைமுழுகிவிட்டு இங்கேயே வேறு ஏதாவது வேலையைத் தேடிக்கொண்டு செட்டில் ஆகிவிடலாமா என்றுகூடத் தோன்றும். ஏதாவதொரு ஹோட்டலில் வெயிட்டராகச் சேர்ந்தால் மூன்று வேளைச் சோறு, முடங்கிக்கொள்ள ஓரிடம்

உத்தரவாதமாக உண்டு. இந்தக் கடற்கரை மணலிலேயே கூட வாழமுடியும்தான். சங்குக் கடை, வளையல் கடை, ஸ்டிக்கர் பொட்டுக் கடைகளில் லட்சக்கணக்கான ரூபாய்கள் புரள்கின்றன. ஒரு நோஞ்சான் குதிரை இருந்தால் போதும் அதை வைத்துக்கொண்டு ஒரு மணி நேரத்தில் ஐநூறு, அறுநூறு ரூபாய் பார்த்துவிடலாம். எம்.ஜி.ஆர் நினைவிடத்திலிருந்து காந்தி சிலை வரை வரிசையாக பஜ்ஜி, மீன் கடைகள். பிளேட் முப்பது ரூபாய். ஒரு பிளேட்டில் ஐந்து பஜ்ஜிகள். தொட்டுக்கொள்ள மிளகாய்ச் சட்னி, எத்தனைவிதமான பிழைப்பாதாரங்கள், பெரிதாக ரிஸ்க் எடுக்க வேண்டியதில்லை. தேங்காய், மாங்காய், பட்டாணி சுண்டல், சார் சுண்டல் வேணுமா சுண்டல்? கடற்கரை மணலில் கிறங்கிக் கிடக்கும் ரகசியக் காதலர்களின் முன்னால் போய் நின்றுகொள்ள வேண்டும். விற்பனையாளர் களில் பலர் சிறுவர்கள். அழுக்கேறிய முரட்டுக் காக்கி அரை டிராயர், சிவப்பு அல்லது பச்சை நிற முண்டா பனியன், ஒழுகும் மூக்கு. அண்ணே அண்ணே எனக் கேட்டுக்கொண்டு வந்து நிற்பதில் மதுரை மண்ணின் மணம் கமழும். இவர்களை வைத்து அரைமணி நேரம் ஓடக்கூடிய நல்ல டாகுமென்டரி பண்ணலாம். இந்த அழுக்கைக் கொஞ்சம் கலைத்தரத்தோடு காட்ட முடிந்துவிட்டால் ஏதாவதொரு இன்டர்நேஷனல் பிலிம் பெஸ்டிவலில் அவார்டுகளை அள்ளிவிட முடியும். வெகுதைரியமாக ஃபீச்சர் பிலிம்கூட எடுத்துவிடுகிறார்கள். சமீபத்தில் வெளியான திரைப்படமொன்றில் சுண்டல் விற்கும் சிறுவர்களே பிரதானக் கதைமாந்தர்கள். சுண்டல் விற்பனையோடு காதல், வீரம், கருணை, அன்பு, மனிதநேயம், சாதியம், பெண்ணியம், புனுகு, புண்ணாக்கு என ஒவ்வொன்றுக்கும் தலா ஒரு சீன். ஏதோவொரு பெஸ்டிவலிலிருந்து நான்கு அவார்டுகளைத் தட்டிக்கொண்டு வந்துவிட்டது. சிறந்த கலை, சிறந்த ஒப்பனை, சிறந்த நடிப்பு, சிறந்த திரைக்கதை. விகடனில் நூற்றுக்கு ஐம்பத்தாறு மார்க். அம்மாடியோவ்! ஆனால் சும்மா இல்லை, வருடம் ஒருலட்ச ரூபாய் பீஸ் கட்டி டிஏவியில் பர்ஸ்ட் ஸ்டாண்டர்டோ செகண்ட் ஸ்டாண்டர்டோ படிக்கும் குழந்தைகளைச் சேரிக் குழந்தைகளாக மாற்றுவதற்கு ஒப்பனைக் கலைஞர் என்னபாடு பட வேண்டியிருந்திருக்கும்? இரண்டு வாரங்களுக்குப் பின்னர் எல்லா வார, மாத இதழ்களிலும் இயக்குநரின் பேட்டி.

எங்கிருந்து இப்படியொரு கருவைப் பிடித்தீர்கள்?

எங்கிருந்தும் இல்லை, அது என் வாழ்க்கை. சின்ன வயதில் நானே கடற்கரையில் சுண்டல் விற்றிருக்கிறேன். அப்போது சுண்டல் வெறும் நாலணா.

நாலணாவுக்குச் சுண்டல் விற்றவர் இப்போது அவார்டு பட இயக்குநர். தாளாத பெருமை. எப்பாடுபட்டாவது இந்தக் கனவு மாளிகையில் ஒரு சிம்மாசனத்தைப் பிடித்துவிட வேண்டுமென்பதற்காக இங்கே வந்து வெயிட்டர்களாகவும் சுண்டல் வியாபாரிகளாகவும் உழல்கிறார்கள். யாராவது ஒரு டைரக்டரிடம் ஆறாவது, ஏழாவது அசிஸ்டென்ட் போஸ்ட் கிடைக்கிறது. அடி, உதை, வசவுகள். எல்லாவற்றையும் வாங்கிக் கட்டிக்கொண்டு ஏதாவதொரு மேன்ஷனின் கையகலக் கட்டிலில் வறுமையோடு உழன்று திரிகிறார்கள். என்ன செய்தாலும் மனதில் ஒரு ஸ்கிரீன் ப்ளே ஓடிக்கொண்டிருக்கிறது. கிடைத்த நேரத்தில் கிடைத்த தாள்களில் மேன்ஷன் அறையின் கரப்பான்களின் எச்சம் தெறித்த டேபிளின் மீது கவிழ்ந்து படுத்துக்கொண்டு ஸ்கிரிப்ட் ரெடி பண்ணுகிறார்கள். பிறகு அவர்களில் ஆயிரத்தில் ஒருவருக்குக் கதவு திறக்கிறது. கதை, திரைக்கதை வசனம் இயக்கம் என ஸ்கிரீனில் பெயரைப் பார்ப்பதற்காகத்தான் இந்தப் பாடு. பிறகு எல்லாம் தானாக வரும். கார், பங்களா, காதலி, மனைவி, கூத்தியாள்கள். அதற்குப் பிறகு என்ன? நோட்புக்கை எடுத்துக்கொண்டு சார் சார் எனப் பின்னால் அலையும் வார இதழ்களின் சினிமாப் பகுதி நிருபர்களிடம் காலரை நிமிர்த்திவிட்டுக்கொண்டு தமிங்கிலீசில் சுண்டல் விற்றுப் பிழைத்த பெருமை.

வென் ஐ வாஸ் ட்வள்வ், சித்திகூடச் சண்டப் போட்டுக்கிட்டு வீட்ட விட்டு வந்துட்டேன். சாப்பிடறதுக்கும் தூங்கறதுக்கும் ஒரு பிளேஸத் தேடி இந்த சிட்டி பூரா அலைஞ்சேன். ரொம்ப நாள் பட்டினி. இன்பாக்ட், அப்ப சுண்டல் வியாபாரம்தான் என்னக் காப்பாத்துச்சு. ஆக்சுவலாப் பாத்தீங்கன்னா அப்பவே எங்கிட்ட ட்டு, த்ரீ ஸ்கிரீன் ப்ளேஸ் ரெடியா இருந்துச்சு.

ரியலீ?

யெஸ் யெஸ், அதையெல்லாம் இன்னும்கூட சேஃபா கீப் பண்ணி வெச்சிருக்கேன்.

ரியலீ?

மேடம், நீங்க கலர் ஆப் பாரடைஸ் பாத்திருக்கீங்களா?

இன்னும் இல்லை.

நா அதப் பத்து வயசிலியே பாத்தவன்.

இந்தப் பெருமிதமும் புகழும் சாசுவதமல்ல.

ஒரு சிறு இடறலில் சரிந்து அதல பாதாளத்துக்குப் போய் விடுகிறார்கள்.

எண்பதுகளின் புகழ் பெற்ற இயக்குநர் ஒருவர் இப்போது ஏவிஎம் ஸ்டுடியோவுக்கெதிரில் பீடாக் கடை வைத்துப் பிழைப்பை ஓட்டுகிறார். அவரது கணக்கில் பத்து சூப்பர் ஹிட் படங்கள் உண்டு. அவ்வளவும் ஹாரர். ஓமன், எக்ஸார்ஸிஸ்ட் வகையறா. மனிதர் இப்போதும் தாழ்ந்துபோய்விடவில்லை. பீடா விற்பனையிலேயே லட்சங்களைப் பார்த்துக்கொண்டிருக்கிறார். ஸ்டுடியோவுக்கு வேண்டிய பீடா, வெற்றிலை, பாக்குப் புகையிலை எல்லாம் அங்கிருந்துதான் போகின்றன. எந்தெந்த நாயகன் அல்லது நாயகிக்கு என்னென்ன கலவை என்பது அவருக்கு அத்துப்படி. ஒன் ட்வன்ட்டியா? ஃபோர் ட்வென்ட்டியா? தானே நேரடியாகக் கலக்கி எடுத்துக்கொண்டு போவார். நாயகன் ஒவ்வொரு பீடாவுக்கும் ஆயிரம் ரூபாய் நோட்டு ஒன்றை எடுத்து வீசுவார். நாயகனுக்குத் தான் நாயகனாக இருக்கும் வரை ஆயிரம்ரூபாய் பிச்சைக் காசு. பீடா விற்றுப் பிழைக்கத் தெரியாமல் தரித்திரம் தொண்டையை இறுக்க வாழவைக்கும் தெய்வங்களிடம் சரணடைந்த திரையுலகின் காவியப்பட இயக்குநரின் கதையும் இருக்கிறது. வாழவைக்கும் தெய்வம் ஐந்து லட்சத்தையோ பத்துலட்சத்தையோ பிச்சையாகப் போட்டது.

இது ஒரு சதுரங்க ஆட்டம் என நினைத்தான் கௌதம நீலாம்பரன்.

அல்லது கழைக்கூத்து, கம்பி மேல் நடக்கும் வித்தை.

பொதுக் கழிவறையை ஒட்டியிருந்த மணல் பரப்பில் ஒலித்துக்கொண்டிருந்த கழைக்கூத்தாடியின் இசையைக் கேட்டே அப்படி நினைத்தது.

இருபதடி நீளக்கம்பியின் மீது மூங்கில் கழியொன்றைக் கையில் பிடித்து நடந்துகொண்டிருந்தாள் ஒரு சிறுமி. மிஞ்சிப் போனால் ஐந்தாறு வயதுதான் இருக்கும். பாலன்ஸ் தவறி மணலில் விழுந்தால் மரணம் நிச்சயமல்ல என்றாலும் கை, கால்கள் முறியும். தலையில் நீர் நிரம்பிய கலசம். முதிர்ந்த முகம், விரிந்த கண்கள். சிரங்கு பீடித்த கைகளையுடைய தகப்பன் அவளுக்கு இணையாக மணலில் நடந்து வழிகாட்டிக்கொண்டிருந்தான். தாய் மத்தளம் போன்ற கருவியொன்றை இசைத்துக் கொண்டிருந்தாள். மடியில் பால்குடி மறக்காமல் இன்னொரு குழந்தை. ஏழெட்டுப் பேர் வேடிக்கை பார்த்துக்கொண்டிருந்தார்கள். ஒரு காதல் ஜோடி, இரண்டு கிழவிகள், நடுத்தர வயதுடைய ஒரு தம்பதி, அவர்களுடைய இரண்டு குழந்தைகள். கம்பியின் மீது நடக்கும் குழந்தைக்கும் அவற்றுக்கும் பெரிய வயது வித்தியாசம் இருக்க வாய்ப்பில்லை. வியப்பும் மிரட்சியும் கலந்த முகங்களுடன் தங்கள் தாயின் கால்களைக் கட்டிக்கொண்டு நின்றார்கள்.

தத்ரீம் தத்ரீம் தத் தத் தத் தத்ரீம் ரீம் ரீம்.

காற்று வாங்க வந்தவர்களை இறைஞ்சுகிறது கழைக் கூத்தாடியின் இசை.

வேடிக்கை பார்த்துக்கொண்டிருந்தவர்களில் பலர் அங்கிருந்த அலுமினியத் தட்டில் ஓரிரு நாணயங்களை வீசிவிட்டு நகர்ந்தனர். உலகின் மிக அழகான இந்த பீச்சில் வேடிக்கை பார்ப்பதற்கு இன்னும் எவ்வளவோ உண்டு. பார்க்க முடிந்தவற்றைப் பார்த்துவிட்டு சுண்டல் சாப்பிட்டுக் கிளம்பி பஸ் பிடித்து நேரங்காலத்தோடு தி நகருக்கோ வடபழனிக்கோ பல்லாவரத்துக்கோ போய்ச் சேர வேண்டும்.

பாலன்ஸை இழக்காமல் மறுமுனையை அடைந்த கழைக் கூத்தாடியின் ஐந்து வயதுப் பெண்குழந்தை செருக்கோடும் களைப்போடும் கீழே இறங்கியது. மறுகணமே தாயிடமிருந்த அலுமினியத் தட்டை எடுத்துக்கொண்டு எஞ்சியிருந்த பார்வையாளர்களை நெருங்கியது. தட்டில் கிடந்த சில்லறைகளைக் குலுக்கிக் கொண்டு அது எதிரே வந்து நின்றபோது கௌதம நீலாம்பரன் அந்தக் குழந்தை தனது எந்த வயதில் இந்தக் கலையைக் கற்றுக்கொண்டிருக்கும் என யோசித்துக்கொண்டிருந்தான். மூன்று வயதில்? இரண்டு வயதில்? அல்லது கருவோடு உதித்த திருவோ?

இதென்ன குரூரமான சிந்தனை?

பாக்கெட்டில் சில்லறைகளைத் தேடியபடியே அந்தக் குழந்தையின் முகத்தை ஏறிட்டான்.

இந்தக் குழந்தையின் முகத்துக்கு ஒரு டைட் குளோசப்.

கண்களுக்கும் ஒன்று வைக்க வேண்டும்.

பின்னணியில் தத்ரீம் தத்ரீம் தத் தத் தத் தத்ரீம் என்னும் கழைக்கூத்தாடியின் இசை.

மீண்டும் முருங்கைமரத்தை நோக்கித் தாவும் வேதாளம்.

பாக்கெட்டில் சில்லறை எதுவும் தட்டுப்படாததால் கைக்குக் கிடைத்த ரூபாய்த் தாள்களில் ஒன்றை உருவித் தட்டில் எறிந்தான். பிறகே அது நூறுரூபாய்த் தாளெனத் தெரிந்தது. பதறிப்போய்த் திரும்ப எடுத்துக்கொள்ளக் கை நீண்டது. மூண்டெழுந்த சுயஅருவருப்பின் நெடி தாளாமல் கைகளைப் பின்னுக்கிழுத்துக் கொண்டு நடந்தான். குழந்தை ஏதோ முனகியது.

ஒரு கழைக்கூத்தாட்டத்தைச் சில நிமிடங்கள் வேடிக்கை பார்த்ததற்கு நூறு ரூபாய் அதிகம். ஆனால் கழைக்கூத்தாட்டமும்

ஒரு கலை. இந்தக் குழந்தையின் வாழ்க்கைக்கு அந்தக் கலையே ஆதாரம். ஒரு நூறுரூபாய்த் தாள் அதன் வாழ்க்கையில் என்ன மாற்றத்தை ஏற்படுத்திவிடும்? எனினும் அதற்குக் கண்கள் விரிந்ததை கௌதமன் கவனித்தான். மற்றவர்களைப் போலவே குழந்தையின் வதங்கிய அலுமினியத் தட்டில் அவன் போட்டதும் பிச்சைதான். நூறுரூபாயைப் பிச்சையாக ஏற்குமளவுக்கு அதன் மனம் பக்குவப்பட்டிருக்காததும் காரணமாக இருக்கலாம்.

ஒரு சுக்குக் காபி சாப்பிடலாமா எனத் தோன்றியது. நடந்து நடந்து களைத்த கால்களுக்குக் கொஞ்சம் ஓய்வு தேவை.

மணலில் கால்களைக் கட்டிக்கொண்டு உட்கார்ந்து சுக்குக் காபி விற்பவர்கள் யாராவது தென்படுகிறார்களா எனப் பார்த்தான்.

நீச்சல்குளத்தின் பின்புற மதிலையொட்டிய அந்த இடத்தில் துளி வெளிச்சமில்லை. நட்சத்திரங்களின் மங்கலான ஒளியில் அலையும் நிழல்கள்.

அரவாணிகளாயிருக்கும்.

அந்த இடம் அரவாணிகளுக்கும் ஹோமோ செக்சுவல்களுக்குமுரியது. முகத்தைச் சுளித்துக்கொள்ள விரும்புபவர்கள் தாராளமாகச் சுளித்துக்கொள்ளலாம். அடுத்த ஐம்பது மீட்டரில் வேசிகளின் உலகம் தொடங்குகிறது. கண்ணகி சிலை முதல் காந்தி சிலை வரை நீண்டும் விரிந்தும் பரந்தும் கிடக்கும் அவ்வுலகமே இப்பெருநகரவாசிகளுக்கு அந்தப்புரம். உயரமான விளக்குத் தூண்களிலிருந்து கசியும் பாலொளிக்குக் கீழே படர்ந்திருக்கும் புகையிருளுக்குள் தம் மஞ்சங்களை உருவாக்கிக்கொண்டிருக்கும் இம்மாநகர ராஜாக்களும் ராணிகளும் கூத்திகளும் சேடிகளும். இப்பெருநகரில் காதலையும் காமத்தையும் பரிமாறிக்கொள்ள வேறு உருப்படியான இடமெதுவும் இல்லை. காற்றுவாங்க வந்தவர்களுக்கு அருவருப்புத் தாளவில்லை. தலையைக் கவிழ்த்துக் கொண்டு உறுமும் கடலை நோக்கி வேகமாக நடக்கிறார்கள். சிலர் கள்ளப் பார்வை பார்க்கிறார்கள். குழந்தைகளுக்கு அந்த விளையாட்டு ஆச்சரியமளிக்கிறது,

"அம்மா, அம்மா"

"என்ன?"

"அந்த அங்கிளும் ஆண்ட்டியும் என்ன செய்யறாங்க?"

"வெளையாடறாங்க"

சங்கடத்துடன் பதிலளித்தபடி தாய் அவர்களை இழுத்துச் செல்கிறாள்.

"அது என்ன வெளையாட்டு அம்மா?"

தேவிபாரதி

“கண்றாவி, இதுகளுக்குக் கொஞ்சமாச்சும் வெக்கமிருக்குதா? பப்ளிக் பிளேஸ்ல இதென்ன நியூசென்ஸ்?”

“நீங்க பேசாம நடங்க”

மணலில் சரிந்திருக்கும் பித்தேறிய மனங்களுக்கு இந்த விமர்சனங்களைப் பொருட்படுத்திக்கொண்டிருப்பதற்கு அவகாசமில்லை. நேரம் கடந்துபோய்க் கொண்டிருக்கிறது. அதற்குள் காரியத்தை முடிக்க வேண்டும். வீட்டில் தாயோ, தகப்பனோ, மனைவியோ, குழந்தைகளோ காத்திருப்பார்கள். அவர்களது கேள்விகளைச் சமாளிக்கத் தெரிந்திருக்க வேண்டும். அதுவுமொரு கலை, கம்பி மீது நடக்கும் வித்தை. பேலன்ஸ் செய்யக் கைவசம் நிறையப் பொய்கள் இருக்கின்றன.

“இவ்வளவு நேரமா ஆபீஸ்ல இருந்தீங்க?”

“என்ன பண்ணச் சொல்றே? ஹெவி ட்ராபிக். ஜெமினியத் தாண்டி நகரவே முடியல”

“இந்த ப்ராஜக்ட முடிச்சுக் குடுக்காம நகரக்கூடாதுன்னு டீம் லீடர் சொல்லிட்டார்?”

“கோவிச்சுக்காத செல்லம், கொஞ்சம் லேட்டாயிடுச்சு”

“க்ரூப் ஸ்டடீம்மா”

ஒவ்வொரு ஜோடியையும் பல கண்கள் வேடிக்கை பார்க்கின்றன. எதிரிலும் பக்கவாட்டிலும் முதுகுக்குப் பின்னாலும் காற்றுவாங்கும் பாவனையுடன் தனியாகவோ குழுவாகவோ உட்கார்ந்து இக்களியாட்டங்களை ரசித்துக் கொண்டிருக்கும் இளைஞர்கள், நடுத்தர வயதினர், முதியவர்கள். போர்னோ கிராபியை விட அதிகப் போதை தரும் விளையாட்டு இது. பார்த்துக் கொள்ளட்டுமே, வாழ்வின் சந்தோஷங்களை யாருக்காகவும் இழக்க முடியாது. வாழ்வு அற்பம். பார்த்துக் கொண்டிருக்கும்போதே கரைந்து, உருகி, ஆவியாகி மறைந்துவிடும் பனித்துகள். அற்பம் என்பதால்தான் இந்த வாழ்வைக் கலை என்ற அந்தஸ்துடன் பீடத்தில் ஏற்றிவைக்க முடியாமல் போகிறது. கலை உன்னதங்களைக் கற்றுக்கொடுப்பது, அறத்தைப் போதிப்பது, மனிதாபிமானத்தைச் சொரிவது. (சொரிவதா? சொறிவதா?) அதற்குக் கற்பனை வளம் வேண்டும். அதனால்தான் ஒரு இரண்டரைமணிநேரத் திரைப்படத்துக்கான கதையை உருவாக்குவதற்கு வருடக்கணக்காக மண்டையைப் பிய்த்துக் கொள்ள வேண்டியிருக்கிறது. ஸ்டார் ஹோட்டல்களில் ஆடம்பரமான சூட் எடுத்து உட்கார்ந்துகொண்டு தின்று தீர்க்க வேண்டியிருக்கிறது. பாட்டில் பாட்டிலாகக் குடித்து வாந்தியெடுக்க வேண்டியிருக்கிறது. உன்னதமான காதல்,

உன்னதமான காமம், உன்னதமான நட்பு, உன்னதமான தியாகம், உன்னதமான வீரம், உன்னதமான லட்சியம், உன்னதமான வாழ்க்கை. இத்தனை உன்னதங்களுக்கு எங்கே போக? மிகச் சிக்கலான விஷயம் இது. அவற்றை உருவாக்குவதற்காகத்தான் வசனங்களும் பாடல்களும் தேவைப்படுகின்றன, இசை தேவைப் படுகிறது, நாட்டியங்களும் சண்டைகளும் தேவைப் படுகின்றன. கண்ணீர் தேவைப்படுகிறது.

"யாரப்பா அங்கே, அவுங்க கண்ணுக்குள்ள இன்னொரு சொட்டு க்ளிஸரீன் விடு"

கருத்தாழமுள்ள வசனங்கள், தீப்பொறி பறக்கும் சண்டைக் காட்சிகள், உள்ளத்தை உருகவைக்கும் சென்டிமென்ட். எல்லாவற்றையும் பாலன்ஸ் செய்யும் திரைக் கதை. கடைசியில் எப்படியோ பெரும்பொருட் செலவில் உன்னதம் கைகூடிவிடுகிறது. கண்கட்டு வித்தைதான்.

தனக்கு முன்னால் நான்கடி தொலைவில் மிஸ்டர் எக்ஸ் நடந்துபோய்க் கொண்டிருந்தைப் பார்த்தான் கௌதம நீலாம்பரன்.

"மிஸ்டர் எக்ஸ்"

மிஸ்டர் எக்ஸ் அதைப் பொருட்படுத்தவில்லை. தான் மிஸ்டர் எக்ஸ் என்பது மிஸ்டர் எக்ஸுக்குத் தெரிந்தால்தானே?

மணி எட்டு முப்பத்தைந்து. இதற்கு அர்த்தம் மிஸ்டர் எக்ஸ் துல்லியமாக ஒரு மணி நேரம் முப்பத்தைந்து நிமிடங்களாக இந்தக் கடற்கரையில் அலைந்து கொண்டிருக்கிறார் என்பதுதான். உலகின் மிக நீளமான இந்தக் கடற்கரையின் எதாவதொரு மூலையில் முத்தங்களைப் பரிமாறிக்கொண்டிருக்கும் தன் மனைவியையும் அவளுடைய ரகசியக் காதலனையும் தேடி அலையும் மிஸ்டர் எக்ஸின் இந்தப் பயணம் எப்போது முடிவுறும்? அதன் விளைவுகள் என்ன?

கையும் களவுமாகச் சிக்கிய பிறகு மிஸ்டர் எக்ஸ் அவர்களை என்ன செய்வார்?

இருவரையும் கொலை செய்துவிடுவாரா?

விட்டு விலகிப் போய்விடுவாரா?

தற்கொலை செய்துகொள்வாரா?

சேர்த்து வைத்துவிட்டுக் கண்ணீர் மல்க விடைபெற்றுக் கொண்டு போய்விடுவாரா?

சினிமா மூளைகள் தம் கற்பனைக் குதிரைகளைத் தட்டி விடுகின்றன.

“மிஸ்டர் எக்ஸ் ஒன்றும் செய்யப்போவதில்லை” என ஒரு நாள் கடற்கரை விவாதத்தில் சொன்னான் கமால்.

“ஏன்?” – கௌதம நீலாம்பரன்.

“மிஸ்டர் எக்ஸ் உண்மையைத் தேடுகிறார். அதைக் கண்டடைவது மட்டுமே அவரது நோக்கம்” – ஹரிசங்கர்.

“மிஸ்டர் எக்ஸுக்கு வேட்டைதான் முக்கியம், அதிலிருந்து கிடைக்கும் இரை அல்ல” – கமால்

“பாஷை சவரக்கத்தி” என்றான் கௌதம நீலாம்பரன்.

பெருஞ்சிரிப்பெழுந்தடங்கியது.

விளைவு என்னவாக இருந்தாலும் கௌதம நீலாம்பரனால் இனி ஒருபோதும் அதை அறிந்துகொள்ள முடியாது. அரை மணி நேரத்தில் ஹரிசங்கரோடு நாயர் மெஸ்ஸில் தனது லாஸ்ட் ஸப்பரை முடித்துக்கொண்டு ரயிலேறியாக வேண்டும். ஏற்காடு எக்ஸ்பிரசின் எஸ் 7 கோச்சில் பெர்த் நம்பர் 56இல் ஏறிக் கால்களை நீட்டிக்கொண்டபிறகு மிஸ்டர் எக்ஸை நினைக்க வேண்டிய தேவை கௌதம நீலாம்பரன் என்ற புனைபெயரையுடைய அந்த முன்னாள் அசிஸ்டென்ட் டைரக்டருக்கு ஏற்படப் போவதில்லை. மிஸ்டர் எக்ஸ் தனது தேடலில் இன்று வெற்றிபெறக் கூடுமானால் க்ளைமாக்ஸைப் பார்த்துவிட்டுப் போகும் பாக்கியமாவது கிடைக்கும்.

“உக்காரலாமா?”

எதிரே நின்றாள் பருத்த உடல் கொண்ட ஒரு கணிகை.

“நூறு ரூவாதான்”

இந்த நகரத்தில் இதை மட்டும் எதற்காக மிச்சம் வைத்து விட்டுப் போக வேண்டும்? ஹரிசங்கருடனான லாஸ்ட் சப்பருக்கு இன்னும் நேரமிருக்கிறது.

கௌதமன் பாக்கெட்டைத் துளாவினான்,

“எவ்வளவு?”

“நூறு ரூவாங்கறேன், உனக்குக் காது செரியா கேக்காதா?”

இரண்டடி முன்னால் நகர்ந்து அவள் உட்கார்ந்தாள். சூழ்ந்திருந்த இருளைத் துளைத்து ஒரு பார்வை பார்த்துவிட்டு அவளருகே உட்கார்ந்தான் கௌதமன். தொலைவில் மிஸ்டர் எக்ஸ் தென்பட்டார். முடிந்தால் நகர்நீங்கிப் போகும் இக்கடைசித் தருணத்திலாவது அவரிடம் கொஞ்சம் பேசலாம்.

கணிகை அவனது கைகளைப் பற்றித் தன் பருத்த முலைகளின் மீது வைத்தாள். ஜாக்கெட்டின் ஊக்குகள் ஏற்கனவே கழன்று

கிடந்தன. வியர்வைப் பிசுபிசுப்பு. ஒருவிதமான புளிப்பு நெடி. முத்தமிட்டுக்கொண்டே அவனது ஜிப்பை உருவினாள்.

"என்னாச்சு? மூடு வரலையா?"

தளர்ந்த குறியை மூர்க்கமாகப் பற்றி இழுத்தாள். கௌதம நீலாம்பரன் அவளது முலைகளைச் சுவைக்க முயன்றான்.

"வாய் வெக்கறன்னா அதுக்கு இன்னொரு நூறு ரூவா தரணும்"

கௌதமன் மறுபடியும் பாக்கெட்டைத் தேடினான்.

முலைகளுக்குள் புதையுண்டு போயிருந்த சிதைந்த காம்புகள் அகப்படாமல் நழுவின.

"என்ன பயமா இருக்குதா?"

"இல்ல"

"பின்ன, செத்த எலி கணக்கா அப்படியே கெடக்குது?"

அவள் அவசரப்பட்டாள்.

சாவகாசமாக இருக்க முடியாது. தம் முறையை எதிர் பார்த்து அவளுக்காக நாலைந்து பேர் காத்திருக்கிறார்கள். நேரம் அதிகமில்லை. ஒன்பது ஒன்பதரைக்குள் இடத்தைக் காலிபண்ணியாக வேண்டும்.

"வாய் வெக்கட்டுமா?"

"வேண்டாம்"

"இல்ல சில பேருக்கு அப்படிச் செஞ்சா மூடு வரும். இன்னொரு முன்னூறு குடுங்க"

"முன்னூறா?"

"ஆமா சும்மா ஒருத்தனுத அப்படி வெச்சுக்க முடியுமா?"

அலைபேசி ஒலித்தது.

ஹரிசங்கர்.

"எங்க இருக்கற கௌதம்?"

"ஒரு வேலையா வெளிய வந்தேன்"

"எப்ப வருவே?"

"ஒரு பத்து நிமிஷம்"

"ஒண்ணு செய்யி, நேரா நாயர் மெஸ்ஸுக்கு வந்துரு, நா ஷார்ப்பா எய்ட் ஃபார்டி ஃபைவ்க்கு அங்க இருப்பேன்"

"சரி"

ஓயாமல் குமுறிக்கொண்டிருக்கும் மகாசமுத்திரத்தின் பேரோசை. காலகாலமாக சரயூநதியின் வெள்ளம் இச் சமுத்திரத்தையே சென்றடைகிறது. அந்த நதியின் வெள்ளப் பெருக்கோடு போட்டியிட்ட சிராவஸ்தி நகரின் பிராமண இளைஞன் கௌதம நீலாம்பரன் காமக்கடலை நீந்திக் கடக்கக் கணிகையொருத்தின் உருக்குலைந்த முலைகளைச் சுவைத்துக்கொண்டிருக்கிறான்.

கௌதம நீலாம்பரன்!

யட்சினியின் சிற்பத்தை வடித்ததன் மூலம் பாரதத்தின் சிற்பக்கலையில் பெரும்புரட்சியை ஏற்படுத்திய சித்திரக்காரன், மகதப் பேரரசின் புகழ்பெற்ற நாடக நடிகன், கிழக்கிந்தியக் கம்பெனியின் குமாஸ்தா, சுதந்திர இந்தியாவில் பூடா ஜெயன்டி யைக் காண வந்த வெள்ளைக்கார துரைகளுக்குக் கைடாக அவதாரமெடுத்தவன். பிறகு பிரபல இயக்குநர்களின் பிரபல அசிஸ்டென்ட் டைரக்டர்.

“உன் பேரென்ன?”

சம்பகா எனச் சொல்வாளோ?

சம்பகா தேவி, சம்பா ராணி, சம்பா பீவி, சம்பா அஹமத்.

“எதுக்குக் கேக்கற?”

“சும்மாதான்”

“எதுனா பேட்டி கீட்டி எடுக்கறயா? நீ ப்ரஸ் ஆளாக்கும்?”

அவள் எழுந்துகொண்டாள். ஜாக்கெட்டின் ஊக்குகளை மாட்டிக்கொண்டு எதிரே நான்கடி தள்ளி நின்று தனது முறைக்காகக் காத்துக்கொண்டிருந்த இளைஞர்களில் ஒருவனை நெருங்கினாள்.

“உக்காரலாமா?”

“எவ்வளவு?” இளைஞனின் குரலில் மெலிதான நடுக்கம்.

“நூறு ரூவாதான்”

இளைஞன் சட்டைப் பாக்கெட்டைத் துளாவினான்.

குமட்டலைக் காட்டிலும் தாகம் அதிகமானோருக்கான சாக்கடை நீரைப் போன்றவள் இவள் – புத்துயிர்ப்பில் இடம்பெற்றிருக்கும் டால்ஸ்டாயின் ஒரு வரி. இந்த யுகத்தில் இப்படியெல்லாம் முகத்திலறைந்தாற்போல் எழுதிவிட முடியாது. போராளிகள் செருப்பைக் கழற்றிக்கொண்டு வந்துவிடுவார்கள். கலைஞனுக்கு பாலன்ஸ் முக்கியம், பொலிட்டிக்கல் கரெக்ட்னஸ் முக்கியம். உண்மைக்கும் பொய்க்குமிடையே, இலட்சியத்துக்கும் போலித்தனத்துக்கு மிடையே கலைக்கும்

வியாபாரத்துக்குமிடையே பேலன்ஸ் செய்யத் தெரிந்திருக்க வேண்டும். இல்லாவிட்டால் கரணம் தப்பிவிடும்.

தத்ரீம் தத்ரீம் தத் தத் தத் தத்ரீம்.

ஆட்டத்தை முடித்துக்கொள்ள விழையும் கழைக்கூத்தாடியின் இசை. கிளம்பத் தயாராகியிருப்பான்.

ஜிப்பை இழுத்துவிட்டுக்கொண்டு எழுந்துவந்து விவேகானந்தர் இல்லத்துக்கெதிரே உள்வட்டச் சாலையில் கிரானைட் பாவப்பட்ட படிக்கட்டுகளில் ஒன்றில் உட்கார்ந்தான். அந்த இடம் மிஸ்டர் எக்ஸுக்கானது. தன் தேடலை முடித்துக் கொண்டு மிஸ்டர் எக்ஸ் அங்குதான் வருவார். மிஸ்டர் எக்ஸ் இன்று நீங்கள் வகையாக மாட்டிக்கொண்டு விட்டீர்கள்.

மெரீனாவின் அந்தப்புரம் தன் உயிர்த்துடிப்பை இழக்கத் தொடங்கியிருந்தது. பெருநகரின் ராஜாக்கள் தங்கள் ராணி களுக்குக் கடைசி முத்தங்களைத் தந்து வழியனுப்பத் தொடங்கி யிருந்தார்கள். மீதமிருக்கும் ஜோடிகளுக்கிடையே தேடி அலுத்துவிட்டுத் துல்லியமாக ஒன்பது மணிக்கு மிஸ்டர் எக்ஸ் வந்தார். களைத்திருந்தார். தனக்குரிய இடத்தை யாரோ ஆக்கிரமித்திருப்பதைக் கண்டு கொஞ்சம் எரிச்சல். கௌதம நீலாம்பரன் நகர்ந்து உட்கார்ந்துகொண்டான். மிஸ்டர் எக்ஸ் புன்னகைத்தார்.

“தாங்ஸ்”

பாக்கெட்டைத் துளாவி சிகரெட் பெட்டியை வெளியே எடுத்தார். பெட்டி காலி. கவனமில்லாமல் எல்லாவற்றையும் புகைத்துத் தீர்த்துவிட்டார் போலிருக்கிறது. நீலாம்பரன் தன்னுடையதிலிருந்து ஒன்றை உருவி அவரிடம் நீட்டினான். மிஸ்டர் எக்ஸ் புன்னகைத்தார். பெற்றுக்கொண்டு மற்றொரு தாங்ஸ்.

மிஸ்டர் எக்ஸ் ஒன்றும் அந்நியரல்லவே. வெகு காலமாக அருகிலேயே இருந்து கொண்டிருக்கும் ஓர் ஆன்மா.

“மிஸ்டர் எக்ஸ்”

மிஸ்டர் எக்ஸின் கண்களில் வியப்பு.

“நான் உங்களை மிஸ்டர் எக்ஸ் என்று அழைக்கலாமில்லையா?”

“அதனாலென்ன?”

மிஸ்டர் எக்ஸ் தீப்பெட்டிக்காகக் கை நீட்டினார்.

இருவரும் புகைக்கத் தொடங்கினார்கள்,

“மிஸ்டர் எக்ஸ், அவருடைய பெயரென்ன?”

“யாருடைய பெயர்?”

"நீங்கள் தேடிக்கொண்டிருக்கிறீர்களே, உங்கள் மனைவியின் ரகசியக் காதலர்"

மிஸ்டர் எக்ஸ் புகையை ஆழ்ந்து உள்ளிழுத்தார்.

"விருப்பமில்லையென்றால் சொல்ல வேண்டாம்"

"அப்படியொன்றுமில்லை"

கைபேசி அழைத்தது. இந்த முறை கமால். ரயில்வே ஸ்டேஷனுக்கு வந்திருக்க வாய்ப்புண்டு.

"அவரது பெயர், மிஸ்டர் சிரில்"

நீலாம்பரன் கமாலின் அழைப்பைத் துண்டித்தான்.

"சிரில், சிரில் அலெக்சாண்டர். என் அண்டை வீட்டுக்காரர்"

எத்தனை சிரில்கள்!

மனிதனுக்குப் பெயர்ப் பஞ்சம் வந்துவிட்டது.

எத்தனை நூற்றாண்டுகள், எத்தனை தேசங்கள், இனங்கள், மொழிகள், கலாச்சாரங்கள், எத்தனை கோடி மனிதர்கள்! ஒவ்வொருவருவருக்கும் தனி அடையாளம் வேண்டியிருக்கிறது, பெயர் வேண்டியிருக்கிறது. அத்தனை பெயர்களுக்கு எங்கே போக? கௌதம நீலாம்பரன்கள், ஹரிசங்கர்கள், கமால்கள், சம்பாக்கள், நிர்மலாக்கள், சாந்தாக்கள், சுஜாதாக்கள், தலயத்துக் கள். தஹ்பீனாக்கள்! காலத்தின் முடிவின்மையில் அழியாது நிலைபெற்றுவிட்ட பெயர்கள்!

நீலாம்பரன் பெருமூச்செறிந்தான்.

மிஸ்டர் எக்ஸ் கரிந்துபோன சிகரெட் துண்டைச் சுண்டி யெறிந்தார்.

"மிஸ்டர் எக்ஸ், கொஞ்சம் என்னோடு வாருங்கள்"

"எதற்கு?"

"உங்கள் சிரில் அலெக்சாண்டரையும் அவருடைய ரகசியக் காதலியையும் கண்டுபிடிக்க"

"உங்களுக்கு அவர்களைத் தெரியுமா?"

"தெரியாமலென்ன?"

கௌதம நீலாம்பரனின் இதழ்களிலிருந்து சத்தமில்லாமல் உதிர்ந்து தன் காலடியில் விழுந்து நசுங்கிய பழுப்பு நிறப் புன்னகையை மிஸ்டர் எக்ஸ் கவனிக்கவில்லை.

***காலச்சுவடு*, மே 2016**